ยืนหยัดเพื่อประชาชาติ

- 320

ประเด็นสำคัญในการอธิษฐานเพื่อเจ็ดภูเขาแห่งอิทธิพล

ช่วงเวลา 40 วันแห่งการอธิษฐานวิงวอนเพื่อคริสตจักร ผู้นำ และการสถาปนาอาณาจักรของพระเจ้าในประชาชาติ

การระดมผู้ร่วมอธิษฐาน 10 ล้านคนเพื่อประชาชาติ | ตอนที่ 2

โดย

เศคาริยาห์ ก็อดส์อีเกิ้ล ;
แอ ม มิสซูรี อ็อกเบ ;
ค . เลดี้ โอกเบ ;

Table of Contents

ลิขสิทธิ์ © หน้า

ยืนหยัดเพื่อประชาชาติ

320 ประเด็นการอธิษฐานเชิงกลยุทธ์สำหรับเจ็ดภูเขาแห่งอิทธิพล -

การเฝ้าระวังอธิษฐานวิงวอน 40 วันเพื่อคริสตจักร ผู้นำ

และการสถาปนาอาณาจักรของพระเจ้าในประชาชาติ

การระดมผู้ร่วมอธิษฐาน 10 ล้านคนเพื่อประชาชาติ | ตอนที่ 2

ผู้เขียน

เศคาริยาห์ ก็อดส์อีเกิล

เอกอัครราชทูต วันจันทร์ O. Ogbe

Comfort Ladi โอกเบ

สำนักพิมพ์

จัด พิมพ์โดย : Zacharias Godseagle และ Godseagle Ministries

ติดต่อ - https://www.otakada.org

ambassador@otakada.org

โทร/ส่ง SMS +13024922440;
WhatsApp +2348032835348

ประกาศเกี่ยวกับพระคัมภีร์

เว้นแต่จะระบุไว้เป็นอย่างอื่น

ข้อความจากพระคัมภีร์ที่ยกมานั้นมาจากฉบับแปลภาษาอังกฤษที่ใช้กันทั่วไป

มีการเน้นข้อความเพิ่มเติมในบางส่วนเพื่อให้เข้าใจง่ายและเน้นการภาวนามากขึ้น

ข้อมูลการพิมพ์

พิมพ์ในประเทศสหรัฐอเมริกา

ฉบับพิมพ์ครั้งแรก

ความทุ่มเท

หนังสือเล่มนี้อุทิศแด่ **พระเยซูคริสต์เจ้า เป็นอันดับแรกและสำคัญที่สุด พระองค์** ทรงเป็นมหาปุโรหิตนิรันดร์ผู้ทรงวิงวอนขอเพื่อประชากรของพระองค์อย่างต่อเนื่อง

ขอถวายคำอธิษฐานนี้ด้วยความกตัญญูต่อพระ **วิญญาณบริสุทธิ์** ผู้ทรงนำทาง ทรงดลใจ และทรงฤทธานุภาพ ทำให้การอธิษฐานวิงวอนที่แท้จริงเป็นไปได้
ข้าพเจ้าขออุทิศผลงานชิ้นนี้แด่บรรดาผู้เชื่อมากมายทั่วโลกที่ยืนหยัดอย่างซื่อสัตย์เพื่อคริสตจักรและเพื่อประชาชาติ คำอธิษฐานของท่านทั้งหลาย แม้จะไม่มีใครเห็นหรือได้ยิน แต่พระเจ้าทรงรับรู้และให้เกียรติ

สุดท้ายนี้ หนังสือเล่มนี้ขออุทิศให้แก่ครอบครัวของผม ผู้ซึ่งให้การสนับสนุน ความอดทน และกำลังใจอย่างมากมาย
ซึ่งช่วยให้ผมสามารถทำงานชิ้นนี้สำเร็จลุล่วงไปได้ตลอดหลายปีที่ผ่านมา

ขอให้แหล่งข้อมูลนี้เสริมสร้างความเข้มแข็งให้แก่ทุกคนที่แบกรับภาระแห่งการอธิษฐาน และเป็นแรงบันดาลใจให้ผู้คนอีกมากมายลุกขึ้นยืนหยัดเพื่อพระประสงค์ของพระเจ้าบนโลกนี้

คำขอบคุณ

ข้าพเจ้าขอถวายความกตัญญูอย่างสุดซึ้งแด่ **พระเจ้าพระบิดา พระเยซูคริสต์เจ้า และพระวิญญาณบริสุทธิ์** ผู้ทรงนำทาง พระเมตตา และฤทธานุภาพได้ทรงค้ำจุนภารกิจการวิงวอนขอพรนี้ตลอด 20 ปีที่ผ่านมา หากปราศจากพระคุณและการนำทางอย่างต่อเนื่องของพระองค์ การเดินทางทั้งหมดนี้คงเป็นไปไม่ได้

ผมรู้สึกซาบซึ้งใจอย่างยิ่งต่อ **ครอบครัว ของผม** โดยเฉพาะภรรยาของผม ผู้ซึ่งความเข้มแข็ง ศรัทธา และความอดทนของเธอในช่วงเหตุการณ์ต่างๆ ที่เป็นจุดเริ่มต้นของการเดินทางครั้งนี้ในปี 2006 ได้กลายเป็นประตูที่เปิดทางให้ภารกิจนี้เกิดขึ้น การสนับสนุนและความอดทนของพวกคุณตลอดหลายปีที่ผ่านมาเป็นกำลังใจอย่างต่อเนื่องให้กับผม

ข้าพเจ้าขอขอบคุณบรรดา **ผู้เชื่อและผู้ที่อธิษฐานวิงวอน จำนวนมาก** ที่ได้แบกรับภาระแห่งการอธิษฐานเคียงข้างข้าพเจ้าอย่างซื่อสัตย์ บุคคลเหล่านี้จำนวนมากอาจไม่เป็นที่รู้จักในวงกว้าง แต่คำอธิษฐานของพวกเขามีความสำคัญอย่างยิ่งในการสนับสนุนการเฝ้าระวังอธิษฐานเพื่อคริสตจักรและประชาชาติ

ผมขอแสดงความขอบคุณอย่างยิ่งต่อบรรดา **ศิษยาภิบาล ผู้นำคริสตจักร และหน่วยงานต่างๆ** ที่ทำงานอย่างซื่อสัตย์เพื่อสร้างสาวกและเผยแพร่พระกิตติคุณของพระเยซูคริสต์ ความมุ่งมั่นของท่านต่องานของอาณาจักรยังคงเป็นแรงบันดาลใจและเสริมสร้างความเข้มแข็งให้แก่พระกายของพระคริสต์

สุดท้ายนี้ ข้าพเจ้าขอขอบคุณทุกท่านที่เข้าร่วมในการเฝ้าระวังอธิษฐานนี้ โดยใช้คู่มือนี้ ขอพระเจ้าทรงเสริมกำลังมือของท่าน เสริมสร้างศรัทธาของท่าน และทรงประทานพลังให้ท่านยืนหยัดอย่างซื่อสัตย์ในช่องว่างเพื่อคริสตจักรและประชาชาติทั้งหลาย

ท่านทูตมันเดย์ โอ. อ็อกเบ

ซาคาเรียส ก็อดสอีเกิล

เกี่ยวกับหนังสือ – ยืนหยัดเพื่อประชาชาติ

320

ประเด็นสำคัญในการอธิษฐานเพื่อเจ็ดภูเขาแห่งอิทธิพล

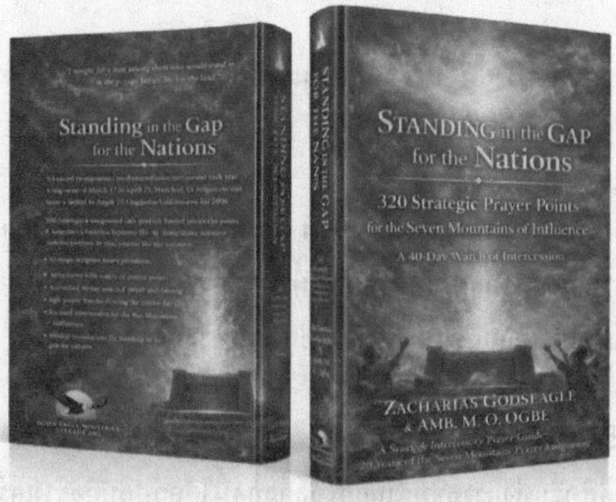

ช่วงเวลา 40 วันแห่งการอธิษฐานวิงวอนเพื่อคริสตจักร ผู้นำ และการสถาปนาอาณาจักรของพระเจ้าในประชาชาติ

การระดมผู้ร่วมอธิษฐาน 10 ล้านคนเพื่อประชาชาติ | ตอนที่ 2

เป็นเวลากว่ายี่สิบปีแล้วที่เสียงเรียกร้องจากพระเจ้าให้ร่วมอธิษฐานวิงวอนได้หล่อหลอมภาระกิจการอธิษฐานอันเป็นเอกลักษณ์ของคริสตจักร
ในปี 2006 ในช่วงเวลาวิกฤตส่วนตัวอย่างหนัก
ขณะที่ภรรยาของเขากำลังเผชิญกับภาวะฉุกเฉินทางการแพทย์ที่คุกคามชีวิตในลอนดอน
ท่านทูตมันเดย์ โอ. อ็อกเบ ได้พบกับพระเจ้าอย่างลึกซึ้ง ในช่วงเวลาแห่งความไม่แน่นอนและการยอมจำนนนั้น
พระเจ้าได้ทรงประทานพระบัญชาที่ชัดเจนแก่หัวใจของเขา:

"จงอธิษฐานเพื่อคริสตจักรของข้าพเจ้า และจงอธิษฐานเพื่อผู้นำของ ประชาชาติ ทั้งหลาย ไม่ว่าพวกเขาจะอยู่ที่ใดในภูเขาแห่งอิทธิพลก็ตาม"

จากการพบปะครั้งนั้น
ก่อให้เกิดพันธกิจตลอดชีวิตในการวิงวอนขอเพื่อคริสตจักรและเพื่อประชาชาติ
โดยเฉพาะอย่างยิ่งสำหรับผู้ที่รับใช้ใน **เขตอิทธิพลทั้งเจ็ดแห่ง :**

• ศาสนา

• ครอบครัว • การศึกษา • รัฐบาล • สื่อและการสื่อสาร • ศิลปะและวัฒนธรรม • ธุรกิจและเศรษฐศาสตร์

ขอบเขตเหล่านี้เป็นตัวกำหนดค่านิยม ทิศทาง และการตัดสินใจของสังคมและประเทศชาติ
เมื่อผู้เชื่ออธิษฐานอย่างมีกลยุทธ์ในด้านเหล่านี้
พวกเขาก็มีส่วนร่วมในงานแห่งการเปลี่ยนแปลงของพระเจ้าบนโลก

นับตั้งแต่ ปี 2549 เป็นต้นมา
ช่วงเวลาอันศักดิ์สิทธิ์แห่งการอธิษฐานและถือศีลอดนี้ได้ถูกปฏิบัติอย่างเคร่งครัดทุกปี
ตั้งแต่ วันที่ 17 มีนาคม ถึง 25 เมษายน
สิ่งที่เริ่มต้นจากการกระทำส่วนตัวเพื่อแสดงถึงการเชื่อฟัง ค่อยๆ
กลายเป็นการเฝ้าระวังอธิษฐานอย่างต่อเนื่องโดยบรรดาผู้เชื่อที่ร่วมกันแบกรับภาระในการอธิษฐานเพื่อคริสตจักรและเพื่อประชาชาติ

ยี่สิบ **ปีต่อมา** หนังสือเล่มนี้จัดทำขึ้นเพื่อช่วยให้ผู้อื่นมีส่วนร่วมในภารกิจเดียวกันนั้น
นอกจากนี้ยังได้รับการแปลเป็น **ภาษาต่างๆ มากกว่า 50 ภาษา** โดยมีวิสัยทัศน์ที่จะระดม
ผู้ร่วมอธิษฐานทั่วโลกให้ได้ 10 ล้าน คน
ร่วมเป็นส่วนหนึ่งของการเคลื่อนไหวอธิษฐานวิงวอนระดับโลกเพื่อพระสิริของพระเจ้า
แหล่งข้อมูลนี้เป็นกรอบโครงสร้างสำหรับการอธิษฐานขอพร และประกอบด้วย:

• **320 หัวข้อการอธิษฐานเชิงกลยุทธ์ตามพระคัมภีร์**
• **40 วันแห่งการอธิษฐานอย่างมุ่งมั่น**

• แปดช่วงเวลาแห่งการเฝ้าอธิษฐานในแต่ละวัน

• รากฐานทางพระคัมภีร์สำหรับการเปลี่ยนแปลงระดับชาติและวัฒนธรรม

• การอธิษฐานที่ตรงเป้าหมายสำหรับเจ็ดภูเขาแห่งอิทธิพล

คำอธิษฐานเหล่านี้ไม่ใช่เพียงแค่การใคร่ครวญทางศาสนาเท่านั้น แต่เป็นการวิงวอนขอความช่วยเหลือจากพระเจ้าเพื่อการปกครอง —

คำอธิษฐานที่ทำให้คริสตจักรสอดคล้องกับพระประสงค์แห่งการไถ่บาปของพระเจ้าสำหรับผู้นำ วัฒนธรรม และประเทศชาติ

หนังสือเล่มนี้เชิญชวนผู้เชื่อ ผู้ที่อธิษฐานเผื่อ กลุ่มอธิษฐาน และคริสตจักรต่างๆ มาร่วมกันเฝ้าระวังเพื่อให้:

• คริสตจักรจะผงาดขึ้นด้วยความบริสุทธิ์ ความเป็นเอกภาพ และอำนาจฝ่ายวิญญาณ

• ผู้นำทั่วทุกสารทิศจะได้พบกับพระปัญญาของพระเจ้า •

ข่าวประเสริฐจะไปถึงผู้ที่ยังไม่เชื่อ •

และอาณาจักรของพระเจ้าจะได้รับการสถาปนาขึ้นในทุกประชาชาติ

คำเรียกร้องยังคงเหมือนเดิมในวันนี้เช่นเดียวกับในตอนเริ่มต้น:

ยืนหยัดอยู่ตรงกลาง

และด้วยการอธิษฐานอย่างซื่อสัตย์ ขอให้พระประสงค์ของพระเจ้าสำเร็จ

บนโลกเช่นเดียวกับใน สวรรค์

ชาโลม

เศคาริยาห์ ก็อดส์อีเกิ้ล

แอมบ . เอ็มโอ อ็อกเบ

ซี. ลาดี โอกเบ

God's Eagle Ministries

https://www.otakada.org

ambassador@otakada.org

บทวิจารณ์จากผู้อ่านล่วงหน้า

เสียงจากผู้ขอพร

"หนังสือ 'ยืนหยัดเพื่อประชาชาติ' เป็นมากกว่าคู่มือการอธิษฐาน—
มันคือคู่มือเชิงกลยุทธ์สำหรับการปกครองทางจิตวิญญาณ การเฝ้าระวังอย่างเป็นระบบ
พื้นฐานจากพระคัมภีร์ และการอธิษฐานที่เจาะจงสำหรับเจ็ดภูเขา
ทำให้หนังสือเล่มนี้เป็นเครื่องมือทรงพลังสำหรับผู้ที่อธิษฐานอย่างจริงจัง"
— ศิษยาภิบาลอาวุโสและผู้นำอาณาจักร

"หนังสือเล่มนี้รวบรวมผลลัพธ์จากการเชื่อฟังในการอธิษฐานมานานหลายสิบปี
คำอธิษฐานเหล่านั้นกล้าหาญ อ้างอิงจากพระคัมภีร์ และเป็นคำอธิษฐานเชิงพยากรณ์
ช่วยให้ผู้เชื่อสามารถอธิษฐานได้มากกว่าแค่ความต้องการส่วนตัว
และอธิษฐานเพื่อพระประสงค์ของพระเจ้าสำหรับประชาชาติ"
— ผู้นำการเคลื่อนไหวการอธิษฐานระดับโลก

"เราไม่ค่อยพบแหล่งข้อมูลเกี่ยวกับการอธิษฐานที่ผสมผสานการต่อสู้ทางจิตวิญญาณอย่างลึกซึ้ง การวิงวอนขอความเป็นผู้นำ และวิสัยทัศน์เกี่ยวกับอาณาจักรของพระเจ้าในระดับโลก
คู่มือเล่มนี้จะจุดประกายการอธิษฐานในระดับใหม่ทั้งในระดับบุคคลและคริสตจักร"
— ผู้นำพันธกิจอัครสาวก

"โครงสร้าง 40 วัน โดยมีช่วงเวลาอธิษฐานแปดช่วงในแต่ละวัน
จะสร้างจังหวะการอธิษฐานที่เป็นระเบียบวินัย
ซึ่งจะช่วยให้ผู้เชื่อสอดคล้องกับแผนการของสวรรค์
นี่เป็นแหล่งข้อมูลที่มีประสิทธิภาพสำหรับกลุ่มอธิษฐานและพันธกิจต่างๆ"
— ผู้อำนวยการเครือข่ายการอธิษฐานวิงวอน

"ประสบการณ์การพบกับพระเจ้าของผู้เขียนและการอุทิศตนให้กับภารกิจนี้มานานกว่าสองทศวรรษ ทำให้หนังสือเล่มนี้มีความน่าเชื่อถือเป็นพิเศษ ทั้งในแง่ปฏิบัติและในแง่พยากรณ์อย่างลึกซึ้ง"
— ที่ปรึกษาด้านภาวะผู้นำคริสเตียน

"ในยามที่หลายประเทศกำลังอยู่ในภาวะวุ่นวาย คริสตจักรต้องการผู้นำแบบนี้ที่คอยเรียกผู้เชื่อให้กลับมายังแท่นบูชาแห่งการอธิษฐาน งานนี้ช่วยเสริมสร้างความเข้มแข็งให้แก่พระกายของพระคริสต์ในการยืนหยัดเพื่อช่วยเหลือผู้คนอย่างมีประสิทธิภาพ"
— ผู้นำกระทรวงระหว่างประเทศ

"คำอธิษฐานในคู่มือนี้ไม่ใช่คำอธิษฐานแบบขอไปทีหรือแบบเฉื่อยชา แต่เป็นคำอธิษฐานเพื่อการปกครอง—คำประกาศที่กล้าหาญซึ่งมีรากฐานมาจากพระคัมภีร์ เพื่อปลดปล่อยพระประสงค์ของพระเจ้าเหนือเมืองและประเทศต่างๆ"
— ผู้ประสานงานการอธิษฐานวิงวอน

"นี่คือหนึ่งในคู่มือการอธิษฐานที่ครอบคลุมที่สุดสำหรับผู้ที่อธิษฐานเพื่อผู้อื่นเท่าที่ฉันเคยเห็นมา การบูรณาการกรอบแนวคิดเจ็ดภูเขากับการเฝ้าอธิษฐานอย่างมีระเบียบวินัยนั้นยอดเยี่ยมมาก"
— นักเขียนคริสเตียนและผู้เชี่ยวชาญด้านกลยุทธ์การอธิษฐาน

"หากคุณเป็นผู้ภาวนา ผู้นำคริสตจักร หรือเป็นส่วนหนึ่งของขบวนการอธิษฐาน หนังสือเล่มนี้จะเป็นเพื่อนคู่กายในชีวิตการอธิษฐานของคุณอย่างต่อเนื่อง"
— ศิษยาภิบาลและผู้ก่อตั้งคริสตจักร

"ความลึกซึ้งของพระคัมภีร์ คำประกาศเชิงพยากรณ์ และการถือศีลอดอย่างเป็นระบบ ทำให้สิ่งนี้เป็นเครื่องมือทางจิตวิญญาณที่สำคัญสำหรับผู้ที่ปรารถนาจะร่วมมือกับพระเจ้าในการกำหนดอนาคตของประเทศต่างๆ"

— ผู้นำพันธกิจระดับโลก

"การยืนหยัดเพื่อประชาชาติเรียกร้องให้ผู้เชื่อกลับไปสู่บทบาทของปุโรหิตของตน นั่นคือการอธิษฐานเพื่อผู้นำ ชุมชน และวัฒนธรรม เพื่อให้ราชอาณาจักรของพระเจ้าได้รับการสถาปนาขึ้นบนโลก"

— นักการศึกษาคริสเตียน

"หนังสือเล่มนี้ไม่ได้เพียงแค่สอนเรื่องการอธิษฐาน แต่ยังกระตุ้นให้เกิดการวิงวอนด้วย มันจะสร้างแรงบันดาลใจให้ผู้เชื่อทั่วโลกให้ลุกขึ้นเป็นผู้เฝ้าระวังเพื่อคริสตจักรและประชาชาติ"

— ผู้ประสานงานการเคลื่อนไหวเพื่อการอธิษฐาน

คำนำ

เสียงเรียกร้องให้ยืนหยัดเพื่ออุดช่องว่าง

ในชีวิตคนเราจะมีช่วงเวลาที่พระเจ้าทรงเข้ามาแทรกแซงจังหวะชีวิตปกติของเรา
และทรงเรียกเราไปสู่สิ่งที่เราไม่เคยคาดคิดมาก่อน

ช่วงเวลาเหล่านั้นมักเกิดขึ้นท่ามกลางความไม่แน่นอน ความเปราะบาง และการยอมจำนน
ซึ่งเป็นช่วงเวลาที่เราตระหนักว่าความแข็งแกร่งของเราเพียงอย่างเดียวไม่เพียงพอ

คู่มือการภาวนานี้เป็นผลผลิตจากช่วงเวลาดังกล่าว
ใน **เดือนมีนาคม ปี 2006** ในช่วงเวลาที่ยากลำบากอย่างยิ่งในชีวิตครอบครัวของผม
ขณะที่ภรรยาของผมกำลังรักษาตัวอยู่ในโรงพยาบาลที่ลอนดอนเพื่อเผชิญกับการคลอดที่ยากลำบาก ผมได้รับการดลใจจากพระวิญญาณบริสุทธิ์
ซึ่งจะกำหนดทิศทางของชีวิตผมในหลายปีต่อมา

สิ่งที่เริ่มต้นจากการปฏิบัติตามคำสั่งอย่างง่ายๆ—
การตอบสนองต่อความรู้สึกที่ให้เริ่มอดอาหารเป็น **เวลาสี่สิบวัน** —
กลับกลายเป็นสิ่งที่ยิ่งใหญ่กว่าการฝึกฝนทางจิตวิญญาณส่วนบุคคลอย่างรวดเร็ว
ในช่วงเวลาแห่งการอธิษฐานนั้น
ภาระที่พระเจ้าทรงประทานให้แก่ใจของข้าพเจ้าไม่ได้มุ่งเน้นไปที่สถานการณ์ส่วนตัวของข้าพเจ้า แต่กลับมุ่งตรงไปยัง คริสตจักร ผู้นำของคริสตจักร
และสภาพฝ่ายวิญญาณของพระกายของพระคริสต์ ทั่ว โลก
คำอธิษฐานเหล่านั้นมุ่งเน้นซ้ำแล้วซ้ำเล่าไปยังสถานที่ที่มีอิทธิพลในสังคม
ซึ่งเป็นพื้นที่ที่กำหนดทิศทางของชุมชน วัฒนธรรม และรัฐบาล

เมื่อเวลาผ่านไป ก็เริ่มชัดเจนว่านี่ไม่ใช่ประสบการณ์ครั้งเดียว
แต่เป็นการเริ่มต้นภารกิจการวิงวอนอย่างต่อเนื่อง

นับตั้งแต่ฤดูกาลแรกใน ปี **2006**
การเฝ้าภาวนาและถือศีลอดเป็นเวลาสี่สิบวันนี้ได้ถูกจัดขึ้นทุกปีตั้งแต่ **วันที่ 17 มีนาคมถึง 25** เมษายน

ตลอดหลายปีที่ผ่านมา พันธกิจยังคงเหมือนเดิม คือ การยืนหยัดเพื่อคริสตจักร
การอธิษฐานเพื่อผู้นำไม่ว่าพวกเขาจะอยู่ในตำแหน่งใดในแวดวงที่มีอิทธิพลต่อโลกของเรา
และการแสวงหาพระประสงค์ของพระเจ้าสำหรับประชาชาติ
สิ่งที่เริ่มต้นจากการกระทำส่วนตัวเพื่อแสดงความจงรักภักดีนั้น ด้วยพระคุณของพระเจ้า
ได้กลายเป็นภาระร่วมกันของบรรดาผู้เชื่อที่รู้สึกถึงการทรงเรียกเดียวกันให้วิงวอนเพื่อคริสตจักรและประชาชาติ
หนังสือเล่มนี้ถือเป็นก้าวสำคัญในเส้นทางนั้น
เนื่องในโอกาสที่เราได้ร่วมกัน **อธิษฐานวิงวอนอย่างซื่อสัตย์มาเป็นเวลา 20 ปี**
คู่มือการอธิษฐานนี้จึงจัดทำขึ้นเพื่อช่วยให้ผู้อื่นได้มีส่วนร่วมในการอธิษฐานเช่นเดียวกันนี้
คู่มือนี้ได้จัดเตรียมกรอบแนวคิดที่เป็นระบบโดยอิงจากพระคัมภีร์
เพื่อเป็นแนวทางให้ผู้เชื่อได้อธิษฐานวิงวอนอย่างมุ่งมั่นตลอด 40 วัน

ฉันหวังว่าแหล่งข้อมูลนี้จะช่วยกระตุ้นให้หลายคนได้ค้นพบพลังแห่งการยืนหยัดต่อหน้าพระเจ้าเพื่อผู้อื่นอีกครั้ง

หน้าถัดไปจะเล่าเรื่องราวของการพบปะที่จุดประกายภารกิจนี้
ประสบการณ์นั้นได้หล่อหลอมทิศทางของการเดินทางแห่งการอธิษฐานนี้
และยังคงเตือนใจฉันเสมอว่า
พระเจ้ายังคงทรงเรียกประชากรของพระองค์ให้ยืนหยัดเพื่อพระประสงค์ของพระองค์บนโลกนี้

ขอให้คู่มือนี้เสริมสร้างความมุ่งมั่นในการอธิษฐานของคุณให้แข็งแกร่งขึ้น
กระชับความสัมพันธ์ของคุณกับพระวิญญาณบริสุทธิ์
และเป็นแรงบันดาลใจให้คุณเข้าร่วมในงานอธิษฐานวิงวอนเพื่อคริสตจักรและประชาชาติอย่างต่อเนื่อง

การเผชิญหน้าที่เป็นจุดเริ่มต้นของภารกิจนี้

วันที่ 16 มีนาคม 2549

ผมกำลังเดินไปเดินมาอยู่ในทางเดินของโรงพยาบาลแห่งหนึ่งในลอนดอน
ภรรยาของผมเจ็บท้องคลอดมาสามวันแล้ว
และแพทย์แจ้งให้เราทราบว่าหากทารกไม่คลอดเองตามธรรมชาติภายในเช้าวันรุ่งขึ้น
เธอจะต้องผ่าตัดคลอด
โดยที่เราไม่รู้ในตอนนั้น
แม่ยายของผมได้เห็นนิมิตมาก่อนแล้วว่าภรรยาของผมอาจจะไม่รอดจากการคลอดลูก
โชคดีที่เธอไม่ได้บอกเรื่องนั้นให้เราฟังในตอนนั้น
ขณะที่ฉันเดินไปมาในทางเดินของโรงพยาบาล ความคิดหนึ่งก็ผุดขึ้นมาในใจอย่างชัดเจน
จนฉันไม่อาจมองข้ามได้ ความคิดนั้นเรียบง่ายแต่ทรงพลังอย่างยิ่ง:
เริ่มถือศีลอด 40 วันตั้งแต่วันพรุ่งนี้เป็นต้นไป
วันถัดไปคือ **วันที่ 17 มีนาคม พ.ศ.** 2549

คำสั่งนี้ทำให้ฉันตกใจ ฉันไม่เคยอดอาหารสี่สิบวันมาก่อน
แต่ฉันรู้ว่าความรู้สึกนี้ไม่ได้มาจากความคิดของฉันเอง
วิธีหนึ่งที่จะรับรู้ถึงการทรงนำของพระวิญญาณบริสุทธิ์คือ
พระองค์มักจะทรงนำเราไปทำสิ่งต่างๆ ที่สอดคล้องกับพระคัมภีร์
ซึ่งโดยปกติแล้วสัญชาตญาณตามธรรมชาติของเราอาจจะต่อต้าน
เมื่อความรู้สึกนั้นยังคงอยู่ ฉันจึงเริ่มสนทนากับพระเจ้าในความคิดของฉัน
"ถ้าฉันต้อง อด อาหารเป็นเวลาสี่สิบวัน ฉันจะอธิษฐานเกี่ยวกับอะไร?"
คำตอบที่ได้รับมานั้นเป็นเหมือนภาพประทับใจในใจ
ฉันได้รับคำแนะนำให้หยิบสมุดบันทึกแล้วเริ่มเขียน ณ
ที่นั้นในห้องพักผู้ป่วยในโรงพยาบาล ฉันเริ่มบันทึกคำอธิษฐานที่เข้ามาในใจ

ที่น่าประหลาดใจคือ คำอธิษฐานเหล่านั้นไม่ได้มุ่งเน้นไปที่สถานการณ์ของภรรยาผม
แต่กลับเน้นไปที่บาทหลวง โบสถ์ และความเป็นหนึ่งเดียวภายในพระกายของพระคริสต์
ในขณะนั้นฉันได้อธิษฐานต่อพระเจ้า

"หากฉันจะถือศีลอดสี่สิบวันนี้ให้สำเร็จ" ฉันอธิษฐาน
"ฉันอยากจะพบพระองค์ก่อนที่การถือศีลอดจะสิ้นสุดลง"
ไม่มีการตอบสนองต่อคำขอ1นั้น
ต่อมาฉันจึงเข้าใจเหตุผล
พระเจ้ามักรอให้เราเชื่อฟังก่อนที่จะเปิดเผยขั้นตอนต่อไปในแผนการของพระองค์

พระคัมภีร์แสดงให้เห็นแบบแผนนี้อย่างชัดเจน
เมื่อโยนาห์หนีจากภารกิจที่พระเจ้าทรงมอบหมาย
พระองค์ก็ทรงนิ่งเงียบจนกระทั่งโยนาห์กลับมาเชื่อฟังพระองค์อีกครั้ง
หลังจากนั้น การสนทนาจึงดำเนินต่อไป
สามวันก่อนสิ้นสุดการอดอาหารสี่สิบวัน—ในวันที่ **22 เมษายน 2549 เวลา 5.00 น.**
—พระเจ้าทรงตอบคำขอของข้าพเจ้า

ฉันกำลังงัวเงียอยู่ครึ่งหลับครึ่งตื่น เมื่อมีสิ่งมีชีวิตปรากฏตัวขึ้นในร่างมนุษย์
มือทั้งสองข้างประสานกันอยู่ด้านหลัง และเขาเดินช้าๆ
เข้ามาหาฉันผ่านทางหน้าต่างเข้ามาในห้องนั่งเล่น
ฉันมองเห็นรูปร่างของพระองค์ได้อย่างชัดเจน
แม้ว่าพระพักตร์ของพระองค์จะไม่ปรากฏให้เห็นอย่างครบถ้วนก็ตาม

ขณะที่พระองค์เสด็จเข้ามาใกล้ บริเวณรอบตัวข้าพเจ้าก็เริ่มสั่นสะเทือนด้วยแรงมหาศาล
บริเวณรอบเท้าของข้าพเจ้าดูเหมือนจะสลายไปและก่อตัวขึ้นใหม่ซ้ำแล้วซ้ำเล่าขณะที่พระองค์เสด็จเข้ามาใกล้
เมื่อพลังนั้นแผ่ขยายมาถึงบริเวณหน้าอกและศีรษะ
พลังนั้นก็ทวีความรุนแรงขึ้นเกินกว่าที่ฉันเคยประสบมา
ความรุนแรงของเหตุการณ์ในขณะนั้นยากที่จะบรรยายได้
ฉันลืมเวลาไปเลย ด้วยความรู้สึกท่วมท้นจากเหตุการณ์นั้น
ฉันพบว่าตัวเองกำลังกลิ้งไปมาบนพื้น
อ้อนวอนขอให้พระองค์หยุดและบอกฉันว่าพระองค์ต้องการให้ฉันทำอะไร
ประสบการณ์ครั้งนั้นเป็นจุดเริ่มต้นของการเดินทางที่ลึกซึ้งยิ่งขึ้นกับพระเจ้า

หลังจากเหตุการณ์นั้น ฉันเริ่มได้รับความฝันและนิมิตเกี่ยวกับพระกายของพระคริสต์

ในนิมิตหนึ่ง ฉันเห็นพระเยซูเจ้าเสด็จเข้าไปในห้อง

และพระกายของพระองค์ดูเหมือนจะแยกส่วนกัน

แต่ละส่วนเชื่อมต่อกันด้วยเส้นใยผิวหนังบางๆ เท่านั้น

แต่ละส่วนแทนกระทรวงหนึ่งๆ

ความสัมพันธ์ระหว่างพวกเขานั้นอ่อนแอ

นิมิตนั้นเผยให้เห็นความจริงอันเจ็บปวด: ความแตกแยกภายในคริสตจักร—การแข่งขัน

ความเย่อหยิ่ง และการชิงดีชิงเด่นระหว่างผู้รับใช้ต่างๆ—

กำลังบั่นทอนความเป็นเอกภาพของพระกายของพระคริสต์

เมื่อฉันถามพระเจ้าว่าฉันควรจะอยู่ตรงไหนในร่างกายที่ไม่สมบูรณ์นี้

คำตอบของพระองค์ก็ชัดเจน:

"จงมองหาคริสตจักรที่สร้างสาวก อย่าไปสนใจแค่จำนวนสมาชิก"

นับจากนั้นเป็นต้นมา ภารกิจก็ชัดเจนขึ้น

ทุกปี ตั้งแต่วัน ที่ 17 มีนาคมถึงวันที่ 25 เมษายน

จะมีการถือศีลอดและอธิษฐานเป็นเวลาสี่สิบวัน เพื่อเป็นกำลังใจให้กับศาสนจักร ผู้นำ และประชาชาติทั้งหลาย

คู่มือการภาวนานี้เป็นหนึ่งในรูปแบบของการปฏิบัติภารกิจที่ดำเนินอยู่นั้น

หมายเหตุจากผู้เขียน

คู่มือการอธิษฐานนี้เป็นผลลัพธ์จากการไตร่ตรอง การอธิษฐาน และการปฏิบัติตามภารกิจที่เริ่มต้นในปี 2549 มาเป็นเวลาหลายปี สิ่งที่เริ่มต้นจากการถือศีลอดและการอธิษฐานส่วนตัวค่อยๆ กลายเป็นช่วงเวลาแห่งการอธิษฐานที่จัดขึ้นเป็นประจำทุกปี ตั้งแต่ **วันที่ 17 มีนาคมถึง 25** เมษายน

เมื่อเวลาผ่านไป ผู้คนอื่นๆ ก็เริ่มร่วมแบ่งปันภาระนี้ในการอธิษฐานเพื่อคริสตจักร ผู้นำ และประชาชาติ

ความปรารถนาที่จะจัดหาแหล่งข้อมูลที่เป็นระบบสำหรับผู้ที่ต้องการมีส่วนร่วมในเทศกาลแห่งการอธิษฐานนี้ นำไปสู่การจัดทำคู่มือนี้

คำอธิษฐานที่รวบรวมไว้ในหนังสือเล่มนี้มีรากฐานมาจากพระคัมภีร์และถูกหล่อหลอมด้วยความเชื่อมั่นว่าการอธิษฐานวิงวอนมีบทบาทสำคัญในการเปิดเผยพระประสงค์ของพระเจ้าบนโลก

คำอธิษฐานเหล่านี้มีจุดประสงค์เพื่อช่วยให้ผู้เชื่อได้อธิษฐานอย่างรอบคอบและสม่ำเสมอในช่วงสี่สิบวันแห่งการเฝ้าระวัง

คู่มือนี้เหมาะสำหรับบุคคล ครอบครัว กลุ่มอธิษฐาน และคริสตจักรที่ปรารถนาจะเป็นกระบอกเสียงปกป้องพระกายของพระคริสต์และประชาชาติทั้งหลาย

เราอธิษฐานขอให้ผู้อ่านทุกท่านที่ได้อ่านคำอธิษฐานเหล่านี้ มีความสัมพันธ์กับพระเจ้าลึกซึ้งยิ่งขึ้น และมีความมุ่งมั่นในการวิงวอนขอต่อพระเจ้ามากขึ้น

ขอพระเจ้าทรงเสริมกำลังแก่ทุกคนที่ตอบรับคำเรียกร้องให้ร่วมอธิษฐาน

เศคาริยาห์ ก็อดส์อีเกิ้ล

แอมบ . โม อ็อกเบ

วิธีฟังเสียงของพระเจ้า

ตลอดทั้งพระคัมภีร์
พระเจ้าทรงเปิดเผยพระองค์เองว่าเป็นพระเจ้าผู้ทรงตรัสกับประชากรของพระองค์
ตั้งแต่หน้าแรกๆ
ของพระคัมภีร์ไปจนถึงการปฏิบัติศาสนกิจของพระเยซูและการทรงงานของพระวิญญาณบริสุทธิ์ในคริสตจักร พระสุรเสียงของพระเจ้าได้ทรงนำทาง ตักเตือน
และชี้นำผู้ที่แสวงหาพระองค์
พระเยซูเองตรัสว่า:
"แกะของเราได้ยินเสียงของเรา และเรารู้จักพวกมัน และพวกมันก็ติดตามเรา"
— ยอห์น 10:27
ดังนั้น
การได้ยินเสียงของพระเจ้าจึงไม่ใช่สิ่งที่สงวนไว้สำหรับบุคคลพิเศษเพียงไม่กี่คนเท่านั้น
แต่เป็นส่วนหนึ่งของความสัมพันธ์ที่พระเจ้าปรารถนาจะมีกับลูกๆ ของพระองค์
อย่างไรก็ตาม การเรียนรู้ที่จะรับรู้เสียงของพระเจ้าจำเป็นต้องอาศัยวุฒิภาวะทางจิตวิญญาณ
ความอ่อนน้อมถ่อมตน และการสอดคล้องกับพระวจนะของพระองค์

ช่องทางหลักที่พระเจ้าทรงตรัส
ช่องทางที่ชัดเจนและน่าเชื่อถือที่สุดที่พระเจ้าทรงตรัสคือผ่านทาง **พระคัมภีร์**
พระวจนะของพระเจ้าเปิดเผยพระลักษณะ พระประสงค์ และแผนการของพระองค์
ความรู้สึก นิมิต ความฝัน หรือความคิดใดๆ
ที่ขัดแย้งกับพระคัมภีร์ย่อมไม่ใช่มาจากพระเจ้า
ด้วยเหตุนี้ ผู้เชื่อจึงต้องยึดมั่นในพระวจนะ

พยานภายในของพระวิญญาณบริสุทธิ์
พระวิญญาณบริสุทธิ์มักสื่อสารผ่านสิ่งที่ผู้เชื่อหลายคนเรียกว่า " **พยานภายใน**"
ซึ่งอาจปรากฏในรูปของความเชื่อมั่นอย่างแรงกล้า ความประทับใจที่คงอยู่ยาวนานในหัวใจ
หรือความรู้สึกถึงทิศทางที่ลึกซึ้งซึ่งสอดคล้องกับพระคัมภีร์

บางครั้งความรู้สึกเหล่านี้ปรากฏออกมาในรูปของความคิดที่ผุดขึ้นมาในใจอย่างฉับพลัน
ซึ่งเป็นความคิดที่สอดคล้องกับพระลักษณะและพระประสงค์ของพระเจ้า

ความฝันและนิมิต

ตลอดทั้งพระคัมภีร์ พระเจ้าทรงสื่อสารกับผู้คนผ่านทางความฝันและนิมิตอยู่บ่อยครั้ง
โยเซฟ ดาเนียล เปโตร และเปาโล
ต่างก็เคยประสบกับช่วงเวลาที่พระเจ้าทรงเปิดเผยพระประสงค์ของพระองค์ในลักษณะนี้

ในพระธรรมกิจการ 2:17 อัครทูตเปโตรได้ประกาศว่า:
*"บุตรชายและบุตรหญิงของท่านจะพยากรณ์ หนุ่มๆ ของท่านจะเห็นนิมิต
และคนชราของท่านจะฝัน"*
อย่างไรก็ตาม
ประสบการณ์เหล่านี้จะต้องได้รับการตรวจสอบกับพระคัมภีร์และยืนยันผ่านการอธิษฐานเสมอ

พระเจ้าทรงตรัสผ่านสถานการณ์และผู้คนด้วยเช่นกัน

พระเจ้าอาจทรงนำทางประชากรของพระองค์ผ่านทางสถานการณ์ คำแนะนำที่ชาญฉลาด
และการรับใช้ของบรรดาผู้เชื่อคนอื่นๆ ศิษยาภิบาล ผู้ให้คำแนะนำทางจิตวิญญาณ
และผู้เชื่อที่เติบโตแล้ว มักมีบทบาทสำคัญในการช่วยเราให้เข้าใจถึงทิศทางของพระเจ้า
ไม่ว่าในกรณีใด พระวิญญาณของพระเจ้าจะไม่ทรงนำผู้เชื่อไปสู่ความเย่อหยิ่ง ความสับสน
หรือการกระทำใดๆ ที่ขัดแย้งกับคำสอนของพระคริสต์

การทดสอบสิ่งที่เราได้ยิน

เนื่องจากการรับรู้ทางจิตวิญญาณบางครั้งอาจถูกเข้าใจผิดได้
พระคัมภีร์จึงสนับสนุนให้ผู้เชื่อตรวจสอบสิ่งที่ตนได้รับ
อัครทูตยอห์นเขียนไว้ว่า:
*'ที่รักทั้งหลาย อย่าเชื่อทุกวิญญาณ
แต่จงทดสอบวิญญาณเหล่านั้นว่ามาจากพระเจ้าหรือไม่"*
— 1 ยอห์น 4:1
คำถามสำคัญสามข้อนี้สามารถช่วยในการพิจารณาได้:

• สอดคล้องกับพระวจนะของพระเจ้าหรือไม่?

• สะท้อนถึงลักษณะนิสัยของพระคริสต์หรือไม่? • นำมาซึ่งความชัดเจน สันติสุข และความชอบธรรมหรือไม่?

เมื่อองค์ประกอบเหล่านี้ครบถ้วน

ผู้เชื่อสามารถก้าวไปข้างหน้าด้วยความมั่นใจว่าพระวิญญาณบริสุทธิ์ทรงนำทางพวกเขาอยู่

การเติบโตในความไวต่อพระเจ้า

การเรียนรู้ที่จะฟังเสียงของพระเจ้าเป็นส่วนหนึ่งของการเดินทางแห่งการเติบโตทางจิตวิญญาณ เมื่อผู้เชื่อใช้เวลาในการอธิษฐาน ศึกษาพระคัมภีร์ และตั้งใจฟังการทรงนำของพระวิญญาณบริสุทธิ์ ความสามารถในการรับรู้ทิศทางของพระเจ้าก็จะชัดเจนขึ้น

จุดประสงค์ของการฟังเสียงของพระเจ้าไม่ใช่เพื่อแสวงหาประสบการณ์ที่เหนือธรรมดา แต่เพื่อสร้างความสัมพันธ์ที่ลึกซึ้งยิ่งขึ้นกับพระองค์และดำเนินชีวิตอย่างซื่อสัตย์ในพระประสงค์ของพระองค์

ในขณะที่คุณก้าวเข้าสู่ช่วงเวลาแห่งการอธิษฐานและการวิงวอนนี้

ขอให้พระวิญญาณบริสุทธิ์ทรงนำทางคุณ ตรัสกับหัวใจของคุณ

และนำคุณไปสู่การมีส่วนร่วมกับพระเจ้าอย่างลึกซึ้งยิ่งขึ้น

คำอธิษฐาน คำประกาศ
และการปกป้องทางจิตวิญญาณแบบ 360
องศาประจำวัน

ประกาศการเปิดและปิดผนึกประตูสู่เจ็ดภูเขาแห่งอิทธิพล
(10 กลยุทธ์การกระตุ้นการอธิษฐาน)

ตารางเวลาสวดมนต์

คำอธิษฐานเหล่านี้สามารถนำไปใช้ได้สองวิธี:

• **อธิษฐานทั้ง 10 ส่วนพร้อมกันในเวลาเที่ยงคืน** ก่อนเริ่มการอธิษฐานประจำวัน

• **จงสวดภาวนาครั้งละหนึ่งส่วนทุกสองชั่วโมง**
ครอบคลุมช่วงเวลาเฝ้าระวังทางจิตวิญญาณตลอดทั้งวัน

โครงสร้างนาฬิกาที่แนะนำ:

- **00:00 น. – การเปิดประตูมิติและตอนที่ 1**
- **2:00 น. – ตอนที่ 2**
- **4:00 น. – ตอนที่ 3**
- **6:00 น. – ตอนที่ 4**
- **8:00 น. – ตอนที่ 5**
- **10:00 น. – ตอนที่ 6**
- **12:00 น. – ตอนที่ 7**
- **14:00 น. – ตอนที่ 8**
- **16:00 น. – ตอนที่ 9**
- **18:00 น. – ส่วนที่ 10 (การปิดผนึกประกาศ)**

สถาปนา อำนาจทางจิตวิญญาณ เปิดประตูแห่งการอธิษฐาน ขจัดอุปสรรค และผนึกการคุ้มครอง แห่งการวิงวอนเหนือ **บุคคล คริสตจักร และภูเขาแห่งอิทธิพลทั้งเจ็ด**

พระคัมภีร์สำหรับการอ่าน การทำสมาธิ และการใคร่ครวญ
เพื่อนำไปประยุกต์ใช้ในชีวิตประจำวัน:

ลูกา 9:23 - ***แล้วพระองค์ตรัสกับพวกเขาทั้งหมดว่า "ถ้าผู้ใดปรารถนาจะติดตามเรา ให้เขาปฏิเสธตนเอง และแบกไม้กางเขนของตนทุกวัน แล้วตามเรามา"***

1 ทิโมธี 6: ***11-14*** ***แต่ท่านผู้รับใช้ของพระเจ้า จงหลีกหนีจากสิ่งเหล่านี้ และจงแสวงหาความชอบธรรม ความเลื่อมใสในพระเจ้า ความเชื่อ ความรัก ความอดทน และความอ่อนโยน <u>จงต่อสู้ในการต่อสู้ที่ดีแห่งความเชื่อ จงยึดมั่นในชีวิตนิรันดร์ ซึ่งท่านได้รับการทรงเรียกและได้สารภาพคำสารภาพที่ดีต่อหน้าพยานหลายคน ข้าพเจ้า</u> ขอวิงวอนท่านต่อหน้าพระเจ้าผู้ทรงประทานชีวิตแก่ทุกสิ่ง และต่อหน้าพระเยซูคริสต์ผู้ทรงเป็นพยานในการสารภาพที่ดีต่อหน้าปอนติอุสปิลาต ว่าท่านจงรักษาพระบัญญัตินี้โดยปราศจากมลทิน ปราศจากความผิดจนกว่าพระเยซูคริสต์องค์พระผู้เป็นเจ้าของเราจะเสด็จมา"***

"ถ้าท่านยึดมั่นในคำของเรา ท่านก็เป็นศิษย์แท้ของเรา " ยอห์น 8:31

อย่าให้ความชั่วครอบงำคุณ แต่จงเอาชนะความชั่วด้วยความดี " โรม 12:21

เช่นเดียวกัน พวกท่านก็จงถือว่าตนเองตายจากบาปแล้ว แต่มีชีวิตอยู่เพื่อพระเจ้าในพระเยซูคริสต์องค์พระผู้เป็นเจ้าของเรา เพราะฉะนั้น อย่าให้บาปครอบงำร่างกายที่ต้องตายของท่าน เพื่อท่านจะไม่เชื่อฟังมันในตัณหาของมัน
โรม 6:11-12

แต่ถ้าท่านทั้งหลายใช้พระวิญญาณกำจัดกิจการของร่างกาย ท่านก็จะมีชีวิตอยู่ได้ (โรม 8:13)

ฉะนั้น ในเมื่อพระคริสต์ทรงทนทุกข์ในเนื้อหนังแล้ว
ท่านทั้งหลายจงเตรียมตัวด้วยความคิดเช่นเดียวกัน
เพราะผู้ที่ทนทุกข์ในเนื้อหนังได้เลิกทำบาปแล้ว... 1 เปโตร 4:1

ส่วนที่ 1 — การสถาปนาอำนาจทางจิตวิญญาณ

พระบิดา ในนามของพระเยซู ผู้ทรงเป็นผู้ริเริ่มและผู้ทำให้ความเชื่อของข้าพเจ้าสมบูรณ์ ข้าพเจ้าลุกขึ้นเพื่อสถาปนาสิทธิและอำนาจปกครองตามกฎหมายของข้าพเจ้าเหนือภูมิภาคนี้ และเหนือดินแดนทุกแห่งที่พระองค์ทรงประทานอำนาจปกครองแก่ข้าพเจ้า

ตามที่ ดาเนียล 9:4 กล่าวไว้ ว่า

"พระองค์ทรงเป็นพระเจ้าผู้ยิ่งใหญ่และน่าเกรงขามแต่เพียงผู้เดียว ทรงรักษาสัญญาและพระเมตตาต่อผู้ที่รักพระองค์และต่อผู้ที่ปฏิบัติตามพระบัญญัติของพระองค์"

ข้าพเจ้าขอวิงวอนต่อพระเจ้าผู้ตรัสไว้ใน 2 พงศาวดาร 7:13-16 ว่า:

"หากเราปิดกั้นฟ้าไม่ให้ฝนตก หากเราบัญชาให้ตั๊กแตนทำลายแผ่นดิน
หรือหากเราส่งโรคระบาดมาในหมู่ประชากรของเรา
หากประชากรของเราผู้ซึ่งถูกเรียกด้วยนามของเราจะถ่อมตนลงและอธิษฐาน
แสวงหาพระพักตร์ของเรา และหันจากทางชั่วร้ายของพวกเขาแล้ว เราจะฟังจากสวรรค์
อภัยโทษบาปของพวกเขา และรักษาแผ่นดินของพวกเขาให้หาย"

บัดนี้ ขอให้ พระองค์ ทรงเปิดพระเนตรและเงี่ยพระกรรณฟังคำอธิษฐานที่ทูลขอ ณ สถานที่นี้
เพราะ บัดนี้ พระองค์ทรงเลือกและทรงทำให้บ้านหลังนี้ศักดิ์สิทธิ์
เพื่อพระนามของพระองค์จะสถิตอยู่ที่นั่นเป็นนิจ
และพระเนตรและพระทัยของพระองค์จะสถิตอยู่ที่นั่นตลอดไป

ข้าพเจ้าขอประกาศว่าสถานที่แห่งนี้ศักดิ์สิทธิ์แล้ว

ข้าพเจ้าขอถวายร่างกายของข้าพเจ้าเป็นเครื่องบูชาที่มีชีวิต โดยพระโลหิตที่หลั่งของพระเยซู พระผู้ช่วยให้รอดและพระผู้ไถ่ของข้าพเจ้า
ขอทรงโปรดให้คำอธิษฐานเหล่านี้ศักดิ์สิทธิ์และเป็นที่ยอมรับต่อพระองค์ด้วยเถิด

ข้าพเจ้าสารภาพบาปของข้าพเจ้าและบาปของบรรพบุรุษของเรา

ขอพระคุณและพระเมตตาโปรดสถิตอยู่กับเรา

ข้าพเจ้าขอประกาศว่า ข้าพเจ้ามีอิสระที่จะส่งคำอธิษฐานขึ้นไปสู่ดินแดนเหนือธรรมชาติ

ไม่ถูกจำกัดอยู่แค่บนโลกมนุษย์

ข้าพเจ้าเห็นด้วยกับศาลสวรรค์สูงสุด

ข้าพเจ้าได้นั่งอยู่ในที่แห่งสวรรค์กับพระเยซูคริสต์แล้ว ฉะนั้น
ข้าพเจ้าจึงทำสงครามจากโลกและภพนี้

ข้าพเจ้าขอประกาศว่า การเจิมของพระเจ้าทำลายแอกทุกอย่าง เปิดทุกประตู

และส่งทูตสวรรค์มาเสริมกำลังข้าพเจ้าขณะที่ข้าพเจ้าก้าวไปสู่ระดับใหม่ มิติใหม่

อาณาจักรใหม่ และดินแดนใหม่

ขอให้เกิดการเปลี่ยนแปลงครั้งยิ่งใหญ่ในสรวงสวรรค์

ฉันเข้าถึงสายเลือดแห่งอัครสาวกและผู้เผยพระวจนะ

ฉันทลายกำแพงกีดขวางต่างๆ

ฉันทำลายกำแพงทางจิตวิญญาณและเยื่อเหล็ก

ผมขอประกาศว่าบรรยากาศแห่งความก้าวหน้าได้ถูกสร้างขึ้นแล้ว

ข้าพเจ้าขอปรับสมดุลบรรยากาศทางจิตวิญญาณ

และประกาศว่าความเฉื่อยชาทุกอย่างจะต้องถูกแทนที่ด้วยไฟและความกระตือรือร้นของพร

ะเจ้า

ขอทรงโปรดให้ข้าพเจ้าได้รับการบัพติศมาด้วยพระวิญญาณบริสุทธิ์และด้วยไฟ

ขอให้มีไฟในปากของข้าพเจ้าขณะที่ข้าพเจ้าอธิษฐานต่อไป

ข้าพเจ้าขอใช้อำนาจเหนือบรรยากาศและสภาพแวดล้อมที่ชั่วร้ายและเกี่ยวข้องกับซาตาน

ซึ่งเกิดจากกิจกรรมของลัทธิ ภาพที่เปลี่ยนแปลงชะตาชีวิต คาถา คำพูดที่ไม่ดี เวทมนตร์

สภาพแวดล้อมที่เป็นปรปักษ์ ความกลัว การก่อการร้าย พิธีกรรม ความเกลียดชัง

ความเกลียดชังทางเชื้อชาติ และความรุนแรง ในนามของพระเยซู

ฉันขอสั่งให้บรรยากาศทางจิตวิญญาณเปลี่ยนแปลงไป
การเปลี่ยนแปลงสภาพเศรษฐกิจ
การเปลี่ยนแปลงสภาพสังคม การเปลี่ยนแปลงสภาพวัฒนธรรม
การเปลี่ยนแปลงสภาพการศึกษา การเปลี่ยนแปลงสภาพการเมือง
การเปลี่ยนแปลงสภาพศาสนา

ข้าพเจ้าขอบัญชาให้บรรยากาศโดยรอบเต็มเปี่ยมไปด้วยพระสิริของพระเจ้า
พระบิดา โปรดเติมเต็มบรรยากาศ โปรด
เติมเต็มสภาพแวดล้อมด้วยพระสิริของพระองค์
ฉันขอปรับเปลี่ยนสภาพแวดล้อมนี้และประกาศว่าขณะนี้เหมาะสมสำหรับ:

ขอให้พันธกิจของฉันเจริญรุ่งเรือง
ขอให้ความสัมพันธ์ของฉันเจริญรุ่งเรือง ขอให้ลูกๆ ของฉันเจริญรุ่งเรือง
ขอให้คนที่ฉันรักเจริญรุ่งเรือง ขอให้ธุรกิจของฉันเจริญรุ่งเรือง
ขอให้ความคิดของฉันเจริญรุ่งเรือง ขอให้ประเทศของฉันเจริญรุ่งเรือง
ขอให้รัฐบาลของฉันเจริญรุ่งเรือง ขอให้เศรษฐกิจของฉันเจริญรุ่งเรือง

ฉันสร้างสภาพแวดล้อมเหนือธรรมชาติเพื่อให้เกิดปาฏิหาริย์
ข้าพเจ้าทำสงครามในนามของพระเยซูและโดยพระโลหิตที่หลั่งของพระองค์ —
พระโลหิตของพระเมษโปดกที่ถูกสังหารก่อนการสร้างโลก

โดยพระองค์ ความชั่วร้ายจะต้องถูกทำลาย
ด้วย เหตุ นี้ พระบุตรของพระเจ้าจึงทรงปรากฏ เพื่อจะทรงทำลายกิจการแห่งความมืด

ข้าพเจ้าขอประกาศว่า การกระทำแห่งความมืดได้ถูกทำลายไปแล้ว
ฉันขอประกาศว่าคำสาปแช่งทุกอย่างที่เกิดขึ้นกับชีวิตของฉันจะกลับกลายเป็นลบล้างไป
ข้าพเจ้าขอทำลายอำนาจแห่งความมืดที่ครอบงำและค้ำจุนดินแดนนี้ ในนามของพระเยซู
ข้าพเจ้าสามารถขับไล่ปีศาจร้ายทุกตนได้ด้วยพระวจนะของพระองค์
ขอทรงเสริมกำลังเหล่าทูตสวรรค์ให้ทำสงครามเพื่อข้าพเจ้า
ฉันต่อต้านการตั้งฐานที่มั่นทางดินแดน
ฉันตัดขาดความผูกพันกับอัตตา

โปรดเปิดประตูคุกทางจิตใจและปลดปล่อยเราจากวิญญาณแห่งความอับอาย ความกระอักกระอ่วน การคุกคาม และความอยุติธรรม

โปรดปลดปล่อยเราจากจิตวิญญาณแห่งป้อมปราการและความเย่อหยิ่ง
โปรดช่วยข้าพเจ้าให้พ้นจากความอัปยศอดสู การข่มขู่ทางอารมณ์ อุปสรรคทางสังคม การล่อลวง ข้อจำกัดของซาตาน ภาพลวงตาของซาตาน การเสพติด ข้อจำกัดของปีศาจ การฝังรากทางวัฒนธรรม ฐานที่มั่นของลัทธิ การถูกมนต์ดำ ประเพณี และสภาพแวดล้อมทางวัฒนธรรมที่ต่อต้านพระคริสต์

โปรดปลดปล่อยฉันจากข้อจำกัด อุปสรรค และสิ่งกีดขวางต่างๆ

ฉันปฏิเสธที่จะถูกกีดกัน ถูกตีตรา ถูกทำให้ไร้ความสามารถ ถูกข่มขู่ ถูกตีตรา ถูกวิพากษ์วิจารณ์ ถูกยอมรับ ถูกเซ็นเซอร์ ถูกตัดสินผิด ถูกปฏิบัติอย่างไม่เหมาะสม หรือถูกบริหารจัดการอย่างไม่ถูกต้อง
ฉันสวมเสื้อคลุมแห่งความโปรดปราน
ฉันปิดกั้นสิ่งกระตุ้นจากปีศาจและปุ่มทางจิตวิทยา
ฉันทำให้วงจรลัดวงจร

ส่วนที่ 2 — การรุกคืบทางดินแดน

ข้าพเจ้าไม่ตอบสนองต่อการกดขี่ของปีศาจ
ข้าพเจ้าสถาปนาอำนาจสูงสุดเหนือดินแดนนี้ด้วยพระโลหิต พระวจนะ
และพระวิญญาณของพระเจ้า

ด้วย เหตุ นี้ ข้าพเจ้าจึงเตือนท่านว่า
พระบุตรของพระเจ้าทรงปรากฏเพื่อจะทรงทำลายกิจการของมาร ข้าพเจ้าประกาศว่า
กิจการของมารได้ถูกทำลายแล้ว ถูกทำลายไปทั่วทั้งบริเวณนี้ ทั่วทั้งละแวกบ้านของข้าพเจ้า
ทั่วทั้งร่างกายของข้าพเจ้า ทั่วทั้งครอบครัวของข้าพเจ้า ทั่วทั้งลูกๆ ของข้าพเจ้า
ทั่วทั้งคนที่ข้าพเจ้ารัก ทั่วทั้งพันธกิจของข้าพเจ้า ทั่วทั้งศิษยาภิบาลของข้าพเจ้า
ทั่วทั้งแพทย์และทนายความของข้าพเจ้า และทั่วทั้งรัฐบาลของข้าพเจ้า
การกระทำชั่วร้ายของปีศาจถูกทำลายไปแล้ว

ข้าพเจ้าขอประกาศและยืนยันว่า แผนการและพระประสงค์ของพระเจ้าจะสำเร็จ
พระวจนะของพระเจ้าจะสำเร็จ พระประสงค์ของพระองค์จะสำเร็จ
จุดประสงค์และชะตากรรมในการพยากรณ์ของข้าพเจ้าจะสำเร็จ นิมิตของข้าพเจ้าจะสำเร็จ
ธุรกิจของข้าพเจ้าจะสำเร็จ ความคิดของข้าพเจ้าจะสำเร็จ

ข้าพเจ้าขอพยากรณ์แก่ลมทั้งสี่ทิศว่า สิ่งต่างๆ
ที่ตายไปก่อนวัยอันควรและเหือดแห้งไปเพราะการกระทำของซาตาน
จะกลับมามีชีวิตอีกครั้ง

ฉันขอประกาศว่า ชิ้นส่วนแห่งโชคชะตาของฉัน ทั้งด้านการเงิน การรับใช้
และความสัมพันธ์ กำลังมาบรรจบกัน

ชีวิตฉันลงตัว
เงินทองฉันลงตัว ธุรกิจฉันลงตัว ความสัมพันธ์ฉันลงตัว ครอบครัวฉันลงตัว
คริสตจักรฉันลงตัว งานรับใช้ฉันลงตัว ชีวิตสมรสฉันลงตัว ครอบครัวฉันลงตัว
งบประมาณฉันลงตัว

รัฐบาลของเราผนึกกำลังกัน

ผู้นำของเราผนึกกำลังกัน

ทุกสิ่งทุกอย่างดำเนินไปตามพระประสงค์ของพระองค์

พระบิดา ข้าพเจ้าขอบคุณพระองค์ ด้วยพระองค์แล้ว ไม่มีสิ่งใดเป็นไปไม่ได้

ฉะนั้น พระบิดา ข้าพเจ้าขอประกาศและยืนยันว่า ประตูสวรรค์ได้เปิดออกแล้ว

ปล่อยให้ฝนตกไปเถอะ

พระวิญญาณของพระเจ้า

โปรดนำเราไปสู่ช่วงเวลาแห่งการฟื้นฟูจิตใจตามที่พระองค์ทรงสัญญาว่าจะมาจากพระพักตร์ของพระเจ้า

ข้าพเจ้าขอประกาศว่า ต่อไปนี้จะไม่มีภัยแล้งจากปีศาจ จะไม่มีภาวะแห้งแล้งจากปีศาจ

จะไม่มีความทุกข์ยาก จะไม่มีโรคภัยไข้เจ็บ จะไม่มีภาวะซึมเศร้า

และจะไม่มีเรื่องดราม่าจากปีศาจอีกต่อไป

เรามาอยู่ในหนังสือเล่มนั้น ตามที่ได้เขียนไว้เกี่ยวกับเรา

เรามาด้วยอำนาจของพระเจ้า — พระเจ้าของโยชูวา —

และเราประกาศและยืนยันว่ากำแพงที่ไม่อาจทะลุทะลวงได้ทุกแห่งต้องพังทลายลงในพระนามของพระเยซูและด้วยอำนาจของ พระเจ้า ผู้สูงสุด

ฉันทำลายอุปสรรค สิ่งกีดขวาง แผงกั้น และก้อนหินต่างๆ

ข้าพเจ้าขอประกาศว่า ข้าพเจ้ากำลังก้าวไปสู่การทรงเรียก จุดประสงค์

และแผนการของพระเจ้า

พระราชกิจของพระคริสต์กำลังก้าวหน้าในภูมิภาคนี้และในทุกภูมิภาค

ข้าพเจ้าขอประกาศว่าพระเยซูคริสต์ทรงเป็นพระเจ้าและพระราชาแห่งราชาทั้งหลาย

อาณาจักรของพระเจ้าได้มาถึงแล้ว พระองค์ทรงเป็นพระราชาเหนือทุกภูมิภาค

และอาณาจักรของพระองค์อยู่ใกล้แล้ว

เราเข้ายึดครองฐานที่มั่นของปีศาจทุกแห่งและทำลายพันธนาการแห่งความชั่วร้าย

เราขับไล่ความชั่วร้ายออกจากที่ที่มันอยู่โดยมิชอบ
และทวงคืนบัลลังก์แห่งอำนาจอันชอบธรรมของเรา
เราเข้ายึดครองแท่นบูชาซาตานบนภูเขา
เรายืนหยัดในจิตวิญญาณของเอลียาห์ และประกาศยืนยันว่า พระเจ้าผู้ทรงตอบด้วยไฟนั้นคือพระเจ้า
เราประกาศว่าไฟของพระเจ้าจะทำลายแท่นบูชาทุกแห่ง

เราขอสั่งให้พลังอำนาจของศัตรูถูกทำลายไปจากชีวิตของเรา จากพันธกิจของเรา
จากบ้านของเรา จากจิตใจของเรา และจากความสัมพันธ์ของเรา
สิ่งเหล่านั้นถูกตัดขาดจากร่างกายของเรา จากชีวิตของเรา จากลูกๆ ของเรา
จากการแต่งงานของเรา จากคู่สมรสของเรา จากธุรกิจของเรา และจากวิถีชีวิตของเรา

เราขอประกาศว่า ความชั่วร้ายไม่มีอำนาจเหนือชีวิตของเราอีกต่อไปแล้ว

เราหลุดพ้นจากอำนาจชั่วร้ายของศัตรู
เราหลุดพ้นจากรูปแบบที่ชั่วร้าย

เราปลดปล่อยตัวเองจากสิ่งล่อใจ เครื่องรางของขลัง ของขลัง ไสยศาสตร์ โซ่ตรวน
พันธนาการ คาถา การเสพติด คำสาปแช่งจากบรรพบุรุษ วิญญาณแห่งมรดก ความตาย
ความยากจน ความเฉยเมย ความสิ้นหวัง การถูกทำร้าย ความไร้ที่พึ่ง
และการไม่สวดภาวนา

เราออกคำสั่งและประกาศว่าพวกมันถูกทำลายแล้ว

ไม่ว่าแม่มด พ่อมด นักเวท นักปราชญ์
และผู้บงการทางศาสนาจะใช้สิ่งใดเป็นจุดเชื่อมต่อเพื่อปลดปล่อยคำสาป
ไม่ว่าจะเป็นรูปภาพ เสื้อผ้า เส้นผม ของใช้ส่วนตัว เครื่องแต่งกาย ชาม ฝุ่น เลือด ตุ๊กตาวูดู
แท่นบูชา เครื่องราง น้ำ ไม้กวาด ส่วนผสม หรือสิ่งอื่นใด
ข้าพเจ้าขอสั่งให้สิ่งเหล่านั้นสลายไปในนามของพระเยซู

เราขัดขวางการสื่อสารระหว่างวิญญาณชั่วร้าย
และตัดขาดกิจกรรมผิดกฎหมายที่ออกแบบมาเพื่อขัดขวางแผนการและจุดประสงค์ของพระเจ้าในชีวิตของเรา

เราขอสั่งให้ความผูกพันอันชั่วร้ายทุกอย่างถูกทำลายลง
เราสั่งให้ตัดสายสัมพันธ์เหล่านั้น
เราสั่งให้ทำลายป้อมปราการทุกแห่ง
เรามีอำนาจเหนือวิญญาณแห่งความสงสัย ความพันกัน ความยุ่งเหยิง ความกลัว ความหวาดผวา ความสับสน ความไม่เชื่อ การข่มขู่ บาป และความชั่วร้าย
เราปลดปล่อยตัวเองจากฐานที่มั่นของศัตรูและจากพลังวิญญาณชั่วร้ายที่คอยโจมตีจิตใจของเรา

พระบิดา ในนามของพระเยซู ขณะที่เรายืนอธิษฐาน
เราขอให้เราฝ่าฟันอุปสรรคของศัตรูโดย:

พระหัตถ์ของพระเจ้า นิ้ว
ของพระเจ้า พระวจนะของพระเจ้า พระโลหิตของพระเยซูคริสต์
ฤทธิ์อำนาจของพระวิญญาณบริสุทธิ์ การเจิมของพระเจ้า การแทรกแซงของอัครสาวก ความช่วยเหลือจากทูตสวรรค์

พระบิดา เราลุกขึ้นด้วยจิตวิญญาณของเศรุบบาเบลและเอลียาห์ และกล่าว **พระพร พระพร** แก่ภูเขาและแท่นบูชาชั่วร้ายของพวกมัน
พระบิดา โปรดบันดาลให้พวกเขาถูกทำลายด้วยไฟของพระองค์เถิด

ส่วนที่ 3 — การครอบครองป้อมปราการ

เราสถาปนาอำนาจปกครองของพระคริสต์เหนือดินแดนนี้
ข้าพเจ้าขอประกาศว่าอำนาจของพวกเขานั้นไร้ผลเหนือภูมิภาคนี้
ข้าพเจ้าขอประกาศตาม อิสยาห์ **9:6-7** ว่า :

"เพราะเพื่อเราแล้ว เด็กคนหนึ่งได้บังเกิดมา เพื่อเราแล้ว บุตรชายคนหนึ่งได้ถูกประทานให้ และการปกครองจะอยู่บนบ่าของพระองค์ และพระนามของพระองค์จะถูกเรียกว่า อัศจรรย์ ที่ปรึกษา พระเจ้าผู้ทรงฤทธิ์ พระบิดาผู้ทรงนิรันดร์ เจ้าชายแห่งสันติสุข
การปกครองและสันติสุขของพระองค์จะทวีคูณไม่มีที่สิ้นสุด
บนบัลลังก์ของดาวิดและบนอาณาจักรของพระองค์
เพื่อจัดระเบียบและสถาปนาด้วยการพิพากษาและความยุติธรรมตั้งแต่บัดนี้เป็นต้นไปเป็นนิจนิรันดร์ ความกระตือรือร้นของพระเจ้าแห่งกองทัพจะทำให้สิ่งนี้สำเร็จ"

ประตู ทั้งหลาย
เอ๋ย จงเปิดออกเถิด ประตูนิรันดร์ทั้งหลาย และพระราชาแห่งสง่าราศีจะเสด็จเข้ามา

ข้าพเจ้าขอเตือนท่านอีกครั้งว่า ความกระตือรือร้นของพระเจ้าจะทำให้สิ่งนี้สำเร็จ

ไม่มีสิ่งใดเหมือนพระเจ้าของฉัน

ไม่มีผู้ใดทรงอำนาจเท่าพระเจ้าของฉัน

เขาคือ เยโฮวา ห์ กิบบอ ร์

พระบิดา เรานมัสการพระองค์
พระบิดา เราสรรเสริญพระองค์
เราจะไม่กราบไหว้เทพเจ้าอื่นใดทั้งสิ้น
ไม่มีพระเจ้าองค์อื่นใดเหมือนพระเยโฮวาห์
พระบิดา เราขอใช้อำนาจเหนือเจ้าแห่งอากาศ
และสถาปนาอำนาจสูงสุดของเราเหนือดินแดนนี้ในนามของพระเยซู

จงยุติการกดขี่ข่มเหงจากซาตาน การต่อต้านจากซาตาน และภาระที่ไม่จริงทั้งหลาย

ด้วยพระพิโรธของพระองค์ ขอทรงทำลายการกระทำของศัตรูของเรา
และด้วยความดูหมิ่นของพระองค์ ขอทรงก่อให้เกิดความแตกแยกของพวกเขา

เราขอประกาศว่าจิตใจของเราเป็นอิสระจากอำนาจครอบงำทั้งปวง
ผู้ใดที่ พระบุตร ทรงปลดปล่อยให้เป็นอิสระ ผู้นั้นก็เป็นอิสระอย่างแท้จริง
เราขอสั่งให้สวรรค์เปิดออก

พระบิดา
โปรดเปิดทางและสร้างทางหลวงเหนือธรรมชาติที่ปราศจากสิ่งกีดขวางจากซาตานที่จะขัดขวางการอธิษฐานของเรา

เราจับกุมผู้กระทำการที่เกี่ยวข้องกับการค้ามนุษย์ในนามของพระเยซู
และห้ามมิให้มีการขัดขวาง แทรกแซง หรือสกัดกั้นใดๆ อีกต่อไป

ข้าพเจ้าได้ส่งคำอธิษฐานในฐานะผู้เผยพระวจนะและอัครสาวกไปยังสวรรค์
ข้าขอสั่งให้ประตูมิติปีศาจทุกบานเปิดออก

ประตูทองเหลืองและลูกกรงเหล็ก จงเปิดออก
พระบิดา โปรดปิดประตูแห่งซาตานทุกบานด้วยเถิด
ห้ามไม่ให้ศัตรูเข้าถึงพื้นที่ที่ห้ามเข้า
อย่าให้มีการรุกรานจากปีศาจหรือซาตาน
ขณะที่ข้าพเจ้าเคลื่อนทัพไปข้างหน้า ข้าพเจ้าขอประกาศว่า
ป้อมปราการทุกแห่งในภูมิภาคนี้ได้ถูกทำลายไปจากความคิดของข้าพเจ้าแล้ว

ข้าพเจ้าขอประกาศและยืนยันว่าพระเจ้าทรงชำระจิตใจของข้าพเจ้าให้บริสุทธิ์
ทรงประทานให้พระวิญญาณบริสุทธิ์ทรงเข้าถึงจิตใจ จิตวิญญาณ
และวิญญาณของข้าพเจ้าได้อย่างไม่มีข้อจำกัดและปราศจากสิ่งกีดขวาง

ข้าพเจ้าขอประกาศว่า จะไม่มีการฉวยโอกาสจากอำนาจชั่วร้ายใดๆ
มาครอบงำหรือขโมยความรู้เหนือธรรมชาติ คำพยากรณ์ ความคิดที่เฉียบแหลม
สิ่งประดิษฐ์สร้างสรรค์ แรงบันดาลใจจากพระเจ้า ปัญญา หรือความรู้ใดๆ ทั้งสิ้น

สิ่งเหล่านี้จะหลั่งไหลอย่างอิสระในนามของพระเยซู
ภูเขาทุกลูกต้องถูกทำให้ราบเรียบ
ทุกหุบเขาต้องได้รับการยกระดับขึ้น
ทุกทางที่คดเคี้ยวต้องทำให้ตรง

บัดนี้ข้าพเจ้าก้าวหน้าไปในระดับเดียวกันด้วยปัญญา กลยุทธ์
และกลวิธีอันศักดิ์สิทธิ์ที่ประทานให้แก่ข้าพเจ้าตามต้องการ

ข้าพเจ้าขอประกาศว่า อุปสรรคทางจิตวิญญาณ อุปสรรคทางด้านความสัมพันธ์
และอุปสรรคทางการเมือง จะต้องถูกเคลื่อนย้ายออกไป

ฉันฝ่าฟันอุปสรรคที่ยากจะเอาชนะและไม่อาจทะลุทะลวงได้

ฉันทะลุทะลวงกำแพงและสิ่งกีดขวางที่ไม่อาจทะลุผ่านได้ เข้าสู่ดินแดนแห่งปาฏิหาริย์
เข้าสู่ดินแดนแห่งสิ่งเหนือธรรมชาติ เข้าสู่ดินแดนแห่งความเจริญรุ่งเรือง ความอุดมสมบูรณ์
ความมั่งคือพฤติการณ์ ความมั่งคั่ง และทรัพย์สิน

ข้าพเจ้าขอประกาศว่า ข้าพเจ้าจะก้าวข้ามปัญหาและสถานการณ์ที่ดื้อรั้น
รวมถึงบุคคลที่ไม่ยอมอ่อนข้อซึ่งขัดขวางการเจรจาต่อรองทางกฎหมาย เศรษฐกิจ
และจิตวิญญาณที่เป็นประโยชน์

ข้าพเจ้าขอสั่งให้ท่านเคลื่อนไหวโดยอำนาจแห่งโลหิตในนามของพระเยซู

ข้าพเจ้าขอใช้อำนาจเหนือพลังของศัตรูผู้สร้างแท่นบูชาซาตานและวิญญาณบรรพบุรุษที่คอย
ขัดขวางความก้าวหน้าของข้าพเจ้า

ฉันฝ่าฟันอุปสรรคจากเหล่าปีศาจไปให้ได้

ข้าพเจ้าขอประกาศและยืนยันว่า กำแพงเมืองเยริโคทุกแห่งต้องพังทลายลง

ฉันเป็นเจ้าของทรัพย์สินของฉัน

ข้าพเจ้าขอใช้อำนาจในการแก้ไขปัญหาที่มาจากฝ่ายศัตรู

ข้าพเจ้าขอประกาศการแทรกแซงจากพระเจ้าอย่างฉับพลันและปาฏิหาริย์

ข้าพเจ้าขอสั่งให้ทุกสถานการณ์และทุกเหตุการณ์ดำเนินไปในทิศทางที่พระเจ้าทรงกำหนด ในนามของพระเยซู

ฉันลบล้างคำสาปทุกอย่าง

ฉันขุดค้นและเปิดโปงเมล็ดพันธุ์แห่งความชั่วร้ายที่ถูกปลูกฝังอย่างถูกกฎหมายในจิตใจ จิตวิญญาณ และวิญญาณของฉัน

พวกมันจะไม่สามารถหยั่งรากได้
ห้ามฟักไข่ เลี้ยงดู บำรุงเลี้ยง ให้อาหาร หรือรดน้ำให้แก่พวกมัน

ฉันจะทำลายพวกมันเดี๋ยวนี้

ข้าพเจ้ารับเฉพาะสิ่งที่มาจากพระทัยของพระเจ้าเท่านั้น:

เมล็ดพันธุ์แห่งความหวัง

เมล็ดพันธุ์แห่งศรัทธา เมล็ดพันธุ์แห่งโชคชะตา เมล็ดพันธุ์แห่งพลัง

เมล็ดพันธุ์แห่งความสำเร็จและความเจริญรุ่งเรือง เมล็ดพันธุ์แห่งความบริสุทธิ์

เมล็ดพันธุ์แห่งความชอบธรรม เมล็ดพันธุ์แห่งความศรัทธาในพระเจ้า

เมล็ดพันธุ์แห่งการประพฤติอย่างมีจริยธรรม เมล็ดพันธุ์แห่งคุณธรรม

ฉันต่อต้าน หลีกเลี่ยง และไม่ยอมรับกิจกรรมที่ไร้ประโยชน์ทุกอย่าง

ฉันตั้งครรภ์ครบกำหนดค่ะ

ฉันหลุดพ้นจากข้อจำกัดและคุกแห่งปีศาจทุกอย่าง

ประตูทองเหลืองและลูกกรงเหล็ก จงพังทลายลงด้วยลมแห่งพระวิญญาณอันทรงพลัง

ฉันเลือกที่จะหลุดพ้นจากสถานการณ์ที่จำกัดอิสรภาพ

ฉันทำลายอำนาจแห่งการกักขังที่ครอบงำความคิด การรับใช้ จิตวิญญาณ โชคชะตา อนาคต เสียง ครอบครัว และการเงินของฉัน

ฉันเป็นผื่นขึ้น

ฉันหลุดพ้นแล้ว

ข้าพเจ้าขอประกาศและยืนยันว่า ข้าพเจ้ามีอำนาจเหนือการกระทำใดๆ ที่เปลี่ยนแปลงชะตาชีวิต การลงโทษจากซาตาน และการบังคับต่างๆ ในนามของพระเยซู

ข้าพเจ้าขอประกาศว่าคุกปีศาจทุกแห่งจงเปิดออก

ฉันขอปล่อยวางคริสตจักรของฉัน

ฉันปล่อยวางอนาคตของฉัน

ฉันขอปลดปล่อยประเทศของฉัน

ฉันขอปล่อยตัวรัฐบาลของฉัน

ฉันขอปล่อยตัวครอบครัวของฉัน

ฉันปล่อยลูกๆ ของฉันไป

ฉันขอลาออกจากงานรับใช้ของฉัน

ฉันมอบพลังแห่งการเงินของฉันให้

ฉันปลดปล่อยอิทธิพลของฉัน

ฉันยอมเสียชื่อเสียงของตัวเอง

ฉันขอสละชื่อของฉัน

ฉันปล่อยวางความสงบสุขของฉัน

ฉันปลดปล่อยความสุขของฉัน

ฉันปล่อยความสุขของฉันออกไป

ฉันขอมอบสุขภาพของฉันคืน

ข้าพเจ้าขอปลดปล่อยมันในนามของพระเยซูจากการถูกควบคุมโดยอำนาจชั่วร้าย

ฉันหลุดพ้นจากพันธนาการ

ฉันก้าวข้ามขีดจำกัดต่างๆ

ฉันก้าวข้ามข้อจำกัดต่างๆ ในนามของพระเยซู

ฉันปลดปล่อยตัวเองจากพันธนาการทางจิตใจ พันธนาการทางอารมณ์ พันธนาการทางร่างกาย พันธนาการทางเพศ พันธนาการทางจิตวิญญาณ พันธนาการทางการเงิน พันธนาการที่เกิดจากสารเสพติด พันธนาการจากองค์กร การยึดติดในอัตตา และสมาคมและชมรมปีศาจ

ในนามของพระเยซู

ตอนที่ 4 — การปลดปล่อย การไถ่บาป และการสืบทอดจากรุ่นสู่รุ่น

ทุกคนที่วางแผนทำลายฉัน ทุกคนที่แอบแค้นเคืองความสำเร็จของฉัน
ฉันขอปลดปล่อยจิตใจและวิญญาณของพวกคุณจากพันธนาการนั้น

ฉันขอเรียกร้องให้คุณปล่อยฉันไป

ปล่อยฉันจากหัวใจของคุณ
ปล่อยฉันจากวิญญาณของคุณ ปล่อยฉันจากความคิดของคุณ

ข้าพเจ้าขอประกาศว่า ผู้ใดที่ พระบุตร ทรงปลดปล่อยให้เป็นอิสระ
ผู้นั้นก็เป็นอิสระอย่างแท้จริง

หากข้าพเจ้าได้ทำร้ายหรือทำให้ใครผิดหวังโดยไม่ตั้งใจ พระบิดา
โปรดปลดปล่อยข้าพเจ้าจากอำนาจครอบงำแห่งความโกรธแค้น การไม่ให้อภัย ความขมขื่น
ความเกลียดชัง และความเฉยเมยด้วยเถิด

ข้าพเจ้าสำนึกผิดต่อความไม่รู้และความไม่เป็นผู้ใหญ่ของข้าพเจ้า
อย่าปล่อยให้เรื่องราวในอดีตส่งผลเสียต่ออนาคตของฉัน
ฉันหลุดพ้นจากความคาดหวังที่ไม่สมจริง คุกทางจิตใจ ความผิวเผิน ตัวตนปลอม
ความยึดติดของอัตตา พันธะทางจิตวิญญาณ ฉลาก
และตราบาปที่บั่นทอนตัวตนของฉันในพระคริสต์
ฉันขอยืนยันตัวตนที่แท้จริงของฉัน
ข้าพเจ้าขอประกาศว่า วันนี้คือรุ่งอรุณของวันใหม่
ข้าพเจ้าขอลบล้างหนี้สินทางกาย ทางอารมณ์ และทางการเงินที่เกิดจากปีศาจทั้งหมด
ด้วยพระโลหิตของพระเยซูคริสต์

โปรดไถ่บาปจิตวิญญาณของข้าพเจ้าและจิตวิญญาณของคนที่ข้าพเจ้ารัก พนักงาน
คณะสงฆ์ ธุรกิจ และรัฐบาล จากตลาดที่ชั่วร้ายของซาตาน

โปรดปลดปล่อยข้าพเจ้าจากวิญญาณของยูดาส — จากเพื่อน คนรัก เพื่อนร่วมงาน หุ้นส่วนทางธุรกิจ ลูกจ้าง และทุกคนที่ทรยศข้าพเจ้า

พระบิดา ข้าพเจ้าขอประกาศและยืนยันว่าข้าพเจ้าได้รับการปลดปล่อยแล้ว
พระองค์ทรงปลดปล่อยข้าพเจ้าให้เป็นอิสระ

วันนี้ ตาม **พระธรรมสดุดี 9:15 , สดุดี 72:14** และ **เยเรมีย์ 31:11–14**
ข้าพเจ้าประกาศว่าจิตวิญญาณของข้าพเจ้าได้รับการปลดปล่อยและไถ่บาปด้วยพระโลหิตของพระเยซูจากตลาดของซาตานและจากอำนาจของหกแดนแห่งโลกใต้ดิน

จิตวิญญาณของฉันจะไม่ถูกจับเป็นตัวประกัน
เมืองนี้จะไม่ถูกล้อม

ฉันหลุดพ้นจากกับดักของพรานได้แล้ว
ฉันทะยานขึ้นสู่ท้องฟ้าด้วยปีกดุจดั่งนกอินทรี
ข้าพเจ้าใช้และประยุกต์ใช้พระโลหิตของพระเยซูคริสต์ ซึ่งได้ไถ่ทุกสิ่งทุกอย่างเกี่ยวกับชีวิต โชคชะตา และจุดประสงค์ของข้าพเจ้า

ฉันได้รับการไถ่ตัวแล้ว

ครอบครัวของฉันถูกเรียกค่าไถ่แล้ว
อนาคตของฉันถูกแลกด้วยค่าไถ่แล้ว
เงินของฉันถูกเรียกค่าไถ่แล้ว

ฉันวางใจอนาคตและชะตาชีวิตของฉันไว้ในพระเยซูคริสต์

ฉันสร้างความมั่นคงให้กับอนาคตของคนที่ฉันรัก งานรับใช้
และชุมชนของฉันในพระคริสต์

ข้าพเจ้าขอรับประกันอนาคตของพี่น้อง ลูกหลาน หลานสาว หลานชาย หลานสาว ป้า ลุง ญาติ พ่อแม่ ปู่ย่าตายาย ญาติฝ่ายคู่สมรส และครอบครัวญาติพี่น้องทั้งหมด
ในนามของพระเยซูคริสต์

ช่วยปลดปล่อยวิญญาณของพวกเขาจากอำนาจแห่งโลกใต้ดิน

ข้าพเจ้าขอประกาศและยืนยันว่า พวกเขาจะไม่ตกเป็นเหยื่อของการผิดศีลธรรมทางเพศ
การค้าประเวณี ภาพลามกอนาจาร หรือความรุนแรงจากแก๊งค์

พวกเขาจะต้องไม่ขอทานอาหาร
พวกเขาจะไม่ตกอยู่ในสภาพไร้บ้านหรือสิ้นหวัง
พวกเขาจะไม่ตายก่อนวัยอันควรหรือจากสิ่งเสพติด
พวกเขาจะไม่กลายเป็นเพียงตัวเลขทางสถิติหรือต้องออกจากโรงเรียนกลางคัน
พวกเขาจะไม่ถูกล่อลวงให้ห่างจากความรักของพระเจ้า

จงปลดปล่อยวิญญาณของพวกเขาจากตลาดและคุกของซาตาน

ขอทรงลบล้างโทษประหารชีวิตของพวกเขา
และขอทรงประทานพระวิญญาณแห่งชีวิตในพระเยซูคริสต์มาแทนที่วิญญาณแห่งความตาย

ฉันขอคัดค้านและลบล้างคำสาปในสายเลือดของเรา

เราขอประกาศว่าครอบครัวของเราได้รับการช่วยให้รอดแล้ว

เราปลดปล่อยตนเองจากพันธนาการที่เกี่ยวข้องกับรูปเคารพ คำสาปแช่ง
คำอธิษฐานเวทมนตร์ การบูชายัญด้วยเลือด ความปรารถนาร้าย
การแต่งงานที่ถูกจัดขึ้นโดยปีศาจ เจ้าสาวของซาตาน โหราศาสตร์
สัญลักษณ์ทางโหราศาสตร์ การยุ่งเกี่ยวกับศาสตร์มืด กระดานอุยจา ไสยศาสตร์ วูดู
การทำนายดวงชะตา การทรงเจ้า ไพ่ทาโรต์ การดูใบชา และการดูลายมือ
ในนามของพระเยซู

เราขอประกาศว่าครอบครัวของเราปลอดจากไสยศาสตร์

เราเป็นอิสระจาก ลัทธิซานเตเรีย และกิจกรรมชั่วร้ายทุกรูปแบบในนามของพระเยซู
พระบิดา ข้าพเจ้าขอบคุณพระองค์ที่ทรงช่วยเราให้รอดพ้นทุกวัน

พระบิดา ในนามของพระเยซูและโดยพระโลหิตของพระคริสต์
เราขอลบล้างผลกระทบจากการฉีดสารชั่วร้าย เวทมนตร์ดำ และ
สิ่งปนเปื้อนที่ใส่ลงไปในอาหาร วิตามิน น้ำ และยาของเรา

เราแก้ไขผลกระทบจากการฝังสิ่งชั่วร้ายที่ก่อให้เกิดการเสพติด การกลายพันธุ์ของเซลล์ การแพร่กระจายของโรค ความพิการ ความบกพร่องทางร่างกาย ความผิดปกติ ความเสียโฉม อัมพาต ความทุพพลภาพ ภาวะสมองเสื่อม ความเฉื่อยชา นอนไม่หลับ การเจริญเติบโตช้า พัฒนาการไม่สมบูรณ์ ความสับสน ระบบภูมิคุ้มกันถูกกด ความผิดปกติทางสมาธิ สมาธิสั้น โรคอารมณ์สองขั้ว โรคที่รักษาไม่หาย มะเร็ง ภาวะแทรกซ้อนของอวัยวะ เนื้องอก ซีสต์ หลอดเลือดโป่งพอง ความพิการแต่กำเนิด ภาวะแทรกซ้อนในการคลอดบุตร และการแท้งบุตรโดยธรรมชาติ

เราพลิกสถานการณ์นี้ในพระนามของพระเยซู

พระบิดา
เราสำนึกผิดในพันธสัญญาและข้อตกลงทั้งปวงที่เราได้ทำไว้โดยรู้ตัวหรือไม่รู้ตัวกับวิญญาณชั่วร้าย

เราสำนึกผิดที่เคยรับคำแนะนำจากวิญญาณชั่วร้ายและตัวแทนของซาตาน

พระบิดา เราขอประกาศและยืนยันว่า อวัยวะสืบพันธุ์แห่งจิตวิญญาณของเรานั้น
ปลอดจากการรุกรานของซาตานทุกรูปแบบ

ข้าแต่พระบิดา เราสำนึกผิดที่กราบไหว้รูปเคารพ
ต่อภาพลักษณ์ทางวัฒนธรรมที่เป็นปฏิปักษ์ต่อพระคริสต์ การยอมรับหลักคำสอนของปีศาจ
และการยอมรับปรัชญาเชิงอุดมการณ์ของซาตานและลัทธินอกรีตทางศาสนา

พระบิดา โปรดช่วยเราให้รอดโดยสัจธรรมของพระองค์
เพราะพระวจนะของพระองค์เป็นสัจธรรม

โปรดอภัยโทษให้แก่เราในความผิดพลาด ความเข้าใจผิด ความอาฆาตพยาบาท กิเลสตัณหา การหาเหตุผลเข้าข้างตนเอง ความไม่แยแส และความใจแข็งกระด้างทั้งปวง

พระบิดา เราขอประกาศและยืนยันว่า ปีศาจร้ายไม่มีที่อยู่ในพวกเรา

เราขอประกาศอิสรภาพจากฐานที่มั่นเหล่านี้ทั้งหมด
ชำระจิตใจของเราให้บริสุทธิ์ด้วยการชำระล้างแห่งพระวจนะ
ขอทรงสร้างจิตใจที่บริสุทธิ์และฟื้นฟูจิตวิญญาณที่ถูกต้องภายในเรา

ขอให้ถ้อยคำจากปากของเราและการใคร่ครวญในใจของเราเป็นที่ยอมรับในสายพระเนตรของพระองค์ ข้าแต่พระเจ้า ผู้ทรงเป็นกำลังและพระผู้ไถ่ของเรา

จงระวังปากของเรา และจงปิดประตูริมฝีปากของเราไว้

อย่าให้คำพูดที่ชั่วร้ายใดๆ ออกมาจากปากของเรา

จงประทานผลของพระวิญญาณบริสุทธิ์มาปกคลุมจุดอ่อนด้านอารมณ์และนิสัยตามใจเนื้อหนังของเรา

โปรดซ่อนเราไว้ในพลับพลาของพระองค์ และในที่ลับของพระ ผู้ สูงสุด

ขอทรงนำเราไปตามทางแห่งความชอบธรรมเพื่อพระนามของพระองค์

เราขอประกาศและยืนยันว่าเราดำเนินชีวิตด้วยความซื่อสัตย์สุจริต
และผู้ใดที่ พระบุตร ทรงปลดปล่อยให้เป็นอิสระ ผู้นั้นก็เป็นอิสระอย่างแท้จริง
ข้าพเจ้าขอย้ำอีกครั้ง

ตอนที่ 5 — การตัดความสัมพันธ์และคำสาป

ตามที่ระบุใน เฉลยธรรมบัญญัติ 32:13 และ โยบ 29:6

ขอให้เราได้ขี่ไปบนที่สูงของแผ่นดิน กินผลผลิตในทุ่งนา ดูดน้ำผึ้งจากหิน

ล้างรอยเท้าของเราด้วยเนย และทำให้น้ำมันไหลออกมาจากหินแข็ง

เราประกาศว่าอดีตได้ผ่านพ้นไปแล้ว

และเรามุ่งมั่นไปสู่เป้าหมายแห่งการทรงเรียกอันสูงส่งของพระเจ้าในพระเยซูคริสต์

โปรดอภัยโทษให้เราด้วยเถิด พระบิดา สำหรับกิเลสตัณหา

โปรดชำระล้างจิตใจของเราจากแผนการลับต่างๆ ด้วยเถิด

เราขอประกาศและยืนยันว่า

เท้าของเราได้หลุดพ้นจากกับดักของศัตรูที่ก่อให้เกิดการเป็นทาส การเคลื่อนไหวที่จำกัด

และความเป็นอัมพาตแล้ว

พระบิดา

เราขอประกาศและยืนยันว่าเรามีอิสระที่จะก้าวหน้าเพื่อบรรลุเป้าหมายและใช้ศักยภาพของเ

ราให้เต็มที่

เราไม่อาจต้านทานได้

เราไม่อาจหยุดยั้งได้ เราไม่อาจขัดขวางได้ เราไม่อาจป้องกันได้

อาณาเขตของเราขยายใหญ่ขึ้นแล้ว

เราจะไม่ยอมถูกกีดกัน ถูกขับไล่ หรือถูกกักขังไว้ในถ้ำ

เราจะไม่ยอมถูกฉุดรั้ง ถูกทน ถูกกดขี่ ถูกทำให้เจ็บปวด ถูกพันธนาการด้วยความทุกข์

ถูกยึดติดอยู่กับความขมขื่น หรือถูกจองจำอยู่ในความไม่เชื่อหรือความหดหู่

เราจะไม่ยอมให้ถูกโกงมรดกหรือถูกขัดขวางความก้าวหน้าและการเลื่อนตำแหน่ง

ข้าแต่พระบิดาบนสวรรค์ พระเจ้าผู้ทรงฤทธานุภาพ พระเจ้าของอับราฮัม อิสอัค และยาโคบ พระเจ้าผู้ทรงทำและรักษาสัญญา ขอทรงประทานพระคุณ ความกล้าหาญ และความสามารถให้เราก้าวออกจากสิ่งเก่าไปสู่สิ่งใหม่ด้วยเถิด

จงตัดขาดความผูกพันและพันธะทางจิตวิญญาณที่ไม่เหมาะสมและชั่วร้ายทั้งหมด

ขอทรงประทานปัญญา ความเข้าใจ และคำแนะนำแก่เรา
เพื่อเราจะได้เจรจาความสัมพันธ์ตามพันธสัญญาเดิมได้อีกครั้ง

โปรดเปิดเผยประตูแห่งสวรรค์ที่เปิดไว้ให้เราเห็น

โปรดแจ้งรายละเอียดงานประจำวัน กำหนดการ และตารางเวลาของคุณให้เราทราบ
เพื่อให้เราสามารถดำเนินการได้ตรงเวลา

พระบิดา เราขอประกาศว่า
ไม่มีวิญญาณใดและไม่มีบุคคลใดจะทำให้เราเคลื่อนไหวออกนอกเวลาของพระเจ้าได้

เราสอดคล้องกับจังหวะเวลาและ ตารางเวลาอันศักดิ์สิทธิ์ ของพระองค์

ฉะนั้น ข้าแต่พระบิดา ในพระนามของพระเยซูและโดยอำนาจของพระวิญญาณบริสุทธิ์
เราจึงทำลายคำสาปแช่งที่เกี่ยวข้องกับคำพูดและการกระทำที่ไร้สาระ

ดับเปลวไฟแห่งความชั่วร้ายของซาตาน

พลิกกลับวัฏจักรชั่วร้าย

ปลดปล่อยเราจากความสัมพันธ์ที่ไม่ก่อให้เกิดประโยชน์และหลอกลวง

จงลบล้างแผนการชั่วร้ายทั้งหมด

เราต่อต้านและปฏิเสธการบิดเบือนและการบงการ

เราพลิกกลับการก่อวินาศกรรมในนามของพระเยซู

พระบิดา โปรดปลดปล่อยเราจากสิ่งต่างๆ สภาพแวดล้อม พฤติกรรม ทัศนคติ การกระทำ และผู้คน ที่ได้พันธนาการเรา จำกัดเรา ผูกมัดเรา ทำให้เราแปดเปื้อน ทำให้เราหลงทาง ทำให้เราไขว้เขว และควบคุมเรา

โปรดช่วยกอบกู้จิตวิญญาณของเราให้พ้นจากปากสิงโตและพิษงูด้วยเถิด

ขอทรงทำลายวิญญาณงูด้วยไฟของพระองค์
เหมือนอย่างที่พระองค์ทรงนำชนชาติอิสราเอลผ่านถิ่นทุรกันดารอันกว้างใหญ่และน่าสะพรึงกลัว ที่มีงูพิษและแมงป่องอาศัยอยู่ และที่ซึ่งแห้งแล้งและไม่มีน้ำ

ตามที่ **ลูกา 10:19** กล่าวไว้ว่า "เราจะใช้สิทธิอำนาจเหนืองูและแมงป่อง และประกาศว่าเราจะไม่ได้รับอันตรายใดๆ"

เราสลัดความยึดติดจากปีศาจทุกอย่างออกไป

พระบิดา ด้วยไฟของพระองค์ ขอทรงขับไล่วิญญาณงูออกจากหินที่ซ่อนเร้นอยู่

ขอให้ไฟของพระองค์ ทำลาย มันให้สิ้นซากในนามของพระเยซู
พระบิดา เราขอประกาศว่าเราเป็นอิสระแล้ว

ขอให้พลังต้านพิษของพระโลหิตของพระเยซูคริสต์ปกป้องเราจากการกระทำอันเป็นพิษของวิญญาณงู

ขอให้ฤทธิ์อำนาจอันเป็นพิษของมันหมดสิ้นไปในชีวิตของเราและในชีวิตของคนที่เรารัก เพื่อนร่วมงาน พนักงาน และสหายในงานรับใช้ของพระองค์

เอาเบ็ดเกี่ยวปากเลวีอาธานไว้

เราทราบดีว่าเราไม่สามารถต่อสู้กับอำนาจนี้ได้เพียงลำพัง
ท่านคือ **พระเยโฮ วาห์ กิบบอร์** พระเจ้าผู้ทรงฤทธานุภาพ

ในนามของ พระเยซู

เราขอวิงวอนต่อพระองค์ให้ทรงทำลายผลกระทบที่ซาตานได้ก่อขึ้นต่อชุมชน ประเทศและชาติของเรา

เราร้องขอความช่วยเหลือจากทุกสถาบัน

พระบิดา เราขออธิษฐานเพื่อครอบครัว เพื่อการแต่งงาน เพื่อคริสตจักร เพื่อโรงเรียนและเพื่อรัฐบาล

ปลดปล่อยเราจากป้อมปราการอันแข็งแกร่ง

เราขอประกาศว่าเศรษฐกิจของเราปลอดจากภาวะถดถอยและการฟ้องร้องดำเนินคดี

ในนามของ พระเยซู เราขอประกาศและยืนยันว่า
สังคมและชุมชนของเราปลอดจากความรุนแรง การว่างงาน การไม่รู้หนังสือ ความยากจน การไร้ที่อยู่อาศัย การข่มขืน ความรุนแรงในครอบครัว การไร้ระเบียบ การร่วมประเวณีระหว่างญาติ การติดสุรา การใช้ยาเสพติด การเบี่ยงเบนทางเพศ การทำให้เป็นโลกียะ การใช้เวทมนตร์คาถา ลัทธิบูชาปีศาจ เทคโนโลยีของซาตาน การถูกมนต์ดำเข้าสิง ภัยแล้ง ความยากลำบากทางเศรษฐกิจ โรคติดต่อทางเพศสัมพันธ์ การต่อต้านชาวยิว การทำแท้ง อาชญากรรมจากความเกลียดชัง การฆ่าล้างเผ่าพันธุ์ ความเฉยเมย และความมึนงงจากซาตาน

ข้าแต่พระบิดา เราขอประกาศว่า
ครอบครัวทั้งหลายจงเป็นอิสระจากความรุนแรงในครอบครัวที่เกิดจากอำนาจชั่วร้าย การร่วมประเวณีระหว่างญาติ ความผิดปกติในครอบครัว ความหิวโหย ความขาดแคลน ความอับอาย การทารุณกรรมเด็ก และการทอดทิ้ง

ชีวิตสมรสของเราปราศจากการนอกใจ การผิดประเวณี การทำร้ายคู่สมรส การผิดสัญญา การหย่าร้าง และการทอดทิ้งทางอารมณ์ ร่างกาย และการเงิน

ธุรกิจของเราปลอดจากอาชญากรรมทางเศรษฐกิจ การล้มละลาย และการสูญเสียลูกค้า

ส่วนที่ 6 — ภาวะผู้นำและการปกครอง

โรงเรียน วิทยาลัย และมหาวิทยาลัยของเราปลอดจากความไม่รู้
การปลูกฝังความคิดทางโลกและมนุษยนิยม ความวิปริตทางเพศ ความรุนแรงจากแก๊ง
ยาเสพติด การชักชวนให้ค้าประเวณีอย่างผิดกฎหมาย ความเบี่ยงเบนทางสังคม
และการไม่รู้หนังสือ

คริสตจักรของเราปราศจากการประนีประนอม ความลุ่มหลงทางโลก ความเฉื่อยชา
ความเป็นโลกียะ การต่อต้านชาวยิว ลัทธิมนุษยนิยม ความแตกแยก การกดขี่ข่มเหง
การควบคุมทางศาสนา ลัทธิแบ่งแยกนิกาย ความผิดศีลธรรม และการกระทำที่ผิดจริยธรรม

รัฐบาลของเราปราศจากการกดขี่ การปกครองแบบเผด็จการ การรัฐประหาร ความโลภ
การทุจริต การลักขโมย ความโหดร้าย ความรุนแรง ความไร้ความรู้สึก การเหยียดเชื้อชาติ
และอคติ

เราขอประกาศและบัญชาให้รัฐบาลที่ยุติธรรมและมีคุณธรรมเข้ามาแทนที่การปกครองแบบเผด็จการ

เราขอประกาศว่า ผู้ที่อยู่ในตำแหน่งสูงและผู้มีอำนาจที่คิดร้ายต่อเรา
จะถูกแทนที่ด้วยผู้ที่มีเจตนาดีต่อเรา

สร้างความสอดคล้องระหว่างรัฐบาลของเราและผู้นำระดับโลก

เราทราบดีว่าหัวใจของกษัตริย์ ราชินี ประธานาธิบดี รองประธานาธิบดี และนายกรัฐมนตรี
ล้วนอยู่ในพระหัตถ์ของพระเจ้า
ช่วยปกป้องผู้นำโลกของเรา
และปกป้องจิตใจและวิญญาณของพวกเขาจากการกดขี่และการล่อลวงของซาตาน

ขอประทานปัญญาแก่พวกเขา
เพื่อให้พวกเขาสามารถนำทางด้วยความจริงและความเมตตาเป็นเพื่อนร่วมทาง

ให้คำแนะนำด้านศีลธรรมและจริยธรรมแก่พวกเขา

เราขอภาวนาให้แก่ผู้พิพากษา ผู้ว่าราชการจังหวัด รัฐสภา สมาชิกวุฒิสภา เจ้าหน้าที่เทศบาล สมาชิกสภาผู้แทนราษฎร สมาชิกสภาผู้แทนราษฎรหญิง ผู้แทนสภาผู้แทนราษฎร ศาลฎีกา ผู้พิพากษาศาลแขวง เจ้าหน้าที่ตำรวจ เจ้าหน้าที่ดับเพลิง สมาชิกสภานิติบัญญัติของรัฐ ผู้ว่าการรัฐและรัฐบาลกลาง นักวางผังเมือง นักการเมือง และผู้กำหนดนโยบาย

เราขอวิงวอนให้ทุกระบบได้รับการจัดเรียงให้สอดคล้องกับพระประสงค์ของพระเจ้าในนามของพระเยซู

นำความสอดคล้องอันศักดิ์สิทธิ์มาสู่ทุกแง่มุมของระบบเหล่านี้:

ระบบสิ่งแวดล้อม
ระบบการศึกษา ระบบเศรษฐกิจ ระบบวัฒนธรรม ระบบการป้องกันประเทศ
ระบบจิตวิญญาณ ระบบการแพทย์ ระบบบันเทิง ระบบเทคโนโลยี
ระบบการปกครองและการเมือง ระบบดาราศาสตร์ ระบบวิทยาศาสตร์

ข้าพเจ้าขอประกาศและยืนยันว่า ย่านชุมชน เมือง ตำบล เขต และประเทศของเราจะลุกขึ้นและเปล่งประกาย เพราะแสงสว่างของท่านได้มาถึงแล้ว และพระสิริของพระเจ้าได้ขึ้นมาอยู่เหนือท่านแล้ว

ท่านทั้งหลายจะเจริญรุ่งเรืองและมีสุขภาพทางเศรษฐกิจที่ดี เช่นเดียวกับที่จิตวิญญาณของเมือง ชุมชน และประเทศเหล่านี้เจริญรุ่งเรือง

ท่านจงเชื่อฟังพระบัญชาของพระเจ้า

ท่านทั้งหลายจะได้รู้จักพระเจ้าของอับราฮัม อิสอัค และยาโคบ

ทรัพยากรทางทะเลจะถูกนำมาแปรรูปและส่งผลดีต่อเศรษฐกิจของประเทศต่างๆ

ท่านทั้งหลายจงรู้จักพระเยโฮวาห์ พระเจ้าเที่ยงแท้องค์เดียว

ประตูเมืองของคุณจะรับความมั่งคั่งจากนานาชาติ

ท่านจะได้รับการบำรุงเลี้ยง และจงบำรุงเลี้ยงพระบารมีของราชวงศ์

แทนที่จะได้รับทองสัมฤทธิ์ พระเจ้าจะประทานทองคำให้คุณ

แทนที่จะให้หิน พระเจ้าจะประทานเงินให้คุณ

ต่อไปนี้จะไม่มีความรุนแรงเกิดขึ้นในดินแดนของคุณอีกแล้ว

สันติสุขจะเป็นผู้ปกครองของท่าน และความชอบธรรมจะเป็นประธานของท่าน

คุณจะไม่ประสบกับความพินาศและความหายนะ

ในฐานะชาติ คุณจะไม่ล่มสลาย และความหายนะจะไม่คงอยู่ภายในพรมแดนของคุณ

ความชั่วร้ายและความมืดมิดจะถูกกำจัดไป

เพราะพระเจ้าจะเป็นแสงสว่างนิรันดร์และเป็นสง่าราศีของคุณ

วันแห่งความเศร้าโศก การต่อสู้ และความยากลำบากของคุณกำลังจะสิ้นสุดลงแล้ว

จิตใจของผู้คนจะกลับมาเปี่ยมด้วยความยินดีอีกครั้ง เมื่อพวกเขามีความหวังในพระเจ้า

ความเศร้าและความหดหู่ของคุณจะถูกแทนที่ด้วยความปีติยินดีของพระเจ้า

ความขาดแคลนของคุณจะถูกแทนที่ด้วยความอุดมสมบูรณ์

อคติและการทรยศของคุณจะถูกแทนที่ด้วยการเฉลิมฉลองความหลากหลายของผู้คนและวัฒนธรรม

พระคุณของพระเจ้าจะโอบล้อมท่านดุจดั่งน้ำที่โอบล้อมทะเล

ลูกหลานแห่งแผ่นดินของคุณจะเติบโตขึ้นเป็นผู้นำที่ยิ่งใหญ่ นักประดิษฐ์ ผู้บุกเบิก และเป็นแบบอย่างแห่งความเป็นเลิศ ความซื่อสัตย์สุจริต ความเที่ยงธรรม ความน่าเชื่อถือ ความชอบธรรม และจริยธรรม

ส่วนที่ 7 — สงครามส่วนบุคคล

ฉันตัดหัวของพลังที่เหมือนงูเหลือมที่พยายามจะบีบคอ รัดคอ ทำให้หายใจไม่ออก ทำให้หยุดนิ่ง บีบคั้น และบดขยี้

ขอให้ดาบแห่งพระวิญญาณตัดหัววิญญาณร้ายคล้ายงูเห่าที่แลบลิ้นโจมตี ซึ่งเป็นต้นเหตุของการสะกดจิต การล่อลวง ความหวาดกลัว การพันธนาการอัตตา การบงการ การควบคุมจิตใจ การเปลี่ยนแปลงชะตาชีวิต เวทมนตร์ดำ เวทมนตร์ขาว การทำนาย การดูหมิ่นปีศาจ ลัทธิยุคใหม่ ซานเต เรีย คำสาป การเล่นไสยศาสตร์ การร่ายมนตร์ การเจาะความฝัน การหลอกลวง และการขาดสมาธิ

ขอให้ไฟอันทรงพลังของพระเจ้าทำลายวิญญาณชั่วร้ายที่เหมือนงูเหลือม ซึ่งครอบงำ สร้างภาระเท็จ ทำให้ขุ่นเคือง และกลืนกินพรต่างๆ ไป

ทุกสิ่งที่ศัตรูกลืนกิน ครอบงำ หรือทำให้เดือดดาล ข้าพเจ้าขอสั่งให้มันถูกคายออกมา ไอออกมา และปล่อยไป

ฉันสั่งให้ปล่อยตัวลูก ๆ ของเรา
ฉันขอสั่งให้ยุติการแต่งงานของเรา
ฉันสั่งให้ปล่อยเงินของเราออกมา
ฉันสั่งให้ปล่อยตัวธุรกิจของเรา
ฉันขอสั่งให้โอกาสของเราถูกปลดปล่อยออกมา
ฉันสั่งให้ปลดปล่อยทรัพย์สมบัติของเราออกมา
ฉันขอสั่งให้ชะตากรรมของเราได้รับการปลดปล่อย
ฉันขอสั่งให้ความสำเร็จของเราถูกปลดปล่อยออกมา
ฉันสั่งให้ปล่อยบ้านของเราคืน
ฉันขอสั่งให้จุดประสงค์ของเราได้รับการปลดปล่อย
ฉันขอสั่งให้ปาฏิหาริย์ของเราปรากฏออกมา
ในนามของพระเยซู โปรดประทานพรแก่ เรา

พระบิดา เราขอสรรเสริญพระองค์

เราทราบว่าพระองค์ทรงได้ยินเราแม้ในขณะนี้
เราขอหยุดเพื่อถวายคำสรรเสริญแด่พระองค์

เราถวายเกียรติแด่พระองค์

ข้าแต่พระเจ้า ข้าพเจ้าทั้งหลายขอถวายเกียรติแด่พระองค์
เพราะข้าพเจ้าทั้งหลายตระหนักดีว่า หากปราศจากการอธิษฐานแล้ว
ดูเหมือนว่าจะไม่มีสิ่งใดเกิดขึ้นเลย

พระบิดา เราขอทรงยกระดับการอธิษฐานของเราให้สูงขึ้น

เราก้าวเข้าสู่ตำแหน่งแห่งการปกครองและอำนาจ
ขอบคุณพระองค์ พระเจ้า ที่ทรงประทานผู้ที่กำลังฟังอยู่
ขอบคุณพระองค์ที่ชีวิตของพวกเขากำลังเปลี่ยนแปลงไปในทางที่ดีขึ้น
ขอบคุณพระองค์สำหรับการเปลี่ยนแปลงอันน่าอัศจรรย์

สิ่งต่างๆ จะเปลี่ยนแปลงไป

พวกเขาต้องเปลี่ยนแปลง

พระบิดา เราขอวิงวอนต่อบัลลังก์แห่งสวรรค์

ขอบคุณพระองค์ที่แม้ในขณะที่เราอธิษฐานขอพร
หลายคนในพระคัมภีร์ก็มีกำลังใจและจิตวิญญาณที่เข้มแข็งขึ้น
เพราะพวกเขาเข้าใจว่าหากพระองค์ไม่ทรงเข้ามาแทรกแซง ก็จะไม่มีการแทรกแซงใดๆ เกิดขึ้น
เช่นเดียวกับที่ชาวอิสราเอลร้องขอต่อพระองค์ และพระองค์ทรงส่งผู้ช่วยให้รอดมา
วันนี้เราก็ร้องขอต่อพระองค์เช่นกัน

จงปล่อยให้พวกเขาออกมาจากหลุมศพ

ให้พวกเขาออกมาจากกำแพง

เราขอเรียกเหล่าบุตรของพระเจ้ามา

เราสั่งให้ปล่อยตัวพวกเขาในนามของพระเยซู

พระบิดา ในนามของพระเยซู
โปรดปลดปล่อยทุกสิ่งทุกอย่างที่ศัตรูได้ยึดครองและกักขังไว้โดยมิชอบด้วยกฎหมาย

ขอให้ฤทธิ์อำนาจของพระวิญญาณบริสุทธิ์และฤทธิ์อำนาจจากเบื้องบนทำลายวิญญาณร้ายที่ก่อให้เกิดมลพิษและคำนินทาที่เป็นอันตราย

ให้ลิ้นของพวกเขายึดติดกับเพดานปาก

วิญญาณประเภทนี้ก่อให้เกิดความสัมพันธ์ที่เป็นพิษและเป็นอันตราย

มันทำให้เกิดความเจ็บปวดและความไม่สบาย
มันทำให้เกิดความสับสน
มันก่อให้เกิดการสูญเสียอย่างมหาศาล ทั้งความสุข ความสงบ ทรัพย์สิน
และทรัพยากรธรรมชาติและจิตวิญญาณ

พระบิดา ข้าพเจ้าขอประกาศและยืนยันว่า จะไม่มีการตกเลือดอีกต่อไป

ความสุขของเราจะไม่รั่วไหลออกไป
สันติภาพของเราจะไม่รั่วไหลออกไป
ทรัพยากรของเราจะไม่รั่วไหลอีกต่อไปแล้ว

พันแผลให้เรียบร้อย

พระบิดา เราขอประกาศและยืนยันว่า ความเสื่อมโทรม ความสับสน ความผิดหวัง
และความหายนะ ได้ถูกทำลายไปแล้ว

ทุกชะตากรรมที่วิญญาณนี้ก่อขึ้น ไม่ว่าจะเป็นการกล่าวหา ความสัมพันธ์ที่ไม่ดี และความตาย จะถูกพลิกกลับ

ข้าพเจ้าขอประกาศและยืนยันว่าสิ่งนี้ถูกพลิกกลับแล้ว

พวกเราเป็นอิสระแล้ว
ลูกหลานของเราได้รับการปลดปล่อยแล้ว
คนที่เรารักได้รับการปลดปล่อยแล้ว

เราเข้ามาแทรกแซงในตอนนี้ด้วยการอธิษฐาน

เราขัดขวางการกระทำของวิญญาณเหล่านี้ในนามของพระเยซู

ข้าแต่พระบิดา เราขอประกาศว่า เราจะไม่เก็บความขมขื่น ความเท็จ ความอิจฉาริษยา การใส่ร้าย ความริษยา การขัดขืน หรือความผิดใดๆ ไว้ในใจต่อผู้ใดเลย

วิญญาณเหล่านั้นจะไม่สามารถควบคุมเราได้

ปลดปล่อยเราจากอารมณ์ด้านลบ

พระบิดา เรามาต่อสู้กับผู้ล่าแห่งรัตติกาล—
ผู้ที่พรางตัวและผู้ที่เลื้อยไปซ่อนตัวอยู่ใต้ก้อนหิน รอคอยจังหวะที่เหมาะสมเพื่อโจมตี

เราเปิดโปงกลลวงของพวกเขา

เราขอประกาศว่า การอำพราง การโกหก การรวมกลุ่ม การหลอกลวง และการเสแสร้ง ได้ถูกเปิดโปงแล้ว
ความเท็จที่ปกปิดไว้ถูกเปิดโปงในนามของพระเยซู

การหลอกลวง การกระทำฉ้อฉล ความไม่ซื่อสัตย์ และการโกหก—
เราจะทำลายพวกเจ้าด้วยอำนาจของพระเจ้า

เราประกาศว่าอาวุธทุกชนิดที่สร้างขึ้นมาต่อต้านเรานั้นไร้ผล

ทุกภัยคุกคามที่สร้างขึ้นต่อเราล้วนล้มเหลว

สัญญาชั่วร้ายทุกฉบับเป็นโมฆะ

การใส่ร้ายป้ายสีทุกครั้งล้วนล้มเหลว

คำสาปชั่วร้ายทุกอย่างจะถูกพลิกกลับและส่งกลับไปยังผู้สาปแช่งเป็นสองเท่า

งูร้ายทุกตัว หมาป่าในคราบแกะ อีกา แร้ง ปลิง และแวมไพร์

ล้วนถูกทำให้เป็นอัมพาตในพระนามของพระเยซู

ส่วนที่ 8 — สงครามส่วนบุคคล

พระบิดา โปรดทำลายวิญญาณร้ายที่เหมือนงูอนาคอนดาด้วยเถิด

โปรดช่วยเราให้พ้นจากน้ำอันสูงใหญ่ วิญญาณแห่งน้ำ วิญญาณแห่งห้วงลึก และวิญญาณแห่งโลกใต้ดิน

ข้าแต่พระบิดา เราขอประกาศและยืนยันว่าเราจะไม่ถูกครอบงำหรือจมอยู่ในความโศกเศร้า ความเสียใจ ความหดหู่ ความสิ้นหวัง ความไร้ที่พึ่ง หรือความตาย ในนามของพระเยซู

พระองค์ทรงปลดปล่อยเราให้เป็นอิสระ ผู้ใดที่ พระบุตร ทรงปลดปล่อยให้เป็นอิสระ ผู้นั้นก็เป็นอิสระอย่างแท้จริง

พระบิดา ขอบคุณพระองค์ พระเจ้า เรากำลังจะออกไป

เราไม่ได้หายใจไม่ออกนะ

เราไม่ได้กำลังสูญเสียการควบคุม

พระบิดา พระองค์ ทรงควบคุมชีวิตของเรา

เราเป็นเหมือนโยบ เรากล่าวว่า "แม้พระองค์จะทรงประหารเรา เราก็ยังคงวางใจในพระองค์" เพราะเรารู้ว่าพระผู้ไถ่ของเราทรงพระชนม์อยู่

พระบิดา โปรดบันดาลให้ความหวาดกลัวเข้าครอบงำจิตใจศัตรูของเราด้วยฟ้าร้อง ลูกเห็บ และถ่านไฟของพระองค์

จงทำลายพวกมันด้วยไฟ สายฟ้า และการพิพากษาอันร้อนแรง

จงทำให้ลูกศรของพระองค์ส่องสว่างและหยุดยั้งพวกมันไว้ในเส้นทางของมัน

ทำให้พิษและอาวุธแหลมคมคล้ายเขี้ยวของพวกมันไร้ผล

หักเขี้ยวพวกมันซะ

ขอทรงประทานภูมิคุ้มกันแก่เราด้วยฤทธิ์ต้านไวรัสแห่งพระโลหิตของพระเยซูคริสต์

จงทำลายไข่ของงูร้าย—รัง ที่ฟัก และเจริญเติบโตของความมืด—ก่อนที่มันจะฟักออกมา

จงทำลายวิญญาณชั่วร้ายดุจงูพิษในนามของพระเยซู

เราขอประกาศว่า แม้ในขณะที่วิญญาณเหล่านี้พยายามตั้งรกรากและวางแผนร้าย เราจะไม่ได้รับอันตรายจากวิญญาณของยูดาส เยเซเบล อาหิโทเฟล อับซาโลม ฮามาน ซันบัลลัทชาว โฮโรไนต์ โท บิ ยา ห์ ชาวอัมโมน ฟาโรห์ และคาอิน

ขอให้คมดาบของศัตรูแทงทะลุหัวใจของพวกเขาเองเมื่อพวกเขาง้างธนู

ขอให้อาวุธของพวกเขาเสียหายจนซ่อมแซมไม่ได้เลย

ปล่อยให้ลูกศรของพวกมันสลายไป

จงดับไฟของงูบินเพลิงและทำให้มันตกลงสู่ความตายและความพินาศด้วยตนเอง

ขอให้ศัตรูที่วางแผนทำร้ายเราจงพ่ายแพ้และสับสนวุ่นวาย

ในนามของพระเยซู จงทุบหัวศัตรูและทำให้หนังศีรษะที่มีขนของคนชั่วร้ายได้รับบาดเจ็บ

ขอให้เขาถูกความชั่วร้ายของตนเองทำลาย และอย่าได้ฟื้นคืนชีพขึ้นมาอีกเลย

ขอให้จิตวิญญาณแห่งการหลอกลวงของลาบัน ซึ่งปฏิบัติการอยู่ในตลาด ถูกเปิดโปง

จงทำให้เขาอับอายและเสื่อมเสียเกียรติ ขณะที่พระองค์ทรงให้ข้าพเจ้าได้รับชัยชนะเหนือเขา

ข้าพเจ้าขอมีอำนาจเหนือวิญญาณมนุษย์ที่ถูกใช้เป็นที่สิงสถิต โรงแรม หรือที่พักของปีศาจ ไม่ว่าจะเป็นเพื่อน ญาติ หุ้นส่วนทางธุรกิจ เพื่อนร่วมงาน ผู้ร่วมงาน บุตรธิดาทางจิตวิญญาณ หรือผู้ที่อยู่ในการดูแลของข้าพเจ้าก็ตาม

พระบิดา โปรดเปิดเผยจิตใจของพวกเขา

เปิดเผยแรงจูงใจและเจตนาของพวกเขา

จงเปิดโปงเพื่อนจอมปลอม เพื่อนร่วมงานจอมปลอม พนักงานจอมปลอม ในนามของพระเยซู

ยุติการปลอมตัวของพวกเขาเสีย

เปิดเผยตัวตนที่แท้จริงของพวกเขา

เปิดโปงแผนการลับของพวกเขา

เปิดเผยแรงผลักดันเบื้องหลังภารกิจชั่วร้ายของพวกเขา

ขอให้การสอบสวนที่ชั่วร้าย ภารกิจจับผิด การเดินทางทางจิต และการยุยงที่ชั่วร้ายจงล้มเหลว

ขอให้พวกเขาประสบความล้มเหลวในนามของพระเยซูเถิด

ข้าแต่พระบิดา เราขอประกาศและยืนยันว่า พระหัตถ์ของพระองค์ทรงยื่นออกไป ทำให้สายตาชั่วร้ายของผู้สอดแนมและเฝ้าระวังของซาตานต้องมืดบอดไป

ขจัดความขัดแย้งและการแข่งขันที่เกิดจากความอิจฉาริษยา

ทำลายรากฐานแห่งการสมคบคิด การกดขี่ และการทรยศหักหลัง

ผู้เฝ้ามองปีศาจตาบอดและผู้ที่แทรกแซงโดยใช้กลวิธีทางโหราศาสตร์และไสยศาสตร์

ทำให้วิญญาณที่แอบฟังหูหนวกสนิท

เราต่อต้านวิญญาณที่เป็นปฏิปักษ์ วิญญาณโบราณ วิญญาณที่ก่อความรำคาญ วิญญาณที่ไร้เหตุผล วิญญาณที่เสริมกำลัง วิญญาณที่ทำให้ผิดหวัง วิญญาณที่แก้แค้น วิญญาณที่ยั่วยุ วิญญาณที่โกหก วิญญาณที่ท้าทาย และวิญญาณที่หลอกลวง

วิญญาณที่ไม่พึงประสงค์ วิญญาณของชาวฟิลิสเตีย และวิญญาณของชาวอโมไรต์ถูกทำลายไปแล้ว

เราต่อต้านวิญญาณชั่วร้ายที่ทำให้จิตใจมึนงงและควบคุมผู้อื่น และห้ามมิให้พวกมันเข้ามาครอบงำความคิดที่มาจากจิตใจของพระคริสต์

พระญาณและการเปิดเผยจากพระเจ้าจะหลั่งไหลมา

ไอเดียสร้างสรรค์และสิ่งประดิษฐ์อันชาญฉลาดจะหลั่งไหลออกมาอย่างไม่หยุดยั้ง ปัญญาจะหลั่งไหลออกมา

แนวคิด กลยุทธ์ และยุทธวิธีที่ล้ำสมัยของเราจะถูกนำเสนออย่างอิสระ

สิ่งที่ศัตรูพยายามขัดขวาง บัดนี้จะได้ไหลหลั่งออกมา

ความคิดของเราจะไหลเวียนไปเรื่อยๆ

ปัญญาของเราจะหลั่งไหลออกมา

แนวคิดล้ำสมัยของเราจะไหลลื่นต่อไป

เราจะดำเนินงานโดยยึดมั่นในนวัตกรรมและความเป็นเลิศในอุตสาหกรรมและสาขาของเรา ในนามของพระเยซู

เราทำลายเครือข่ายและพันธมิตรของซาตาน

ปล่อยให้การสื่อสารที่ชั่วร้ายของพวกเขาเกิดความสับสนวุ่นวายไปเถอะ

ทำให้พวกเขาสับสน

แยกลิ้นของพวกเขาออก

ทำให้แผนการของพวกเขาล้มเหลว

จงทำให้ผู้ที่พยายามทำลายเราในนามของพระเยซูต้องอับอายขายหน้า

ตามพระธรรมสดุดี 69:22–28:

จงปล่อยให้โต๊ะของพวกเขาเป็นกับดักเสียเอง

สิ่งที่เคยเป็นประโยชน์ต่อพวกเขา กลับกลายเป็นกับดักเสียเอง

จงทำให้ดวงตาของพวกเขาพร่ามัวจนมองไม่เห็น

ทำให้สะโพกของพวกเขาสั่นอยู่ตลอดเวลา

ขอพระองค์ทรงเทความพิโรธลงมาบนพวกเขาเถิด

ขอให้พระพิโรธของพระองค์เข้าครอบงำพวกเขาเถิด

จงปล่อยให้ที่อยู่อาศัยของพวกเขากลายเป็นที่รกร้าง

อย่าให้ผู้ใดอาศัยอยู่ในเต็นท์ บ้าน ที่พักอาศัย หรือพระราชวังของพวกเขา

จงเพิ่มความชั่วร้ายให้แก่ความชั่วร้ายของพวกเขา

และอย่าให้พวกเขาเข้ามาสู่ความชอบธรรมของพระองค์เลย

ขอให้ชื่อของพวกเขาถูกลบออกจากหนังสือแห่งชีวิต

และอย่าให้ชื่อของพวกเขาถูกบันทึกไว้ร่วมกับคนชอบธรรม

ส่วนที่ 9 — คำประกาศพยากรณ์ส่วนบุคคล

ฉันต่อต้านทุกความพยายามที่จะทำลายชีวิต อิทธิพล การรับใช้ ธุรกิจ ความมั่งคั่ง ความสัมพันธ์ และโอกาสของฉัน

ฉันหลุดพ้นจากพันธนาการของซาตานและต่อต้านเวทมนตร์

ข้าแต่พระบิดา โปรดตัดขาดความผูกพันทางวิญญาณ พันธสัญญา สัญญา ข้อผูกมัด และคำปฏิญาณที่ไม่ถูกต้องตามกฎหมาย ในนามของพระเยซู

ฉันขจัดมลพิษจากซาตาน

ขอให้พระโลหิตของพระเยซูชำระล้างและขจัดมลทินออกจากจิตวิญญาณของข้าพเจ้า

ในพระนามของพระองค์ ข้าพเจ้าขอปลดปล่อยตนเองจากความคิดชั่วร้าย พลังจิต การฉายภาพ การชักจูง และคำพูดเสียดสีทุกอย่างที่ออกแบบมาเพื่อขัดขวาง ทำให้หลงผิด หรือทำให้สับสน

ทำลายการถ่ายทอดทางจิตวิญญาณที่ชั่วร้าย

ยกเลิกความผูกพันทางจิตวิญญาณและความยึดติดในอัตตาที่ไม่ถูกต้องตามกฎหมาย

จงคลี่คลายและตัดขาดความสัมพันธ์ที่ไม่ดีงามทั้งหมด

จงชำระล้างข้าพเจ้า แล้วข้าพเจ้าจะสะอาด

โปรดปลดปล่อยฉันจากการบงการทางอารมณ์ของซาตาน

ฉันลบล้างพลังแห่งการก่อวินาศกรรม การล่อลวง และการหลอกลวง
ฉันจะไม่ยอมให้ใครมาดูถูก ประเมินค่าต่ำ หรือมองข้ามคุณค่าของฉัน
ฉันขอให้ศาลเพิกถอนการหมิ่นประมาทด้วยการใส่ร้ายป้ายสี
ฉันช่วยลบล้างชื่อเสียงที่ไม่ดีและการตีตราที่เกิดจากการมีส่วนเกี่ยวข้อง

ข้าพเจ้าขอประกาศว่า มลทินทั้งปวงได้รับการชำระล้างด้วยพระโลหิตของพระเยซู
ข้าพเจ้าขอประกาศว่าชื่อของข้าพเจ้าเกี่ยวข้องกับความซื่อสัตย์สุจริต ความเที่ยงธรรม
ความชอบธรรม ความบริสุทธิ์ ความเที่ยงธรรม และความสะอาด

จงขัดขวางและทำให้แผนการของผู้ทำนายชั่วร้ายล้มเหลว

พระบิดา โปรดยกเลิกคำสั่งชั่วร้ายเหล่านั้นด้วยเถิด

จงทำให้ผู้ที่ดำเนินชีวิตตามแบบอย่างของฮามานผิดหวัง

เพิกถอนและยับยั้งกฎหมาย นโยบาย และข้อบังคับที่ริเริ่มขึ้นอย่างชั่วร้าย

เปิดโปงและประจานศัตรูในทุกแผนการ กลยุทธ์ กลวิธี อุบาย
และวิธีการอันชั่วร้ายของพวกเขา

ฉันต่อต้าน

ขอให้ไฟแห่งพระเจ้าทำลายการกระทำของศัตรู

ผู้ที่สร้างกับดักของซาตานและบ่วงปีศาจ
จงให้แผนการของพวกเขาเป็นโมฆะและภารกิจของพวกเขาล้มเหลว

เปิดโปงและแฉผู้ร่วมมือและกลุ่มสมรู้ร่วมคิดที่ชั่วร้าย

ขอให้บรรดาผู้ที่รวมตัวกันต่อต้านข้าพเจ้ากระจัดกระจายไป และอย่าได้รวมตัวกันอีกเลย

จงทำให้ดวงตาของพวกเขาพร่ามัวจนมองไม่เห็น
จงอุดหูพวกเขาเสีย เพื่อไม่ให้พวกเขาได้ยินอะไรเลย
จงให้พวกเขาแสวงหาปัจจัยยังชีพในที่รกร้างว่างเปล่า

ขอพระองค์ทรงยื่นพระหัตถ์ลงมาลงโทษพวกเขา และปกคลุมพวกเขาด้วยความตำหนิ
ความอัปยศ และความอับอาย

จงลงโทษพวกเขาด้วยพายุแห่งการพิพากษาและพายุแห่งความไม่พอใจ

จงทำให้พวกเขากลัวลูกธนูในเวลากลางวัน และความหวาดกลัวในเวลากลางคืน

ข้าแต่พระเจ้า โปรดทรงลุกขึ้น และโปรดให้ศัตรูของพระองค์กระจัดกระจายไป

ปิดประตูและทางเข้าทุกบานให้ห่างจากซาตาน

ห้ามไม่ให้เขาเข้ามาในพื้นที่ของฉัน

เป็นเปลวไฟของฉันในยามค่ำคืน และเป็นควันของฉันในยามกลางวัน

ขออย่าให้ศัตรูตามรอยหรือค้นหาข้าพเจ้าขณะที่ข้าพเจ้าปฏิบัติภารกิจในอาณาจักรและบรรลุเป้าหมายของข้าพเจ้า

ขอให้เหล่าตัวแทนของซาตานที่ได้รับมอบหมายให้ขัดขวางหรือทำให้พรของข้าพเจ้าล่าช้าต้องผิดหวัง ล้มเหลว และไม่สามารถทำภารกิจของตนให้สำเร็จได้

ขอให้คำพยากรณ์ทุกคำที่กล่าวในชีวิตของข้าพเจ้า
จงปรากฏเป็นจริงในเวลาและฤดูกาลที่เหมาะสม

พระบิดา ข้าพเจ้าขอย้ำอีกครั้งว่า เวลาของข้าพเจ้าอยู่ในพระหัตถ์ของพระองค์

ขอให้กิจกรรมชั่วร้ายทุกอย่างที่เกี่ยวข้องกับความยากลำบากทางการเงิน ความล้มเหลวและความผิดหวัง จงยุติลง

พระบิดา โปรดทำให้สิ่งที่ขัดขวางไม่ให้ข้าพเจ้าก้าวไปสู่ความยิ่งใหญ่เป็นอัมพาตด้วยเถิด

จงขจัดอุปสรรคทุกอย่างที่ขวางกั้นความก้าวหน้าทางการเงิน สังคม ร่างกาย
และจิตวิญญาณของฉัน ในนามของพระเยซู

ลบล้างผลกระทบจากการกระทำชั่วร้ายของซาตานทั้งหมด

จงโค่นล้มโต๊ะเจรจา ปรึกษาหารือ และแลกเปลี่ยนที่ชั่วร้ายเหล่านั้น

ฉันขอประกาศว่า โต๊ะแห่งความชั่วร้ายทุกโต๊ะได้ถูกพลิกคว่ำแล้ว

ทำลายทุกอุปกรณ์ กลยุทธ์ และเทคโนโลยีชั่วร้ายที่ถูกสร้างขึ้นเพื่อความล้มเหลวของฉัน

ข้าพเจ้าเอาชนะได้ด้วยพระโลหิตของพระเมษฎา และด้วยคำพยานของข้าพเจ้า

โดยอาศัยพระคริสต์ ข้าพเจ้าจึงฝ่าฟันเหล่าผู้เฝ้าประตูและผู้เฝ้ารักษาประตูแห่งปีศาจไปได้

จงตัดประตูทองเหลืองและลูกกรงเหล็กออกให้หมด

ขอทรงเปิดตาและหูของข้าพเจ้าให้รับฟังสิ่งต่างๆ จากพระวิญญาณ

จงโค่นล้มและลบล้างอำนาจของวิญญาณที่ก่อให้เกิดความตาบอดและหูหนวกทางจิตวิญญาณ และพยายามปิดกั้นเสียงของข้าพเจ้า

ข้าพเจ้าเปล่งเสียงดังก้องเหมือนแตรในศิโยน
เพื่อประกาศว่าพระเยซูทรงเป็นองค์พระผู้เป็นเจ้า

ข้าพเจ้าขอประกาศว่าพระองค์ทรงปกครองและครองราชย์เหนือชีวิตของข้าพเจ้าและเหนือภูมิภาคนี้

ด้วย เหตุ นี้ พระบุตรของพระเจ้าจึงทรงปรากฏ เพื่อจะทรงทำลายกิจการของศัตรู

ขอทรงแทรกแซงความมืดมิดด้วยแสงแห่งการทรงสถิตของพระองค์—ความสว่างไสว ปัญญา ความเข้าใจ และพลังอำนาจ

อย่าให้ความมืดมิดเข้าใจ ครอบงำ หรือขัดขวางการสำเร็จตามพระประสงค์ของพระองค์เลย

ฉัน กำจัด
ผู้มีอำนาจทุกรายที่เกี่ยวข้องกับความมืดบอดทางจิตวิญญาณและความไม่สามารถได้ยินเสียงจากพระเจ้า

เรามอบภารกิจใหม่ให้แก่เจ้า คือการเป็นที่รองเท้าของพระเยซูคริสต์

ข้าพเจ้าขอสั่งให้คุกและกำแพงพังทลายลง

ฉันทำลายล้างพลังชั่วร้ายทุกอย่างที่ต่อต้าน โชคชะตา ต่อต้านจุดมุ่งหมาย
ต่อต้านความปรารถนา ต่อต้านพระเจ้า ต่อต้านความสำเร็จ ต่อต้านความเจริญรุ่งเรือง
และต่อต้านพระคริสต์

ข้าแต่พระเจ้า ข้าพเจ้าสามารถวิ่งฝ่ากองทัพไปได้

ด้วยพระองค์
ข้าพเจ้าจึงก้าวข้ามกำแพงไปสู่ดินแดนใหม่แห่งความเป็นไปได้และโอกาสอันไร้ขีดจำกัด
ดินแดนที่ไม่มีข้อจำกัดและไร้ขอบเขต

ฉันบุกเข้าไปในสถานที่ร่ำรวยแห่งหนึ่ง

ฉันเชื่อมต่อกับโลกเหนือธรรมชาติ ที่ซึ่งฉันเจริญเติบโต มั่งคั่ง และได้รับการสนับสนุน

ข้าพเจ้าขอประกาศและยืนยันว่า: ในพระองค์ ข้าพเจ้ามีชีวิต ในพระองค์ ข้าพเจ้าหายใจ
และในพระองค์ ข้าพเจ้าจึงดำรงอยู่

ฉันอาศัยอยู่ในเมืองโกเชนอันเป็นที่พยากรณ์ของฉัน

ข้าแต่พระเจ้า ข้าพเจ้าขอประกาศว่าขอบเขตอิทธิพลของข้าพเจ้าจะขยายกว้างขึ้น
วิญญาณชั่วร้ายทุกตนที่ก่อให้เกิดอุบัติเหตุ การทำลายล้าง และการเสียชีวิตก่อนวัยอันควร
ไม่ว่าจะโดยทางน้ำ ทางหลวง หรือทางอากาศ บัดนี้ข้าพเจ้าขอยึดอำนาจเหนือพวกเจ้า

ข้าจะผูกมัดเจ้าด้วยไฟศักดิ์สิทธิ์และม่านควันจากสวรรค์
ฉันจะทำให้เจ้าตาบอดด้วยเปลวไฟศักดิ์สิทธิ์และม่านควันจากสวรรค์
ข้าพเจ้าขอประกาศว่า ระบบ GPS
ปีศาจของพวกท่านทำงานผิดพลาดและถูกทำลายอย่างไม่อาจซ่อมแซมได้

กิจกรรมที่ผิดกฎหมายทุกอย่างถูกปราบปรามในนามของพระเยซู
ฉันพลิกกลับผลกระทบของมัน

พระเยโฮวาห์ พระองค์ ทรงประทานอำนาจให้ข้าพเจ้าเหนืออำนาจทั้งปวงของศัตรู

อาณาจักรแห่งสวรรค์ถูกรุกราน และผู้ที่ใช้ความรุนแรงก็ยึดครองมันด้วยกำลัง

ดังนั้น ข้าพเจ้าจึงครอบครองทรัพย์สินของข้าพเจ้าและยึดเอามาโดยใช้กำลัง

ส่วนที่ 10 — ปิดผนึกคำอธิษฐานและคำประกาศปิดท้าย

ข้าพเจ้าขอประกาศตาม สดุดี 92:8 และ 14 ว่าพระเจ้าทรงเป็น ผู้สูงสุด ตลอดไป

เพราะดูเถิด ศัตรู ของพระองค์ โอพระเจ้า ศัตรูของพระองค์จะพินาศไป
บรรดาผู้กระทำความชั่วจะกระจัดกระจายไป

แต่พระองค์จะทรงเจิมเขาของข้าพเจ้าให้สูงส่งดุจดังเขาของวัวป่า
ข้าพเจ้าจะได้รับการเจิมด้วยน้ำมันใหม่

ดวงตาของข้าพเจ้าจะเห็นสิ่งที่ข้าพเจ้าปรารถนาต่อศัตรูของข้าพเจ้า
และหูของข้าพเจ้าจะได้ยินสิ่งที่ข้าพเจ้าปรารถนาต่อคนชั่วที่ลุกขึ้นต่อต้านข้าพเจ้า

คนชอบธรรมจะเจริญรุ่งเรืองดุจต้นปาล์ม
เขาจะเติบโตดุจต้นสนซีดาร์ในเลบานอน

ผู้ที่ได้รับการปลูกฝังไว้ในพระนิเวศของพระเจ้า
จะเจริญรุ่งเรืองในลานพระนิเวศของพระเจ้าของเรา

พวกเขาจะยังคงออกผลแม้ในวัยชรา
พวกเขาจะสดชื่นและเจริญรุ่งเรือง

ข้าพเจ้าขอประกาศว่า เวลาของข้าพเจ้าอยู่ในพระหัตถ์ของพระองค์

ดังนั้น ข้าพเจ้าจึงหลุดพ้นจากวัฏจักร ฤดูกาล ปฏิทิน และตารางเวลาอันชั่วร้ายแล้ว

ฉันสอดคล้องกับสวรรค์
ฉันอยู่ในช่วงเวลาที่เหมาะสม ฉันอยู่ในลำดับอันศักดิ์สิทธิ์
ฉันจะบันดาลให้ช่วงเวลาที่ดีและความสุขเข้ามา
และทำลายวิญญาณที่ควบคุมช่วงเวลาเลวร้าย ช่วงเวลาที่ยากลำบาก
และช่วงเวลาแห่งการดิ้นรน

เนื่องจากเวลาของข้าพเจ้าอยู่ในพระหัตถ์ของพระองค์
ข้าพเจ้าจึงประกาศและยืนยันว่า ปีนี้และปีต่อๆ ไป
จะเต็มไปด้วยเหตุการณ์เหนือธรรมชาติที่น่าอัศจรรย์
ซึ่งจะนำความสุขอย่างมากมายมาให้ข้าพเจ้า

ฉันปลดปล่อยตัวเองจากพันธนาการชั่วร้ายที่คอยฉุดรั้งฉันไว้ในวงจร
แห่งความยากจน ความลำบาก ความขาดแคลน การดิ้นรน ความเจ็บป่วยเรื้อรัง
และโรคภัยไข้เจ็บ

บัดนี้ ข้าพเจ้าทำลายสมอเหล่านี้
ด้วยพระวจนะ ด้วยพระโลหิต และด้วยพระวิญญาณบริสุทธิ์

ฉันยึดมั่นในพระเจ้า
ฉันขอประกาศและยืนยันว่าการต่อสู้ของฉันได้สิ้นสุดลงแล้ว
ข้าพเจ้าขอประกาศว่าจะมีสิ่งมหัศจรรย์เกิดขึ้นอย่างไม่คาดคิด
การเพิ่มพูนอย่างเหนือธรรมชาติ
ความปีติยินดีสูงสุดในพระเจ้า สง่าราศีที่ยั่งยืน ความโปรดปราน ความมั่งคั่ง ทรัพย์สมบัติ
อำนาจ และอิทธิพล
ฉันได้รับการเจิมเพื่อเริ่มต้นฤดูกาลใหม่

สิ่งเก่าๆ ได้ผ่านพ้นไปแล้ว และดูเถิด ทุกสิ่งได้กลายเป็นสิ่งใหม่

ด้วยการเจิมนี้ ข้าพเจ้าก้าวเข้าสู่ฤดูกาลใหม่
และประกาศฤดูกาลใหม่แห่งความเข้มแข็ง สันติสุข ความสมบูรณ์ ความมุ่งมั่น
ความเจริญรุ่งเรืองในงานรับใช้ และพระสิริ

ฉันขอประกาศว่าศีรษะของฉันจะไม่ขาดน้ำมันหล่อลื่นเลยแม้แต่น้อย
ข้าพเจ้าเพิ่มพูนความหนาแน่น ความสม่ำเสมอ และพลังอำนาจในพระนามของพระเยซู
ข้าพเจ้าขอประกาศว่า น้ำมันนี้เป็นเสมือนตราประทับรับรองชีวิตของข้าพเจ้า

มันให้การรับรองฉัน
มันมอบเครื่องมือให้ฉัน มันเสริมพลังให้ฉัน มันเปิดโอกาสให้ฉัน

ทำให้ฉันต้องใช้ชีวิตอยู่ในความล้นเหลือ

ขอทรงนำข้าพเจ้าไปสู่ชะตากรรมแห่งการพยากรณ์และความโดดเด่นผ่านทางพระเยซูคริสต์
ผู้ซึ่งข้าพเจ้าได้รับมรดกในพระองค์
ถูกกำหนดไว้ล่วงหน้าตามพระประสงค์ของพระองค์
ผู้ทรงกระทำทุกสิ่งตามแผนการแห่งพระประสงค์ของพระองค์

ข้าพเจ้าขอปิดท้ายคำอธิษฐานนี้ในนามของพระเยซู
และโดยอำนาจแห่งพระโลหิต พระวจนะ และพระวิญญาณของพระองค์

ขอถวายเกียรติแด่พระองค์ผู้ทรงสามารถกระทำสิ่งดียิ่งกว่าที่ข้าพเจ้าจะขอหรือคิดได้มากมา
ยนัก
ตามอำนาจที่ทรงกระทำในข้าพเจ้า—
ในนามของพระเยซูคริสต์
ฉันจะปิดท้ายปีนี้อย่างแข็งแกร่ง
และเริ่มต้นปีใหม่ด้วยพลังที่เต็มเปี่ยม

อาเมน อาเมน และอาเมน

เข้าใจการเฝ้ารอแปด (8) ครั้งแห่งการภาวนา

ตลอดทั้งพระคัมภีร์

การอธิษฐานและการเฝ้าระวังทางจิตวิญญาณมักเชื่อมโยงกับช่วงเวลาแห่งการเฝ้าระวังโดยเฉพาะ

ยามรักษาการณ์ถูกจัดวางตำแหน่งเพื่อเฝ้ารักษาเมือง เตือนภัย

และคอยระแวดระวังตลอดช่วงเวลาต่างๆ ทั้งกลางวันและกลางคืน

ในทำนองเดียวกัน ผู้เชื่อก็ถูกเรียกร้องให้เฝ้าระวังทางจิตวิญญาณอยู่เสมอ

พระเยซูทรงสั่งสอนเหล่าสาวกของพระองค์ว่า:

“จงเฝ้าระวังและอธิษฐาน เพื่อท่านจะไม่ตกอยู่ในการล่อลวง”
(มัทธิว 26:41)

คู่มือการอธิษฐานนี้จัดเรียงตามจังหวะของ **การอธิษฐานแปดช่วงเวลา**

ซึ่งแสดงถึงช่วงเวลาต่างๆ ในแต่ละวัน

ที่เราจะหันความสนใจไปหาพระเจ้าเพื่ออธิษฐานวิงวอน

การเฝ้ายามเหล่านี้ไม่จำเป็นต้องใช้เวลานานในการสวดภาวนา

แม้เพียงไม่กี่นาทีที่ตั้งใจสวดอย่างสม่ำเสมอในแต่ละช่วงเวลา ก็สามารถทรงพลังได้

เวรยามแรก — 6:00 น.

จุดเริ่มต้นของวันใหม่

ช่วงเวลานี้เป็นช่วงเวลาที่เราจะอุทิศวันให้กับพระเจ้า

ปรับจิตใจของเราให้สอดคล้องกับพระประสงค์ของพระองค์

และขอรับการทรงนำจากพระองค์

เวรยามที่สอง — 9:00 น.

เป็นเวลาที่จะอธิษฐานขอสติปัญญา การชี้นำ

และพละกำลังเพื่อรับมือกับความรับผิดชอบในแต่ละวัน

ผู้เชื่อจำนวนมากใช้นาฬิกาเรือนนี้ในการอธิษฐานเพื่อผู้นำในคริสตจักรและผู้ทรงอิทธิพลในแวดวงต่างๆ

เวรยามที่สาม — 12:00 น.

การอธิษฐานช่วงเที่ยงวัน

ช่วงเวลานี้มักกลายเป็นช่วงเวลาแห่งการหยุดพักและปรับโฟกัสทางจิตวิญญาณ

เป็นการอธิษฐานเพื่อครอบครัว ชุมชน และประเทศชาติต่อหน้าพระเจ้า

ยามที่สี่ — 15:00 น.

ช่วงเวลาที่โดยทั่วไปแล้วถือเป็นเวลาแห่งการอธิษฐานในคริสตจักรยุคแรก (กิจการ 3:1)

นาฬิกาเรือนนี้เป็นช่วงเวลาอันทรงพลังสำหรับการอธิษฐานขอการแทรกแซงจากพระเจ้าแลละขอการเปลี่ยนแปลงที่ดีขึ้น

เวรยามที่ห้า — 18:00 น.

พิธีอุทิศในตอนเย็น

เมื่อวันเวลาเปลี่ยนไป นาฬิกาเรือนนี้เชิญชวนให้ผู้เชื่ออธิษฐานขอการปกป้อง การฟื้นฟูและสันติสุข

เวรยามที่หก — 21:00 น.

เป็นช่วงเวลาแห่งการไตร่ตรองและขอบคุณพระเจ้าสำหรับสิ่งที่พระองค์ได้ทรงกระทำในระหว่างวัน

นอกจากนี้ยังเป็นเวลาที่จะอธิษฐานเพื่อคริสตจักรและประชาชาติทั้งหลายก่อนเข้าสู่ช่วงเฝ้ายามกลางคืนด้วย

ยามที่เจ็ด — เที่ยงคืน

การสวดมนต์เที่ยงคืน

ในพระคัมภีร์ เวลาเที่ยงคืนมักเป็นเวลาแห่งการเปลี่ยนแปลงทางจิตวิญญาณ (กิจการ 16:25–26)

นาฬิกาเรือนนี้เป็นสัญลักษณ์ของการต่อสู้ทางจิตวิญญาณและการวิงวอนที่ลึกซึ้งยิ่งขึ้น

ยามที่แปด — 3:00 น.

การเฝ้าระวังด้วยความเพียรพยายามและการอธิษฐานเชิงพยากรณ์

ในอดีต
ผู้ที่ทำหน้าที่อธิษฐานขอพรจำนวนมากพบว่าช่วงเวลานี้เป็นช่วงเวลาอันทรงพลังสำหรับการรับรู้ทางจิตวิญญาณและการอธิษฐานขอพรอย่างลึกซึ้ง

การเฝ้าระวังอย่างต่อเนื่อง

เมื่อบุคคล กลุ่ม และคริสตจักรต่าง ๆ ร่วมกันอธิษฐานในช่วงเวลาเหล่านี้ ผลที่ได้ก็คือ ห่วง**โซ่แห่งการอธิษฐานที่ต่อเนื่องกัน**

รูปแบบนี้สะท้อนถึงคำเรียกร้องในเอเสเคียล 22:30:
"เราได้มองหาคนในหมู่พวกเขาที่จะสร้างกำแพงและยืนขวางช่องว่างต่อหน้าเราเพื่อแผ่นดินนั้น"
เมื่อผู้เชื่อเข้าร่วมในการเฝ้าระวังเหล่านี้
พวกเขาก็จะกลายเป็นส่วนหนึ่งของการเคลื่อนไหวที่ใหญ่ขึ้นในการอธิษฐานวิงวอนเพื่อคริสตจักรและประชาชาติ

การแนะนำ

เสียงเรียกร้องให้ยืนหยัดเพื่อเติมเต็มช่องว่าง

ตลอดพระคัมภีร์ เมื่อใดก็ตามที่พระเจ้าทรงประสงค์จะแทรกแซงกิจการของประชาชาติ พระองค์จะทรงมองหาชายและหญิงที่จะยืนหยัดอยู่ท่ามกลางความยากลำบากนั้นด้วยการอธิษฐาน

ท่านศาสดาเอเสเคียลได้บันทึกพระทัยของพระเจ้าไว้เมื่อพระองค์ตรัสว่า:

"และเราได้ค้นหาคนในหมู่พวกเขาที่จะสร้างรั้วกั้นและยืนอยู่ตรงช่องว่างต่อหน้าเราเพื่อแผ่นดินนั้น เพื่อเราจะไม่ทำลายมัน แต่เราไม่พบใครเลย"
— เอเสเคียล 22:30

คำกล่าวนี้เผยให้เห็นหลักการทางจิตวิญญาณที่เป็นนิรันดร์:
พระเจ้าทรงทำงานผ่านผู้ที่วิงวอนขอแทน

ชาติบ้านเมืองเจริญรุ่งเรืองและล่มสลาย วัฒนธรรมเปลี่ยนแปลงไป
ระบบอำนาจมีอิทธิพลต่อทิศทางของสังคม แต่เบื้องหลังความจริงที่มองเห็นได้เหล่านี้
คือพลังทางจิตวิญญาณที่กำลังกำหนดเหตุการณ์ต่างๆ บนโลก

ด้วยเหตุนี้ การอธิษฐานจึงไม่ใช่เพียงแค่กิจกรรมทางศาสนาเท่านั้น
การอธิษฐานคือ **การมีส่วนร่วมกับพระเจ้า** ในการปกครองโลก

การวิงวอนขอจากสวรรค์เป็นการเชิญชวนให้สวรรค์เข้ามาแทรกแซงในระบบต่างๆ บนโลก

ภูเขาทั้งเจ็ดแห่งอิทธิพล

ทุกสังคมล้วนถูกหล่อหลอมโดยขอบเขตอิทธิพลสำคัญที่กำหนดค่านิยม วัฒนธรรม และทิศทาง ซึ่งมักถูกอธิบายว่าเป็น " **เจ็ดภูเขาแห่งอิทธิพล**" :

• ศาสนา

• ครอบครัว • การศึกษา • รัฐบาล • สื่อและการสื่อสาร • ศิลปะและวัฒนธรรม • ธุรกิจและเศรษฐศาสตร์

ภูเขาเหล่านี้มีอิทธิพลต่อวิธีคิดของผู้คน สิ่งที่สังคมเฉลิมฉลอง และวิธีการปกครองประเทศ

เมื่อขอบเขตเหล่านี้ถูกหล่อหลอมด้วยความชอบธรรม สังคมก็จะเจริญรุ่งเรือง
แต่เมื่อใดที่ขอบเขตเหล่านี้ถูกครอบงำด้วยการทุจริตหรือความมืดมิดทางจิตวิญญาณ
คนรุ่นต่อๆ ไปก็จะต้องรับผลที่ตามมา

ด้วยเหตุนี้ ผู้เชื่อจึงถูกเรียกให้ไม่เพียงแต่ประกาศข่าวประเสริฐเท่านั้น แต่ยังต้อง
อธิษฐานอย่างมีกลยุทธ์สำหรับขอบเขตอิทธิพลเหล่านั้น ด้วย
โดยขอให้พระเจ้าทรงยกผู้นำที่มีคุณธรรมและปัญญาขึ้นมา เพื่อให้ระบบต่างๆ
สอดคล้องกับพระประสงค์ของพระองค์

กระทรวงแห่งการวิงวอน

พระคัมภีร์เต็มไปด้วยตัวอย่างของผู้คนที่ยืนหยัดต่อหน้าพระเจ้าเพื่อช่วยเหลือผู้อื่น

อับราฮัมวิงวอนขอให้เมืองโซดอมปลอดภัย
โมเสสวิงวอนขอให้ชาวอิสราเอลปลอดภัย
ดาเนียลวิงวอนขอให้กรุงเยรูซาเล็มได้รับการบูรณะ
เอสเธอร์ยอมเสี่ยงชีวิตเพื่อปกป้องประชาชนของเธอ

เหนือสิ่งอื่นใด พระเยซูคริสต์เองยังคงทรงดำเนินพันธกิจแห่งการวิงวอนต่อไปในทุกวันนี้:

“พระองค์ ทรงดำรงอยู่ ตลอดไป เพื่อทรงอธิษฐานวิงวอนเพื่อพวกเขา”
— ฮีบรู 7:25

โดยผ่านทางพระคริสต์ ผู้เชื่อได้รับเชิญให้มีส่วนร่วมในงานวิงวอนที่ดำเนินอยู่นี้

อัครทูตเปาโลเตือนเราว่า พระวิญญาณบริสุทธิ์ทรงช่วยเหลือเราในพันธกิจนี้ด้วย:

"พระวิญญาณเองทรงอธิษฐานวิงวอนเพื่อเราด้วยการคร่ำครวญที่ไม่อาจกล่าวออกมาได้"
— โรม 8:26

ดังนั้น การวิงวอนจึงกลายเป็นความร่วมมือระหว่าง:

• ผู้เชื่ออธิษฐาน

• พระวิญญาณบริสุทธิ์ทรงนำทาง • และพระคริสต์ทรงวิงวอนต่อพระบิดา

การเฝ้าอธิษฐานเป็นเวลาสี่สิบวัน

หนังสือเล่มนี้จัดทำขึ้นเพื่อเป็นแนวทาง **ในการภาวนาขอพรอย่างเป็นระบบเป็นเวลา 40 วัน** ซึ่งปฏิบัติกันเป็นประจำทุกปีตั้งแต่ **วันที่ 17 มีนาคมถึง 25** เมษายน

โครงสร้างประกอบด้วย:

- **การเปิดใช้งานการอธิษฐานเพื่อเปิดประตูสู่โอกาส 10 ครั้ง**
- **จุดอธิษฐานเชิงกลยุทธ์ 320 จุด**
- **การเฝ้าระวังอธิษฐาน 8 ครั้งต่อวัน**
- **พื้นฐานทางพระคัมภีร์สำหรับการอธิษฐานวิงวอน**

คำอธิษฐานเหล่านี้สร้างอำนาจทางจิตวิญญาณ ขจัดความต้านทาน
และเชิญชวนพระประสงค์ของพระเจ้าเข้ามาสู่ประชาชาติ

ในแต่ละวันของการถือศีลอด จะมี **ช่วงเวลาภาวนาแปดช่วง**
ซึ่งแสดงถึงช่วงเวลาทางจิตวิญญาณที่แตกต่างกันตลอดทั้งวัน

นาฬิกาเหล่านี้ช่วยให้ผู้เชื่อยังคงตื่นตัวทางจิตวิญญาณและสอดคล้องกับพระประสงค์ของพระเจ้า

อำนาจของผู้วิงวอน

อับราฮัม โมเสส ดาเนียล พระเยซู และพระวิญญาณบริสุทธิ์: ยืนหยัดอยู่ท่ามกลางช่องว่าง

ตลอดทั้งพระคัมภีร์ พระเจ้าทรงเปิดเผยแบบแผนที่สม่ำเสมอ:
เมื่อประชาชาติทั้งหลายกำลังมุ่งหน้าสู่ความพินาศ
พระองค์จะทรงค้นหาผู้ที่จะยืนอยู่ต่อหน้าพระองค์ในการอธิษฐาน

ท่านศาสดาเอเสเคียลได้ถ่ายทอดความจริงข้อนี้ออกมาด้วยถ้อยคำอันทรงพลังจากพระเจ้า:

"เราได้มองหาคนในหมู่พวกเขาที่จะสร้างกำแพงและยืนขวางช่องว่างต่อหน้าเราเพื่อแผ่นดินนั้น เพื่อเราจะไม่ทำลายมัน"
(เอเสเคียล 22:30)

การวิงวอนขอแทนผู้อื่น คือการกระทำที่อยู่ระหว่างสวรรค์และโลก คือการขอความเมตตา ความยุติธรรม และพระประสงค์ของพระเจ้าเพื่อผู้อื่น

พระคัมภีร์นำเสนอตัวอย่างที่ทรงพลังหลายกรณีของผู้ที่ทำหน้าที่นี้

อับราฮัม: วิงวอนขอความเมตตาจากเมืองที่ชั่วร้าย

อับราฮัม บิดาแห่งความเชื่อ เป็นหนึ่งในผู้ที่อธิษฐานวิงวอนขอต่อพระเจ้าในยุคแรกๆ ที่มีบันทึกไว้ในพระคัมภีร์

ในปฐมกาล บทที่ 18
พระเจ้าทรงเปิดเผยแก่อับราฮัมว่าเมืองโสโดมและเมืองโกโมราห์ได้เสื่อมทรามลงอย่างมาก และการพิพากษาใกล้เข้ามาแล้ว

แต่ก่อนที่การพิพากษาจะมาถึง พระเจ้าทรงให้อับราฮัมรู้ถึงสิ่งที่พระองค์กำลังจะทรงกระทำ

"เราจะปิดบังสิ่งที่เรากำลังจะทำจากอับราฮัมหรือ?"
(ปฐมกาล 18:17)

แทนที่จะนิ่งเฉย
อับราฮัมกลับก้าวออกมาด้วยความอ่อนน้อมถ่อมตนและความกล้าหาญเพื่อขอความเมตตา

ปฐมกาล 18:22 บันทึกช่วงเวลาที่น่าประทับใจไว้:

"แต่ Abraham ก็ยังคงยืนอยู่ต่อหน้าพระเจ้า"

การยืนอยู่ต่อหน้าพระเจ้าคือท่าทางของผู้วิงวอนขอพร

อับราฮัมวิงวอนต่อความยุติธรรมและความเมตตาของพระเจ้า
ถามว่าเมืองนั้นจะรอดพ้นจากภัยพิบัติได้หรือไม่ หากพบคนชอบธรรมอยู่ในเมืองนั้น

อับราฮัมเริ่มจากห้าสิบคนแล้วค่อยๆลดจำนวนลงจนเหลือสิบคน
และยังคงวิงวอนขอความเมตตาต่อไป

ทุกคำขอล้วนถูกเสนอด้วยความนอบน้อม:

"ดูเถิด บัดนี้ข้าพเจ้าผู้เป็นเพียงฝุ่นและเถ้าถ่านได้อาสาที่จะทูลองค์พระผู้เป็นเจ้า"
(ปฐมกาล 18:27)

การวิงวอนของอับราฮัมแสดงให้เห็นว่าพระเจ้าทรงเชิญชวนผู้ที่ดำเนินชีวิตใกล้ชิดกับพระองค์ให้มีส่วนร่วมในกิจการของพระองค์กับโลกผ่านทางการอธิษฐาน

โมเสส: วิงวอนขอเพื่อชาติที่ก่อกบฏ

อีกหนึ่งตัวอย่างอันทรงพลังของการวิงวอนขอพรปรากฏให้เห็นในชีวิตของโมเสส

ในพระธรรมอ Exodus บทที่ 32 ชาวอิสราเอลได้ตกอยู่ในบาปการบูชารูปเคารพ
โดยการบูชาลูกวัวทองคำ การกบฏของพวกเขาทำให้พระเจ้าทรงพิโรธ
และดูเหมือนว่าการพิพากษาจะมาถึงอย่างแน่นอน

แต่โมเสสได้ก้าวออกมาเพื่อขอร้องแทน

แทนที่จะปลีกตัวออกห่างจากผู้คน
โมเสสกลับเข้าข้างพวกเขาและอ้างถึงพันธสัญญาของพระเจ้า

เขาอธิษฐานว่า:

*"ข้าแต่พระเจ้า เหตุใดพระพิโรธของพระองค์จึงรุนแรงต่อประชากรของพระองค์
ผู้ซึ่งพระองค์ทรงนำออกมาจากอียิปต์ด้วยฤทธิ์อำนาจอันยิ่งใหญ่?"*
(อพยพ 32:11)

โมเสสเตือนพระเจ้าถึงพันธสัญญาที่พระองค์ทรงทำไว้กับอับราฮัม อิสอัค และอิสราเอล
เขาอ้างถึงพระเกียรติของพระเจ้าในหมู่ประชาชาติ และวิงวอนขอความเมตตา

ด้วยการวิงวอนของเขา การพิพากษาจึงถูกยับยั้ง และผู้คนก็ได้รับการปกป้อง

ช่วงเวลานี้เผยให้เห็นความจริงหลายประการเกี่ยวกับการวิงวอนขอ:

• ผู้ที่อธิษฐานเผื่อผู้อื่นจะเข้าใจและเห็นอกเห็นใจผู้คนที่ตนอธิษฐานให้
• ผู้ที่อธิษฐานเผื่อผู้อื่นจะอ้างถึงพระสัญญาและพระลักษณะของพระเจ้า •
การอธิษฐานเผื่อผู้อื่นมุ่งหวังการฟื้นฟูมากกว่าการทำลายล้าง

ดาเนียล: การวิงวอนเพื่อชาติที่ตกเป็นเชลย

หลายศตวรรษต่อมา ผู้ไกล่เกลี่ยอีกคนหนึ่งได้ปรากฏตัวขึ้นในช่วงเวลาวิกฤตของชาติ

ดาเนียลมีชีวิตอยู่ในช่วงที่อิสราเอลถูกจับเป็นเชลยในบาบิโลน
เมื่อเขาได้อ่านคำพยากรณ์ของเยเรมีย์และเข้าใจว่าช่วงเวลาแห่งการเป็นเชลยใกล้จะสิ้นสุดลงแล้ว เขาจึงตอบสนองด้วยการอธิษฐานและการกลับใจ

ดาเนียล 9:3 บรรยายถึงท่าทีของเขาว่า:

"แล้วข้าพเจ้าก็หันหน้าไปทางองค์พระผู้เป็นเจ้าเพื่อทูลขอต่อพระองค์ด้วยการอธิษฐานและวิงวอน พร้อมทั้งอดอาหาร สวมผ้ากระสอบ และโรยเถ้าถ่าน"

คำอธิษฐานของดาเนียลนั้นน่าทึ่ง เพราะเขาไม่ได้แยกตัวเองออกจากบาปของชาติ

แต่เขากลับเห็นอกเห็นใจประชาชนและสารภาพความผิดพลาดของพวกเขาต่อพระเจ้า:

"เราได้ทำบาปและกระทำความชั่ว"
(ดาเนียล 9:5)

คำวิงวอนของดาเนียลเป็นการขอความเมตตาและคำมั่นสัญญาจากพระเจ้า

ด้วยคำอธิษฐานของเขา สวรรค์จึงตอบรับ
พระเจ้าทรงส่งทูตสวรรค์กาเบรียลมาพร้อมกับการเปิดเผยเกี่ยวกับอนาคตของอิสราเอลและการเสด็จมาของพระเมสสิยาห์

ตัวอย่างของดาเนียลแสดงให้เห็นว่า
การวิงวอนขอพรไม่เพียงแต่ส่งผลต่อสถานการณ์ในปัจจุบันเท่านั้น
แต่ยังส่งผลต่อคนรุ่นหลังด้วย

พระเยซู: ผู้วิงวอนขอสูงสุด

แม้ว่าอับราฮัม โมเสส และดาเนียลจะแสดงให้เห็นถึงพลังแห่งการวิงวอน แต่ผู้ที่วิงวอนได้ยิ่งใหญ่ที่สุดในประวัติศาสตร์คือพระเยซูคริสต์

พระเยซูไม่เพียงแต่ทรงอธิษฐานเพื่อมนุษยชาติในระหว่างที่ทรงปฏิบัติพระภารกิจบนโลกเท่านั้น แต่พระองค์ยังคงทรงอธิษฐานวิงวอนเพื่อมนุษยชาติในปัจจุบันด้วย

พระคัมภีร์กล่าวว่า:

"พระองค์ทรงดำรงอยู่เพื่ออธิษฐานวิงวอนแทนพวกเขาเสมอ"
(ฮีบรู 7:25)

โดยการเสียสละบนไม้กางเขน พระเยซูทรงทำให้มนุษยชาติคืนดีกับพระเจ้า
และโดยการวิงวอนอย่างต่อเนื่องของพระองค์
พระองค์ทรงเป็นตัวแทนของผู้เชื่อต่อหน้าพระบิดาอยู่เสมอ

ทุกคำอธิษฐานที่กล่าวในระหว่างการเฝ้าระวังสี่สิบวันนี้
ล้วนแล้วแต่ส่งผ่านไปยังพันธกิจของพระคริสต์ในที่สุด

ความเชื่อมั่นของเราในการอธิษฐานไม่ได้ขึ้นอยู่กับความชอบธรรมของเราเอง
แต่ขึ้นอยู่กับพระราชกิจที่สำเร็จแล้วของพระเยซู

พระวิญญาณบริสุทธิ์: ทรงสถิตอยู่ภายในผู้เชื่อ

ในขณะที่พระเยซูทรงอธิษฐานวิงวอนเพื่อเราจากสวรรค์
พระวิญญาณบริสุทธิ์ก็ทรงทำงานอยู่ภายในผู้เชื่อเพื่อเสริมกำลังและนำทางการอธิษฐานของเรา

พระคัมภีร์สอนว่าผู้เชื่อไม่ควรต้องอธิษฐานด้วยกำลังของตนเอง
พระวิญญาณของพระเจ้าทรงช่วยเราในการอธิษฐาน
โดยเฉพาะอย่างยิ่งในยามที่คำพูดไม่เพียงพอ

อัครทูตเปาโลเขียนว่า:

*"เช่นเดียวกัน พระวิญญาณทรงช่วยเราในความอ่อนแอของเรา
เพราะเราไม่รู้ว่าจะอธิษฐานขออะไรให้ถูกต้อง
แต่พระวิญญาณเองทรงอธิษฐานวิงวอนแทนเราด้วยการคร่ำครวญที่ไม่อาจกล่าวออกมาได้"*
(โรม 8:26)

นี่หมายความว่าการวิงวอนขอไม่ใช่เพียงความพยายามของมนุษย์เท่านั้น
แต่เป็นการร่วมมือกันระหว่างผู้เชื่อและพระวิญญาณของพระเจ้า

เมื่อผู้เชื่ออธิษฐาน
พระวิญญาณบริสุทธิ์จะทรงปรับคำอธิษฐานของพวกเขาให้สอดคล้องกับพระประสงค์ของพระเจ้า

ผู้ศรัทธาคือวิหารของพระเจ้า

พระคัมภีร์ยังเผยให้เห็นอีกว่า ผู้เชื่อทั้งหลายเป็นที่ประทับของพระเจ้า

พอลเขียนว่า:

*"ท่านทั้งหลายไม่รู้หรือว่าท่านเป็นวิหารของพระเจ้า
และพระวิญญาณของพระเจ้าทรงสถิตอยู่ในท่าน?"*
(1 โครินธ์ 3:16)

เนื่องจากพระวิญญาณของพระเจ้าทรงสถิตอยู่ภายในผู้เชื่อ
ชีวิตของผู้เชื่อจึงกลายเป็นสถานศักดิ์สิทธิ์ที่มีชีวิตชีวา
ซึ่งเป็นสถานที่สำหรับการสนทนากับพระเจ้า

พระเยซูทรงประกาศว่าบ้านของพระเจ้ามีไว้สำหรับเป็น **สถานที่อธิษฐาน** (มัทธิว 21:13)

ความจริงข้อนี้ไม่ได้จำกัดอยู่แค่ในอาคารและสถานที่ชุมนุมเท่านั้น
ผู้คนของพระเจ้าเองก็กลายเป็นบ้านแห่งการอธิษฐานที่มีชีวิตชีวา

ในฐานะวิหารของพระวิญญาณบริสุทธิ์
ผู้เชื่อจึงได้รับการเชื้อเชิญให้มีส่วนร่วมกับพระเจ้าอย่างต่อเนื่อง

บ้านแห่งการอธิษฐานที่มีชีวิตชีวา

เมื่อพระวิญญาณบริสุทธิ์ทรงสถิตอยู่ภายในผู้เชื่อ
การอธิษฐานจะไม่จำกัดอยู่เฉพาะช่วงเวลาหรือสถานที่ใดสถานที่หนึ่งอีกต่อไป

พระวิญญาณบริสุทธิ์ทรงสร้างจิตสำนึกถึงการทรงสถิตของพระเจ้าอย่างต่อเนื่องภายในผู้เชื่อ

โดยทางพระวิญญาณ:

- จิตใจของเราถูกกระตุ้นให้ภาวนา
- ภาระของเราถูกกำหนดโดยพระประสงค์ของพระเจ้า
- คำวิงวอนของเราสอดคล้องกับพระประสงค์ของพระเจ้า

ด้วยวิธีนี้ ผู้เชื่อจึงกลายเป็นแท่นบูชาแห่งการวิงวอนที่มีชีวิต

พระวิญญาณทรงดลใจให้เราอธิษฐานเพื่อครอบครัว เพื่อคริสตจักร เพื่อผู้นำ
และเพื่อประเทศชาติ

สิ่งที่เริ่มต้นจากการกระตุ้นเล็กๆ ในใจ
มักจะกลายเป็นการวิงวอนอันทรงพลังต่อหน้าพระที่นั่งของพระเจ้า

ความร่วมมือในการวิงวอน

ดังนั้น การปฏิบัติศาสนกิจในการวิงวอนจึงเกี่ยวข้องกับความร่วมมือที่งดงาม:

- พระเยซูทรงวิงวอนแทนเราต่อพระบิดา
- พระวิญญาณบริสุทธิ์ทรงวิงวอนอยู่ภายในเรา
- ผู้เชื่อตอบสนองด้วยการเชื่อฟังโดยการอธิษฐาน

ด้วยความร่วมมือนี้ พระประสงค์ของพระเจ้าจึงได้รับการเผยแพร่บนโลก

เมื่อบรรดาผู้เชื่อเริ่มช่วงเวลาแห่งการอธิษฐานเฝ้าระวังสี่สิบวันนี้
พวกเขาไม่ได้อธิษฐานเพียงลำพัง

พระวิญญาณของพระเจ้าทรงสถิตอยู่ภายในพวกเขา
ช่วยให้พวกเขาสามารถแบกรับภาระแห่งการอธิษฐานวิงวอนได้

และพระคริสต์เองทรงยืนอยู่ต่อหน้าพระบิดาในฐานะมหาปุโรหิตนิรันดร์
ทรงนำคำอธิษฐานของบรรดาผู้บริสุทธิ์มาถวาย

การเรียกร้องให้เป็นบ้านแห่งการอธิษฐาน

ในขณะที่คุณเข้าร่วมในฤดูกาลแห่งการถือศีลและอธิษฐานนี้
โปรดจำไว้ว่าการอธิษฐานไม่ใช่เพียงแค่สิ่งที่คุณทำเท่านั้น

มันเป็นส่วนหนึ่งของตัวตนของคุณในฐานะวิหารของพระเจ้าผู้ทรงพระชนม์อยู่

พระวิญญาณบริสุทธิ์ที่อยู่ภายในคุณพร้อมที่จะนำทางการอธิษฐานของคุณ
เสริมสร้างความเชื่อของคุณ
และปรับจิตใจของคุณให้สอดคล้องกับพระประสงค์ของพระเจ้า

ขอให้ช่วงเวลาเฝ้าระวังสี่สิบวันนี้ปลุกเร้าชีวิตแห่งการมีส่วนร่วมกับพระเจ้าอย่างลึกซึ้งยิ่งขึ้นในตัวท่าน

และขอให้ชีวิตของคุณเป็นไปตามที่พระเยซูทรงประกาศว่าพระวิหารของพระเจ้าควรจะเป็นเสมอไป:

สถานที่สำหรับการอธิษฐาน

ภูเขาทั้งเจ็ดแห่งอิทธิพล

พวกเขามีส่วนในการกำหนดโลกของเราอย่างไร

ตลอดประวัติศาสตร์ สังคมต่าง ๆ ได้รับการหล่อหลอมโดยอิทธิพลสำคัญหลายด้าน ซึ่งเป็นตัวกำหนดวิธีคิด การใช้ชีวิต และการปกครองตนเองของผู้คน

ขอบเขตเหล่านี้มีอิทธิพลต่อค่านิยม วัฒนธรรม กฎหมาย การศึกษา เศรษฐกิจ และทิศทางทางจิตวิญญาณ เมื่อขอบเขตเหล่านี้สอดคล้องกับความถูกต้อง ประเทศชาติก็จะเจริญรุ่งเรือง แต่เมื่อใดที่ถูกครอบงำด้วยการทุจริต การหลอกลวง และความอยุติธรรม สังคมก็จะประสบกับความสับสนและความเสื่อมถอย

ผู้นำคริสเตียนหลายคนเรียกพื้นที่เหล่านี้ว่า " **เจ็ดภูเขาแห่งอิทธิพล"** เนื่องจากระดับอำนาจและอิทธิพลที่พวกเขามีต่อการกำหนดรูปแบบอารยธรรม

หน้าที่ของผู้ที่อธิษฐานวิงวอนไม่ใช่เพียงแค่การอธิษฐานเพื่อบุคคล แต่เป็นการอธิษฐานเพื่อการเปลี่ยนแปลงโครงสร้างที่มีอิทธิพลเหล่านั้น เพื่อให้พระประสงค์ของพระเจ้าสะท้อนออกมาในชีวิตของประเทศชาติ

เมื่อผู้เชื่ออธิษฐานอย่างมีกลยุทธ์เพื่อภูเขาทั้งเจ็ดนี้ พวกเขากำลังขอให้พระเจ้าทรงนำ **ปัญญา ความชอบธรรม ความยุติธรรม และความจริง ของพระองค์** เข้ามาในสถานที่ต่างๆ ที่หล่อหลอมสังคม **ภูเขาทั้งเจ็ดนั้นได้แก่:**

1. **ศาสนา (คริสตจักร)**
2. **ตระกูล**
3. **การศึกษา**
4. **รัฐบาล**
5. **สื่อ**
6. **ศิลปะและวัฒนธรรม**
7. **ธุรกิจและเศรษฐกิจ**

ภูเขาแต่ละลูกมีอิทธิพลอย่างมากต่อการทำงานของสังคม

1. ภูเขาแห่งศาสนา (โบสถ์)

คริสตจักรมีหน้าที่เป็นเสมือน **มโนธรรมทางจิตวิญญาณของ** สังคม

เมื่อคริสตจักรเข้มแข็ง มีการอธิษฐาน และตั้งมั่นอยู่ในความจริง
คริสตจักรก็จะกลายเป็นแหล่งแห่งความชัดเจนทางศีลธรรม การชี้นำทางจิตวิญญาณ
และความหวังสำหรับโลก

อย่างไรก็ตาม เมื่อศาสนจักรอ่อนแอ แตกแยก หรือวอกแวก
สังคมมักจะสูญเสียเข็มทิศทางจิตวิญญาณไป

พระเยซูตรัสไว้ในมัทธิว 21:13 ว่า:

"บ้านของข้าพเจ้าจะถูกเรียกว่าบ้านแห่งการอธิษฐาน"

ผู้ที่อธิษฐานวิงวอนเพื่อคริสตจักร จะอธิษฐานเพื่อคริสตจักรจะได้คงความบริสุทธิ์
เป็นหนึ่งเดียว กล้าหาญ และซื่อสัตย์ต่อพระกิตติคุณของพระเยซูคริสต์

2. ภูเขาครอบครัว

ครอบครัวเป็น **รากฐานของทุก** สังคม

ค่านิยม อัตลักษณ์ บุคลิกภาพ และศรัทธา เริ่มต้นก่อตัวขึ้นภายในครอบครัว
ครอบครัวที่แข็งแรงก่อให้เกิดชุมชนที่มั่นคงและประเทศชาติที่เข้มแข็ง

เมื่อครอบครัวแตกแยก หลายชั่วอายุคนมักต้องเผชิญกับความไม่มั่นคง ความสับสน
และการสูญเสียทิศทาง

พระคัมภีร์สอนว่าพระเจ้าทรงปรารถนาให้เกิดการฟื้นฟูภายในครอบครัว:

"พระองค์จะทรงเปลี่ยนใจของบิดาให้หันมาหาบุตร
และเปลี่ยนใจของบุตรให้หันมาหาบิดา"
(มาลาคี 4:6)

ผู้ที่อธิษฐานเผื่อครอบครัวต่าง ๆ นั้น เพราะสุขภาพของคนรุ่นหลังขึ้นอยู่กับพวกเขา

3. ภูเขาแห่งการศึกษา

การศึกษาหล่อหลอมวิธีคิดของผู้คนและก่อร่างสร้างผู้นำในอนาคต

โรงเรียน มหาวิทยาลัย และสถาบันการศึกษาต่าง ๆ มีอิทธิพลต่อโลกทัศน์ของคนทั้งรุ่น
แนวคิดที่สอนในห้องเรียนมักกลายเป็นนโยบาย เทคโนโลยี และระบบที่กำหนดอนาคต

ด้วยเหตุนี้ ผู้เชื่อจึงอธิษฐานขอให้ความจริง สติปัญญา
และความซื่อสัตย์สุจริตนำทางทั้งผู้สอนและผู้เรียน

ดาเนียลและสหายของเขาได้แสดงให้เห็นว่าปัญญาอันศักดิ์สิทธิ์สามารถส่งผลต่อสภาพแวดล้อมการเรียนรู้ได้อย่างไร:

"พระเจ้าทรงประทานความรู้และทักษะในการเรียนรู้และสติปัญญาทุกด้านแก่พวกเขา"
(ดาเนียล 1:17)

การอธิษฐานวิงวอนเหนือภูเขาแห่งการศึกษา
มุ่งแสวงหาพระปัญญาจากพระเจ้าสำหรับนักเรียน ครู และสถาบันการศึกษา

4. ภูเขารัฐบาล

รัฐบาลมีหน้าที่ในการออกกฎหมาย ปกป้องความยุติธรรม
และรักษาความสงบเรียบร้อยภายในสังคม

ผู้นำในรัฐบาลทำการตัดสินใจที่ส่งผลกระทบต่อผู้คนนับล้าน
นโยบายของพวกเขามีอิทธิพลต่อเศรษฐกิจ ความมั่นคงของชาติ เสถียรภาพทางสังคม
และความสัมพันธ์ระหว่างประเทศ

พระคัมภีร์สนับสนุนให้ผู้เชื่ออธิษฐานเพื่อผู้ปกครอง:

*"ฉะนั้นข้าพเจ้าจึงขอให้ท่านทั้งหลายอธิษฐานวิงวอน อธิษฐานขอ
และขอบพระคุณพระเจ้าเพื่อคนทั้งปวง เพื่อกษัตริย์และผู้มีอำนาจทั้งหลาย"*
(1 ทิโมธี 2:1-2)

ผู้ที่อธิษฐานขอพรจะอธิษฐานเพื่อผู้นำรัฐบาล เพื่อให้ความชอบธรรม ความยุติธรรม
และปัญญาเป็นแนวทางในการตัดสินใจของประเทศ

5. ภูเขาสื่อและความบันเทิง

สื่อและความบันเทิงมีอิทธิพลต่อวิธีการที่ผู้คนรับข้อมูลและตีความเหตุการณ์ที่เกิดขึ้นรอบตัวพวกเขา

ผ่านทางโทรทัศน์ วิทยุ แพลตฟอร์มดิจิทัล วารสารศาสตร์ และสื่อสังคมออนไลน์
เรื่องราวต่างๆ
ถูกสร้างขึ้นซึ่งมีอิทธิพลต่อการรับรู้ของสาธารณชนและค่านิยมทางวัฒนธรรม

เนื่องจากสื่อมีอิทธิพลอย่างกว้างขวาง
จึงมีอำนาจในการเผยแพร่ความจริงหรือขยายความเท็จได้

ผู้ศรัทธาอธิษฐานขอให้ความจริง ความซื่อสัตย์
และปัญญาเป็นแนวทางแก่ผู้ที่สื่อสารกับสาธารณชน

6. ภูเขาแห่งศิลปะและวัฒนธรรม

ศิลปะและวัฒนธรรมมีอิทธิพลต่อจินตนาการ ความคิดสร้างสรรค์
และการแสดงออกทางอารมณ์ของสังคม

คนตรี ภาพยนตร์ วรรณกรรม ศิลปะ และความบันเทิง
ล้วนมีส่วนในการกำหนดมุมมองของผู้คนเกี่ยวกับความงาม ศีลธรรม อัตลักษณ์
และความหมาย

ตลอดทั้งพระคัมภีร์ ความคิดสร้างสรรค์มักถูกนำมาใช้เพื่อถวายเกียรติแด่พระเจ้า
ตั้งแต่การสร้างพระวิหารไปจนถึงบทเพลงนมัสการที่เขียนไว้ในพระธรรมสดุดี

ผู้ที่ร่วมอธิษฐานขอให้ความคิดสร้างสรรค์และอิทธิพลทางวัฒนธรรมถูกนำมาใช้เพื่อสะท้อนความจริง ความงดงาม และความหวัง

7. ภูเขาธุรกิจและเศรษฐกิจ

ระบบธุรกิจและเศรษฐกิจเป็นตัวกำหนดวิธีการผลิต การกระจาย และการจัดการทรัพยากร

เมื่อระบบเศรษฐกิจทำงานอย่างมีคุณธรรม
ชุมชนก็จะเจริญรุ่งเรืองและโอกาสก็จะเพิ่มมากขึ้น
แต่เมื่อการทุจริตครอบงำระบบเศรษฐกิจ
ความไม่เท่าเทียมและการเอารัดเอาเปรียบมักจะตามมา

พระคัมภีร์เตือนใจผู้เชื่อว่าพระเจ้าทรงเป็นแหล่งแห่งปัญญาเพื่อความเจริญรุ่งเรืองและการบริหารจัดการที่ดี

ผู้ที่ร่วมอธิษฐานขอให้ผู้นำทางธุรกิจดำเนินงานด้วยความซื่อสัตย์สุจริต ยุติธรรม
และมีความรับผิดชอบต่อสังคม

เหตุใดการวิงวอนขอพรเพื่อเจ็ดภูเขาจึงมีความสำคัญ

จุดประสงค์ของการอธิษฐานเพื่อภูเขาเหล่านี้ไม่ใช่เพื่อการครอบครองหรือควบคุม
แต่เป้าหมายคือการเปลี่ยนแปลง

เมื่อความถูกต้องชอบธรรมส่งผลต่อโครงสร้างที่กำหนดรูปแบบของสังคม
ผู้คนจะได้รับความยุติธรรม โอกาส สันติสุข และความชัดเจนทางศีลธรรมมากยิ่งขึ้น

พระเยซูทรงสอนสาวกของพระองค์ให้ภาวนา:

"ขอให้ราชอาณาจักรของพระองค์ มาถึง
ขอให้พระประสงค์ของพระองค์สำเร็จบนโลกเช่นเดียวกับในสวรรค์"
(มัทธิว 6:10)

ผ่านการอธิษฐาน ผู้เชื่อ ร่วมมือกับพระประสงค์ของพระเจ้าสำหรับโลกนี้

การวิงวอนขอจึงเป็นหนทางหนึ่งในการเชิญปัญญาและอาณาจักรของพระเจ้าเข้ามาสู่ทุกแง่มุมของการดำเนินชีวิตของมนุษย์

ตลอดสี่สิบวันข้างหน้า ในขณะที่คุณอธิษฐาน คุณจะยืนหยัดอยู่ท่ามกลางช่องว่าง
ไม่เพียงแต่เพื่อบุคคลแต่ละคนเท่านั้น แต่ยังรวมถึง
โครงสร้างที่หล่อหลอมประเทศชาติและคนรุ่นต่อๆ ไป ด้วย

วิธีใช้คู่มือการอธิษฐานนี้

คู่มือการอธิษฐานนี้ได้รับการออกแบบมาเพื่อเป็น
กรอบโครงสร้างสำหรับการอธิษฐานวิงวอน
เพื่อช่วยให้ผู้เชื่อสามารถอธิษฐานอย่างมีกลยุทธ์เพื่อคริสตจักร ผู้นำ และประชาชาติ

สามารถนำไปใช้ได้ **เป็นการส่วนตัว ในกลุ่มอธิษฐาน หรือโดยชุมชนคริสตจักรทั้งหมด** ที่รู้สึกถึงการทรงเรียกให้ยืนหยัดเพื่อประชาชาติทั้งหลาย

คู่มือนี้แบ่งออกเป็นสามส่วนหลัก:

1. **แบบฟอร์มประกาศการเปิดและปิดผนึกประตูมิติ (10 ส่วน)**
2. **40 วันแห่งการอธิษฐานเชิงกลยุทธ์ ประกอบด้วยหัวข้อการอธิษฐานทั้งหมด 320 หัวข้อ**
3. **แปดช่วงเวลาแห่งการอธิษฐานประจำวัน – 320 หัวข้อการอธิษฐาน**

แต่ละส่วนมีจุดประสงค์เฉพาะในการเตรียมผู้ขอพรให้สามารถอธิษฐานด้วยอำนาจ สอดคล้อง และได้รับการคุ้มครองทางจิตวิญญาณ

1. การประกาศเปิดและปิดผนึกประตู

ก่อนเริ่มหัวข้อการอธิษฐานประจำวัน หนังสือเล่มนี้ได้นำเสนอ
คำอธิษฐานเพื่อการกระตุ้นพลังแห่งคำพยากรณ์จำนวนสิบข้อ โดยมีชื่อเรื่องดังนี้:

พลังอะตอมแห่งถ้อยคำอธิษฐาน (ตอนที่ 1–10)

คำประกาศเหล่านี้มีวัตถุประสงค์หลายประการ:

• สถาปนาอำนาจฝ่ายวิญญาณในพระคริสต์
• เปิดประตูแห่งการอธิษฐานในโลกฝ่ายวิญญาณ •
ทำลายการต่อต้านและการแทรกแซงของปีศาจ • ประกาศคำพยากรณ์เหนือผู้ทูลขอและ

อาณาเขต

• ผนึกบรรยากาศแห่งการอธิษฐานก่อนเริ่มการทูลขอ

สามารถสวดคำประกาศเหล่านี้ได้สองวิธี:

ตัวเลือกที่ 1 — การเปิดใช้งานการสวดมนต์เที่ยงคืน

จงสวดภาวนาทั้ง **สิบส่วนพร้อมกัน เริ่มตั้งแต่เที่ยงคืน** เพื่อเปิดการเฝ้าภาวนาประจำวัน

สิ่งนี้เป็นการสร้างอำนาจทางจิตวิญญาณและเตรียมบรรยากาศสำหรับการอธิษฐานขอพรในแต่ละวัน

ตัวเลือกที่ 2 — การเฝ้าภาวนาเป็นเวลาสองชั่วโมง

จงสวดภาวนา **หนึ่งส่วนทุกสองชั่วโมง** ครอบคลุมช่วงเวลาทางจิตวิญญาณของวัน

ตัวอย่างตารางเรียน:

00:00 น. – การเปิดประตู / ตอนที่ 1

02:00 น. – ตอนที่ 2 04:00 น. – ตอนที่ 3 06:00 น. – ตอนที่ 4 08:00 น. – ตอนที่ 5 10:00 น. – ตอนที่ 6 12:00 น. – ตอนที่ 7 14:00 น. – ตอนที่ 8 16:00 น. – ตอนที่ 9 18:00 น. – ตอนที่ 10 (การผนึกประกาศ)

โครงสร้างนี้ช่วยให้การ **อธิษฐานครอบคลุมอย่างต่อ เนื่อง**

2. การเฝ้าอธิษฐาน 40 วัน

หัวใจสำคัญของคู่มือนี้คือ **ช่วงเวลา 40 วันแห่งการอธิษฐานภาวนาอย่างมุ่งมั่น** ซึ่งปฏิบัติกันทุกปีตั้งแต่:

17 มีนาคม ถึง 25 เมษายน

ในช่วงสี่สิบวันนี้ ผู้เชื่อได้รับการสนับสนุนให้ถือศีลอดและอธิษฐานตามที่พระเจ้าทรงนำ

ในแต่ละวันจะมีกิจกรรมดังต่อไปนี้:

- **แปดประเด็นสำคัญในการอธิษฐาน**
- **สองพระคัมภีร์พื้นฐาน**
- **การอธิษฐานขอพรอย่างเจาะจงสำหรับเจ็ดภูเขาแห่งอิทธิพล**

ตลอดระยะเวลาสี่สิบวัน ผู้อธิษฐานจะอธิษฐานใน **ประเด็นสำคัญ 320** ประเด็น

คำอธิษฐานเหล่านี้กล่าวถึงสภาวะทางจิตวิญญาณที่ส่งผลกระทบต่อ:

* โบสถ์ หรือระบบและองค์กรทางศาสนา
* สื่อและความบันเทิง
* ธุรกิจและเศรษฐกิจ
• ครอบครัว • ประเทศชาติ • ผู้นำ • ระบบวัฒนธรรม

3. การเฝ้าภาวนาแปดเวลาในแต่ละวัน

บทสวดภาวนาเหล่านี้จัดเรียงตามช่วง **เวลาแปดช่วงของวัน**
ซึ่งแสดงถึงการตื่นตัวทางจิตวิญญาณอย่างต่อเนื่อง

ตามธรรมเนียมแล้ว การสังเกตนาฬิกาเหล่านี้จะกระทำในเวลาต่อไปนี้:

6:00 น.
9:00 น. 12:00 น. 15:00 น. 18:00 น. 9:00 น. 12:00 น. 3:00 น.

แต่ละหัวข้อของการอธิษฐานสามารถสวดได้ในระหว่างการเฝ้าระวังเหล่านี้

จังหวะนี้ช่วยให้ผู้เชื่อสามารถ อธิษฐานได้อย่างต่อเนื่อง ตลอด **ทั้งวัน**

4. การอธิษฐานส่วนตัวหรือเป็นกลุ่ม

คู่มือนี้สามารถนำไปใช้ได้หลายวิธี:

การอธิษฐานส่วนตัว

ผู้ศรัทธาแต่ละคนสามารถอธิษฐานผ่านคู่มือนี้ได้ในระหว่างการภาวนาส่วนตัวและการถือศีลอด

กลุ่มอธิษฐาน

กลุ่มเล็กๆ อาจแบ่งหน้าที่เฝ้ายามอธิษฐานให้แก่ผู้เข้าร่วม
เพื่อให้มั่นใจได้ว่ามีการอธิษฐานอย่างต่อเนื่อง

การวิงวอนของคริสตจักร

คริสตจักรสามารถใช้คู่มือนี้ในช่วงเทศกาลถือศีลอดหรือการชุมนุมอธิษฐานได้

5. การอธิษฐานด้วยความคาดหวัง

ขณะที่คุณอธิษฐานผ่านหน้าต่างๆ เหล่านี้
โปรดจำไว้ว่าการอธิษฐานวิงวอนไม่ใช่เพียงแค่การท่องจำคำพูดเท่านั้น

คือ **การยืนอยู่ต่อหน้าพระเจ้าเพื่อผู้ อื่น**

อธิษฐานร่วมกับ:

• ความเชื่อในพระสัญญาของพระเจ้า
• ความอ่อนไหวต่อการทรงนำของพระวิญญาณบริสุทธิ์ •
ความคาดหวังว่าพระเจ้าจะทรงเข้ามาแทรกแซงกิจการของประเทศต่างๆ

คำเชิญฉบับเดียวกันที่เริ่มต้นภารกิจนี้ยังคงมีผลใช้ได้จนถึงทุกวันนี้:

ยืนหยัดอยู่ตรงกลาง

และด้วยการอธิษฐานอย่างซื่อสัตย์ ขอให้พระประสงค์ของพระเจ้าสำเร็จ บนโลกเช่นเดียวกับในสวรรค์

เสียงเรียกร้องถึงผู้เฝ้าระวังแห่งประชาชาติ

ตลอดประวัติศาสตร์ของชนชาติของพระเจ้า
พระองค์ทรงยกชายและหญิงขึ้นมาเพื่อยืนหยัดอยู่ต่อหน้าพระองค์เพื่อผู้อื่น
บุคคลเหล่านี้ไม่ได้เป็นกษัตริย์ ผู้เผยพระวจนะ หรือผู้นำสาธารณะเสมอไป
หลายคนเป็นผู้เชื่อธรรมดาๆ ที่แบกรับภาระอันหนักอึ้งในการอธิษฐาน

พวกเขากลายเป็น ยาม รักษาการณ์

ผู้เฝ้ายามยืนตื่นตัวอยู่เสมอขณะที่คนอื่นหลับใหล
ผู้เฝ้ายามมองเห็นอันตรายก่อนที่มันจะมาถึง ผู้เฝ้ายามร้องขอต่อพระเจ้าเพื่อขอความเมตตา
การคุ้มครอง และการแทรกแซงจากพระองค์

พระเจ้าตรัสผ่านทางผู้เผยพระวจนะเอเสเคียลว่า:

"และเราได้เลือกคนในหมู่พวกเขาที่จะสร้างรั้วกั้น
และยืนอยู่ตรงช่องว่างต่อหน้าเราเพื่อแผ่นดินนั้น"
— เอเสเคียล 22:30

พระเจ้ายังคงทรงค้นหาคนแบบนั้นในปัจจุบัน

เขาแสวงหาผู้ที่จะอธิษฐานไม่เพียงแต่เพื่อความต้องการของตนเองเท่านั้น
แต่ยังเพื่ออนาคตของศาสนจักร อนาคตของประเทศชาติ
และสภาพทางจิตวิญญาณของสังคมด้วย

คู่มือการอธิษฐานนี้เป็นคำเชิญชวนให้คุณเป็นหนึ่งในผู้เฝ้าระวังเหล่านั้น

คุณอาจกำลังอธิษฐานอยู่คนเดียวในห้องที่เงียบสงบ ในกลุ่มอธิษฐานกับเพื่อน ๆ
หรือในชุมชนคริสตจักร ไม่ว่าคุณจะอยู่ที่ไหน
เมื่อคุณอธิษฐานด้วยความเชื่อและการเชื่อฟัง
คุณก็มีส่วนร่วมในงานไถ่บาปของพระเจ้าบนโลกนี้

โดยการอธิษฐาน:

จิตใจอ่อนโยนลง

ป้อมปราการพังทลาย ผู้นำได้รับอิทธิพลจากปัญญาอันศักดิ์สิทธิ์

และพระประสงค์ของพระเจ้าก็ก้าวหน้าไปในหมู่ประชาชาติ

ภารกิจนี้เป็นส่วนหนึ่งของขบวนการที่กำลังเติบโตของผู้เชื่อทั่วโลกที่อุทิศตนเพื่อเป็นกำลังสำคัญใน **การอธิษฐานเป็นเวลา 40 วัน ตั้งแต่วันที่ 17 มีนาคมถึง 25 เมษายนของทุก ปี**

บรรดาผู้ที่อธิษฐานวิงวอนจากหลายประเทศกำลังร่วมมือกันด้วยภาระหน้าที่เดียวกัน

นั่นคือการอธิษฐานเพื่อคริสตจักร เพื่อผู้นำ

และเพื่อการเปลี่ยนแปลงในเจ็ดภูเขาแห่งอิทธิพล

ชุมชนนักอธิษฐานที่กำลังเติบโตนี้ร่วมกันมุ่งมั่นที่จะระดม **ผู้คนนับล้านทั่วโลก**

ให้ร่วมกันเปล่งเสียงอธิษฐานต่อพระเจ้าเพื่ออนาคตของประเทศชาติ

คุณได้รับเชิญให้เข้าร่วมเป็นส่วนหนึ่งของบริษัทนั้น

ขณะที่คุณเริ่มอธิษฐานตามคู่มือนี้

โปรดจำไว้ว่าการอธิษฐานไม่ใช่เพียงพิธีกรรมหรือการปฏิบัติทางศาสนา

การอธิษฐานคือการร่วมมืออันศักดิ์สิทธิ์กับพระเจ้า

พระวิญญาณบริสุทธิ์ทรงอธิษฐานผ่านเรา

พระเยซูทรงวิงวอนแทนเรา และพระบิดาทรงได้ยินเสียงร้องของประชากรของพระองค์

จงเข้าเฝ้าคำอธิษฐานเหล่านี้ด้วยความอ่อนน้อมถ่อมตน ศรัทธา และความคาดหวัง

ขอพระเจ้าทรงเสริมกำลังจิตวิญญาณของท่าน ทรงทำให้สติปัญญาของท่านเฉียบแหลมขึ้น

และทรงเสริมพลังให้ท่านยืนหยัดอย่างมั่นคงในยามยากลำบาก

คำเรียกร้องยังคงเหมือนเดิมในวันนี้เช่นเดียวกับที่เคยเป็นมา:

เฝ้ารอและอธิษฐาน

และด้วยการวิงวอนอย่างซื่อสัตย์ ขอให้พระประสงค์ของพระเจ้าสำเร็จ
บนโลกเช่นเดียวกับในสวรรค์

เข้าสู่การเฝ้าระวังสี่สิบวัน

เตรียมจิตใจให้พร้อมสำหรับการอธิษฐานวิงวอน

การเฝ้าอธิษฐานเป็นเวลาสี่สิบวันนั้นเป็นมากกว่าการฝึกฝนทางจิตวิญญาณ มันคือการเชื้อเชิญให้เข้าใกล้พระเจ้าและมีส่วนร่วมในพระประสงค์ของพระองค์สำหรับคริสตจักรและประชาชาติ

ตลอดพระคัมภีร์ ช่วงเวลาแห่งการอดอาหารและการอธิษฐานมักเกิดขึ้นก่อนช่วงเวลาแห่งการเปลี่ยนแปลงทางจิตวิญญาณ การฟื้นฟู และการทรงนำจากพระเจ้า ช่วงเวลาเหล่านี้เป็นช่วงเวลาที่ประชากรของพระเจ้าถ่อมตน แสวงหาพระพักตร์ของพระองค์ และปรับจิตใจให้สอดคล้องกับพระประสงค์ของพระองค์

ขณะที่คุณเตรียมตัวเข้าสู่ช่วงเวลาเฝ้าระวังสี่สิบวันนี้ สิ่งสำคัญคือต้องเข้าสู่ช่วงเวลานี้ด้วยท่าทีที่ถูกต้องของจิตใจ

ช่วงเวลาแห่งความอ่อนน้อมถ่อมตน

การวิงวอนขออย่างแท้จริงเริ่มต้นด้วยความอ่อนน้อมถ่อมตน

ก่อนที่จะอธิษฐานเพื่อประเทศชาติ ผู้นำ และชุมชน ผู้เชื่อต้องวางตนต่อหน้าพระเจ้าด้วยความจริงใจและเปิดใจเสียก่อน

องค์พระผู้เป็นเจ้าทรงประกาศว่า:

"ถ้าชนชาติของข้าพเจ้าผู้ซึ่งถูกเรียกด้วยนามของข้าพเจ้าจะถ่อมตนลง อธิษฐาน แสวงหาพระพักตร์ของข้าพเจ้า และหันจากทางชั่วร้ายของเขาแล้ว ข้าพเจ้าจะฟังจากสวรรค์ อภัยโทษบาปของเขา และรักษาแผ่นดินของเขาให้หาย"
(2 พงศาวดาร 7:14)

ความอ่อนน้อมถ่อมตนเปิดโอกาสให้พระวิญญาณบริสุทธิ์ทรงตรวจสอบจิตใจของเราและข
จัดสิ่งใดก็ตามที่อาจขัดขวางการสามัคคีธรรมของเรากับพระเจ้า

ในช่วงเวลานี้
จงอธิษฐานขอให้พระเจ้าทรงชำระจิตใจของคุณและฟื้นฟูความภักดีของคุณต่อพระองค์

ช่วงเวลาแห่งการสำนึกผิด

การวิงวอนขอพรนั้นมักเริ่มต้นด้วยการสำนึกผิด

ดาเนียลได้แสดงให้เห็นถึงสิ่งนี้เมื่อเขาอธิษฐานขอให้อิสราเอลได้รับการฟื้นฟู
แทนที่จะปลีกตัวออกจากความล้มเหลวของชาติ
เขากลับสารภาพบาปของพวกเขาต่อพระเจ้า

"เราได้ทำบาปและกระทำความชั่ว"
(ดาเนียล 9:5)

การสำนึกผิดเตรียมจิตใจให้พร้อมที่จะเข้าหาพระเจ้าด้วยความจริงใจและความเคารพยำเกรง

เมื่อเริ่มต้นการเฝ้าระวังเป็นเวลาสี่สิบวันนี้ จงใช้เวลาอธิษฐานขอการให้อภัย การฟื้นฟู
และความกระจ่างทางจิตวิญญาณจากพระเจ้า

ช่วงเวลาแห่งการประสานกลมกลืน

การอธิษฐานไม่ใช่แค่การทูลขอต่อพระเจ้าเท่านั้น
แต่ยังเป็นการปรับจิตใจของเราให้สอดคล้องกับพระประสงค์ของพระองค์ด้วย

พระเยซูทรงสอนเหล่าสาวกให้ภาวนา:

"ขอให้ราชอาณาจักรของพระองค์ มาถึง
ขอให้พระประสงค์ของพระองค์สำเร็จบนโลกเช่นเดียวกับในสวรรค์"
(มัทธิว 6:10)

ในช่วงเวลาแห่งการอธิษฐานนี้ จงขอให้พระเจ้าทรงปรับความคิด ความปรารถนา และลำดับความสำคัญของคุณให้สอดคล้องกับพระประสงค์ของพระองค์

จงเปิดใจรับพระวิญญาณบริสุทธิ์เพื่อกำหนดคำอธิษฐานของคุณให้สอดคล้องกับพระประสงค์ของพระเจ้าสำหรับคริสตจักรและประชาชาติทั้งหลาย

ช่วงเวลาแห่งความสามัคคี

การอธิษฐานขอพรจะมีพลังมากยิ่งขึ้นเมื่อผู้เชื่อร่วมกันอธิษฐานเป็นหนึ่งเดียว

คริสตจักรยุคแรกประสบความก้าวหน้าอย่างน่าทึ่ง
เพราะพวกเขาร่วมกันอธิษฐานด้วยใจเดียวกันและด้วยจุดประสงค์เดียวกัน

กิจการ 12:5 บันทึกไว้ว่า:

"เปโตรถูกคุมขัง แต่คริสตจักรได้อธิษฐานต่อพระเจ้าเพื่อเขาอย่างต่อเนื่อง"

ด้วยการอธิษฐานร่วมกัน พระเจ้าได้ทรงส่งการแทรกแซงเหนือธรรมชาติมา

ขณะที่แต่ละบุคคล กลุ่มอธิษฐาน
และคริสตจักรต่างมีส่วนร่วมในการเฝ้าระวังเป็นเวลาสี่สิบวันนี้
ขอให้พระวิญญาณของพระเจ้าทรงสร้างความสามัคคีที่ลึกซึ้งยิ่งขึ้นในหมู่ผู้เชื่อ

ช่วงเวลาแห่งความคาดหวัง

การวิงวอนขอไม่ใช่การกระทำที่เกิดจากความสิ้นหวัง แต่เป็นการแสดงออกถึงความศรัทธา

เมื่อผู้เชื่ออธิษฐาน
พวกเขากำลังตอบสนองต่อคำเชิญของพระเจ้าผู้ทรงฟังและตอบคำอธิษฐาน

เยเรมีย์ 33:3 กล่าวว่า:

“จงทูลขอต่อเรา และเราจะตอบเจ้า และจะแสดงสิ่งยิ่งใหญ่และอัศจรรย์ให้เจ้าเห็น ซึ่งเจ้าไม่รู้มาก่อน”

เริ่มการรอคอย 40 วันนี้ด้วยความคาดหวัง

จงคาดหวังว่าพระเจ้าจะทรงดลใจผู้คนในหัวใจ

จงคาดหวังการพบเจอสิ่งศักดิ์สิทธิ์

คาดหวังการฟื้นฟู การกำหนดทิศทาง และการเปลี่ยนแปลง

ภารกิจอันศักดิ์สิทธิ์

ตลอดระยะเวลา 20 ปีที่ผ่านมา ช่วงเวลาแห่งการอธิษฐานนี้—ตั้งแต่วันที่ 17 มีนาคมถึง 25 เมษายน—

ได้ถูกกำหนดให้เป็นช่วงเวลาแห่งการวิงวอนขอเพื่อคริสตจักรและเพื่อประชาชาติ

สิ่งที่เริ่มต้นจากการเรียกร้องส่วนตัวให้ร่วมกันอธิษฐาน
บัดนี้ได้กลายเป็นคำเชิญชวนให้ผู้เชื่อทั่วทุกหนแห่งมีส่วนร่วมในภารกิจอันศักดิ์สิทธิ์นี้

ขณะที่คุณเริ่มต้นการเดินทางครั้งนี้ โปรดจำไว้ว่าคำอธิษฐานของคุณมีความสำคัญ

พระเจ้ายังคงทรงค้นหาผู้ที่จะยืนหยัดอยู่ท่ามกลางความยากลำบากนั้น

ขอให้ช่วงเวลาสี่สิบวันนี้ช่วยเสริมสร้างความสัมพันธ์ของคุณกับพระเจ้าให้แน่นแฟ้นยิ่งขึ้น
เสริมกำลังความปรารถนาในการอธิษฐานวิงวอน
และปลดปล่อยพระประสงค์ของพระองค์ในโลกนี้

เอาล่ะ เริ่มการเฝ้าระวังกันได้เลย

พระคัมภีร์พื้นฐานสำหรับการเฝ้าระวังสี่สิบวัน

ทุกช่วงเวลาแห่งการอธิษฐานวิงวอนต้องมีรากฐานมาจากพระวจนะของพระเจ้า
การอธิษฐานจะมีอำนาจเมื่อสอดคล้องกับพระสัญญา พระประสงค์
และพระลักษณะของพระเจ้าที่เปิดเผยไว้ในพระคัมภีร์

ข้อความต่อไปนี้เป็นพื้นฐานทางพระคัมภีร์สำหรับการเฝ้าระวังอธิษฐานเป็นเวลาสี่สิบวัน
พระคัมภีร์เหล่านี้เตือนเราว่าทำไมเราจึงอธิษฐาน เราอธิษฐานอย่างไร
และเราเชื่อว่าพระเจ้าทรงประสงค์จะกระทำสิ่งใดในโลก

ในระหว่างช่วงเวลาแห่งการถือศีลอดและการอธิษฐานวิงวอน
จงหวนกลับมาอ่านข้อความเหล่านี้บ่อยๆ
และปล่อยให้ข้อความเหล่านี้เสริมสร้างศรัทธาของคุณและนำทางในการอธิษฐานของคุณ

เสียงเรียกร้องให้ยืนหยัดเพื่ออุดช่องว่าง
เอเสเคียล 22:30
*"เราได้มองหาคนในหมู่พวกเขาที่จะสร้างกำแพง
และยืนขวางช่องว่างต่อหน้าเราเพื่อปกป้องแผ่นดินนั้น เพื่อเราจะไม่ทำลายมัน"*
พระเจ้ายังคงทรงแสวงหาผู้ที่จะยืนหยัดต่อหน้าพระองค์เพื่อปกป้องแผ่นดิน

ความรับผิดชอบของผู้เฝ้ายาม
เอเสเคียล 3:18–19
*"เมื่อเรากล่าวแก่คนชั่วว่า 'เจ้าจะต้องตายอย่างแน่นอน' และเจ้าไม่เตือนเขา...
เราจะเรียกร้องโลหิตของเขาจากมือเจ้า แต่ถ้าเจ้าเตือนคนชั่ว... เจ้าก็จะรอดพ้นจากโทษ"*
การวิงวอนขอพรนั้นมาพร้อมกับความรับผิดชอบในการเฝ้าระวังทางจิตวิญญาณ

บ้านของพระเจ้าในฐานะบ้านแห่งการอธิษฐาน

มัทธิว 21:13

"บ้านของข้าพเจ้าจะถูกเรียกว่าบ้านแห่งการอธิษฐาน"

อิสยาห์ 56:7

"บ้านของข้าพเจ้าจะเป็นบ้านแห่งการอธิษฐานสำหรับทุกประชาชาติ"

พระประสงค์ของพระเจ้าคือให้ประชากรของพระองค์เป็นชุมชนแห่งการอธิษฐานและต้อนรับชนชาติต่างๆ เข้ามาในพระพักตร์ของพระองค์

การเรียกร้องให้ภาวนาอย่างต่อเนื่อง

ลูกา 18:1

"ผู้ชายควรภาวนาอยู่เสมอและอย่าท้อแท้"

มัทธิว 26:41

“จงเฝ้าระวังและอธิษฐาน เพื่อไม่ให้ตกอยู่ในการล่อลวง”

การอธิษฐานต้องอาศัยความเพียรพยายาม ความระมัดระวัง และความตื่นตัวทางจิตวิญญาณ

การช่วยเหลือของพระวิญญาณบริสุทธิ์ในการวิงวอน

โรม 8:26

"พระวิญญาณทรงช่วยเราในความอ่อนแอ...

พระวิญญาณเองทรงอธิษฐานวิงวอนเพื่อเราด้วยการคร่ำครวญที่ไม่อาจกล่าวออกมาได้"

โรม 8:34

"พระคริสต์...ทรงประทับอยู่เบื้องขวาของพระเจ้า และทรงอธิษฐานวิงวอนเพื่อเราด้วย"

การวิงวอนขอต่อพระเจ้าได้รับพลังจากทั้งพระวิญญาณบริสุทธิ์ที่อยู่ภายในเราและจากพระคริสต์ผู้ทรงวิงวอนขอแทนเราต่อพระบิดา

ความกล้าหาญในการอธิษฐานและการรับใช้

กิจการ 4:29–30

“ขอทรงโปรดประทานให้บรรดาผู้รับใช้ของพระองค์มีความกล้าหาญที่จะประกาศพระวจนะของพระองค์...

เพื่อให้หมายสำคัญและการอัศจรรย์เกิดขึ้น โดยพระนามของพระเยซูผู้รับใช้ผู้บริสุทธิ์ของพระองค์”

คริสตจักรยุคแรกอธิษฐานด้วยความกล้าหาญและความคาดหวัง

พลังแห่งการอธิษฐานร่วมกัน

กิจการ 12:5

"เปโตรถูกคุมขัง แต่คริสตจักรได้อธิษฐานต่อพระเจ้าเพื่อเขาอย่างต่อเนื่อง"

การวิงวอนขององค์กรนำมาซึ่งการแทรกแซงจากพระเจ้า

การรอคอยพระเจ้าด้วยการอธิษฐาน

ลูกา 6:12

"เขาขึ้นไปบนภูเขาเพื่ออธิษฐาน และอธิษฐานต่อพระเจ้าตลอดทั้งคืน"

สดุดี 37:7

"จงพักพิงในพระเจ้า และรอคอยพระองค์อย่างอดทน"

การวิงวอนขออย่างแท้จริงมักต้องอาศัยการรอคอยจากพระเจ้า

การสำนึกผิดและการฟื้นฟูชาติ

ดาเนียล 9:3–4

"ข้าพเจ้าหันหน้าไปยังองค์พระผู้เป็นเจ้าเพื่อทูลขอต่อพระองค์ด้วยการอธิษฐานและวิงวอน พร้อมทั้งอดอาหาร"

2 พงศาวดาร 7:14

"หากประชากรของข้าพเจ้าผู้ซึ่งถูกเรียกด้วยพระนามของข้าพเจ้าจะถ่อมตนลงและอธิษฐาน ...แล้วข้าพเจ้าจะฟังจากสวรรค์และจะรักษาแผ่นดินของเขาให้หาย"

การฟื้นฟูประเทศมักเริ่มต้นด้วยการสำนึกผิดและการอธิษฐาน

สงครามฝ่ายวิญญาณ

เอเฟซัส 6:18

"จงอธิษฐานอยู่เสมอด้วยการอธิษฐานและการวิงวอนทุกอย่างในพระวิญญาณ"

การอธิษฐานเป็นหนึ่งในอาวุธหลักในการต่อสู้ทางจิตวิญญาณ

อธิษฐานเพื่อผู้นำและประเทศชาติ

โรม 15:30–31

"ขอให้ทุกคนร่วมกันอธิษฐานต่อพระเจ้าเพื่อฉัน"

2 เธสะโลนิกา 3:1

"โปรดอธิษฐานเพื่อเรา

เพื่อพระวจนะของพระเจ้าจะแพร่กระจายไปอย่างรวดเร็วและได้รับการยกย่อง"

พระคัมภีร์เรียกร้องให้ผู้เชื่ออธิษฐานเพื่อผู้นำและเพื่อการเผยแพร่พระกิตติคุณซ้ำแล้วซ้ำเล่า

คำอธิษฐานเพื่ออาณาจักรของพระเจ้าที่จะมาถึง

มัทธิว 6:10

"ขอให้ราชอาณาจักรของพระองค์ มาถึง

ขอให้พระประสงค์ของพระองค์สำเร็จบนโลกเช่นเดียวกับในสวรรค์"

คำอธิษฐานนี้ยังคงเป็นเสียงร้องขอวิงวอนที่สำคัญที่สุดสำหรับทุกยุคทุกสมัย

คำสัญญาแห่งการฟื้นฟูของพระเจ้า

เยเรมีย์ 31:11–12

"พระเจ้าทรงไถ่และปลดปล่อยยาโคบแล้ว"

พระประสงค์ของพระเจ้าในที่สุดแล้วนำไปสู่การไถ่บาปและการฟื้นฟู

อำนาจของพระเจ้าเหนือประชาชาติ

อิสยาห์ 9:6–7

"การปกครองและสันติสุขของพระองค์จะเจริญรุ่งเรืองไม่มีที่สิ้นสุด"

พระคริสต์ทรงปกครองเหนือประชาชาติทั้งหลาย

และอาณาจักรของพระองค์ก็ขยายออกไปเรื่อยๆ

ชัยชนะของผู้ชอบธรรม

สดุดี 92:8

"แต่พระองค์ พระเจ้า ทรงอยู่เบื้องบนตลอดไป"

ชัยชนะขั้นสุดท้ายเป็นของพระเจ้า

การเรียกร้องให้เข้ามาแทรกแซง

ตั้งแต่ Abraham วิงวอนขอเมืองต่างๆ ไปจนถึง Moses ยืนหยัดเพื่ออิสราเอล

ไปจนถึง Daniel อธิษฐานขอการฟื้นฟู ไปจนถึง Jesus

และพระวิญญาณบริสุทธิ์ทรงวิงวอนเพื่อผู้เชื่อ

พระคัมภีร์ได้เปิดเผยถึงพลังแห่งการอธิษฐานอย่างสม่ำเสมอ

การอธิษฐานเป็นเวลาสี่สิบวันนี้เป็นการสืบทอดธรรมเนียมตามพระคัมภีร์

ขอให้พระคัมภีร์เหล่านี้เสริมสร้างความเชื่อของคุณในขณะที่คุณปฏิบัติหน้าที่อธิษฐานวิงวอนเพื่อคริสตจักร เพื่อผู้นำ และเพื่อประชาชาติทั้งหลาย

คำอธิษฐานเพื่อการรบเชิงกลยุทธ์ 40 วัน

วันที่ 1 - การสร้างแท่นบูชาแห่งการวิงวอน

ข้อพระคัมภีร์: เอเสเคียล 22:30; ลูกา 18:1

เอเสเคียล 22:30

พระคัมภีร์ฉบับคิงเจมส์ใหม่ (NKJV)

"และเราได้มองหาคนในหมู่พวกเขาที่จะสร้างกำแพง
และยืนขวางช่องว่างต่อหน้าเราเพื่อปกป้องแผ่นดินนั้น เพื่อเราจะไม่ทำลายมัน
แต่เราไม่พบใครเลย"

ข้อความ (MSG)

"ฉันมองหาใครสักคนที่จะลุกขึ้นปกป้องฉันจากเรื่องทั้งหมดนี้
ซ่อมแซมป้อมปราการของเมือง ยืนหยัดเพื่อฉัน และเป็นตัวกลางปกป้องแผ่นดินนี้
เพื่อที่ฉันจะได้ไม่ต้องทำลายมัน แต่
ฉันหาใครไม่เจอเลย"

ลูกา 18:1

พระคัมภีร์ฉบับคิงเจมส์ใหม่ (NKJV)

"แล้วพระองค์จึงตรัสอุปมาให้พวกเขาฟังว่า มนุษย์ควรจะอธิษฐานอยู่เสมอและอย่าท้อแท้"

ข้อความ (MSG)

"พระเยซูทรงเล่าเรื่องให้พวกเขาฟังเพื่อแสดงให้เห็นว่าพวกเขาจำเป็นต้องอธิษฐานอย่างส
ม่ำเสมอและไม่ละทิ้งการอธิษฐานเลย"

6 โมงเช้า ข้าแต่พระบิดา โปรดทรงยกข้าพระองค์ขึ้นให้เป็นผู้ที่จะยืนหยัดในช่องว่าง ซ่อมแซมรอยร้าว และปฏิเสธความเฉื่อยชาทางจิตวิญญาณในฤดูกาลแห่งการถือศีลอดนี้

เวลา **9.00** น. ข้าพเจ้าขออุทิศจิตวิญญาณ จิตใจ และร่างกายของข้าพเจ้าให้แก่การปฏิบัติศาสนกิจแห่งการอธิษฐานวิงวอนอย่างระมัดระวัง ขอให้แท่นบูชาแห่งการก่อกวนทุกแห่งถูกทำลายลง

12.00 น. ขอให้เปลวไฟแห่งการอธิษฐานลุกโชนขึ้นอีกครั้งในคริสตจักรของพระองค์ จนกว่าการอธิษฐานจะไม่ใช่เพียงแค่โปรแกรม แต่จะกลายเป็นที่อยู่อาศัย

เวลา **15.00** น. ฉันละทิ้งข้อตกลงกับความง่วงนอน ความเฉยเมย และความล่าช้า ฉันได้รับพลังที่จะอธิษฐานต่อไปจนกว่าสวรรค์จะตอบ

18.00 น. ข้าแต่พระเจ้า ขอทรงโปรดให้ชีวิตของข้าพระองค์เป็นเหมือนบ้านแห่งเครื่องหอม เป็นประตูทางเข้า และเป็นแท่นบูชาอันชอบธรรม ที่ซึ่งพระประสงค์ของพระองค์จะสำเร็จลุล่วงไปด้วยดี

21.00 น. รอยร้าวทุกแห่งในครอบครัว โบสถ์ เมือง และประเทศชาติของข้าพเจ้า ขอให้ได้รับการเยียวยาด้วยพระเมตตาของพระเจ้า ขณะที่ข้าพเจ้ายืนอยู่ต่อหน้าพระองค์

เวลาเที่ยงคืน ข้าพเจ้าขอประกาศว่า การถือศีลอดครั้งนี้จะไม่ใช่เพียงพิธีกรรมที่ไร้พลัง แต่จะก่อให้เกิดการเปลี่ยนแปลงในจิตวิญญาณและการสำแดงผลบนโลก

เวลา **3** นาฬิกา ข้าแต่พระเจ้า ขอทรงโปรดประทานผู้ทูลขอต่อพระองค์ด้วยความเต็มใจ และขอให้เสียงของข้าพเจ้ามีชัยต่อพระองค์ เพื่อการฟื้นฟู การตื่นขึ้น และการปลดปล่อย

วันที่ 2 - การเฝ้าระวังและภาระแห่งจิตวิญญาณ

พระคัมภีร์: เอเสเคียล 3:18-21; มัทธิว 26:41

เอเสเคียล 3:18–21

พระคัมภีร์ฉบับคิงเจมส์ใหม่ (NKJV)

"เมื่อเรากล่าวแก่คนชั่วว่า 'เจ้าจะต้องตายอย่างแน่นอน' และเจ้าไม่ได้เตือนเขา
หรือพูดเพื่อตักเตือนคนชั่วให้ละเว้นจากทางชั่วของเขา เพื่อช่วยชีวิตเขา
คนชั่วนั้นก็จะตายในความชั่วของเขาเอง แต่เราจะเรียกร้องโลหิตของเขาจากมือของเจ้า"
แต่ถ้าท่านตักเตือนคนชั่วแล้วเขาไม่หันกลับจากความชั่วหรือจากทางชั่วของเขา
เขาจะต้องตายในความชั่วของเขาเอง แต่ท่านก็จะช่วยชีวิตของท่านได้
อีกครั้งหนึ่ง เมื่อคนชอบธรรมหันเหจากความชอบธรรมของตนและกระทำความชั่ว
และเราวางสิ่งกีดขวางไว้ต่อหน้าเขา เขาจะต้องตาย เพราะเจ้าไม่ได้เตือนเขา
เขาจะต้องตายในบาปของเขา และความชอบธรรมที่เขาได้กระทำนั้นจะไม่ถูกจดจำ
แต่เราจะเรียกร้องโลหิตของเขาจากมือของเจ้า
แต่ ถ้าท่านตักเตือนคนชอบธรรมไม่ให้ทำบาป และเขาไม่ทำบาป
เขาก็จะรอดชีวิตอย่างแน่นอน เพราะเขารับฟังคำเตือน
และท่านก็จะช่วยชีวิตของท่านได้ด้วย"

ข้อความ (MSG)

"หากเราเตือนคนชั่วว่า 'เจ้ากำลังเดินไปสู่ความตายอย่างรวดเร็ว!'
แล้วเจ้าไม่พูดอะไรออกมาเตือนเขาให้เปลี่ยนพฤติกรรม
คนชั่วก็จะตายไปโดยไม่ได้รับคำเตือนในบาปของเขา และเราจะถือว่าเจ้าต้องรับผิดชอบ"
แต่ถ้าท่านตักเตือนคนชั่วแล้วเขาไม่ยอมเปลี่ยนใจ เขาจะตายในบาปของเขา
แต่ท่านจะรักษาชีวิตของท่านไว้ได้
และหากคนดีหันเหจากความดีไปทำความผิด และฉันได้วางอุปสรรคขวางทางเขาไว้
แล้วเขาตาย คุณจะต้องรับผิดชอบหากคุณไม่ได้เตือนเขา เขาจะตายเพราะบาปของเขา และ
ความดีที่เขาเคยทำมาก่อนจะไม่มีความหมายอะไรเลย—
และฉันจะถือว่าคุณต้องรับผิดชอบ

แต่ถ้าคุณตักเตือนคนดีไม่ให้ทำบาป และเขาฟังและไม่ทำบาป
เขาจะมีชีวิตอยู่ได้เพราะเขารับฟังคำเตือนของคุณอย่างจริงจัง
และคุณก็จะรักษาชีวิตของคุณไว้ได้"

มัทธิว 26:41

พระคัมภีร์ฉบับคิงเจมส์ใหม่ (NKJV)

"จงเฝ้าระวังและอธิษฐาน เพื่อไม่ให้ตกอยู่ในการล่อลวง จิตใจนั้นพร้อม
แต่ร่างกายอ่อนแอ"

ข้อความ (MSG)

"จงระมัดระวังอยู่เสมอ
จงอธิษฐานเพื่อจะได้ไม่หลงเข้าไปในสิ่งล่อใจโดยไม่รู้ตัวว่ากำลังตกอยู่ในอันตราย
ส่วนหนึ่งในตัวคุณนั้นกระตือรือร้นพร้อมที่จะทำทุกสิ่งในพระประสงค์ของพระเจ้า
แต่ก็มีอีกส่วนหนึ่งที่เกียจคร้านเหมือนสุนัขแก่ที่นอนอยู่ข้างกองไฟ"

6 โมง เช้า ข้าแต่พระบิดา โปรดทรงทำให้ข้าพระองค์เป็นผู้เฝ้าระวังที่ซื่อสัตย์ ผู้จะไม่นิ่งเฉยเมื่อชะตากรรม ครอบครัว และประเทศชาติกำลังตกอยู่ในอันตราย

9.00 น. ฉันปฏิเสธความประมาทเลินเล่อในสถานที่แห่งการอธิษฐาน ฉันได้รับปัญญาในการมองเห็นอันตรายก่อนที่มันจะปรากฏขึ้น

12.00 น. ขอให้ภาระแห่งความห่วงใยต่อผู้หลงทาง ผู้ที่หันเหออกไปจากทางที่ถูกต้อง และผู้ที่ได้รับบาดเจ็บทางจิตวิญญาณ จงตกอยู่กับข้าพเจ้าด้วยน้ำหนักอันศักดิ์สิทธิ์

บ่าย **3** โมง วิญญาณชั่วร้ายที่คอยขัดขวางการอธิษฐานของข้าพเจ้า จงสูญเสียอำนาจและก้มลงน้อมรับอำนาจของพระเยซูคริสต์

เวลา **18.00 น.** ข้าพเจ้าขอประกาศว่า ดวงตาของข้าพเจ้าจะต้องเปิดอยู่
หูของข้าพเจ้าจะต้องได้รับการฝึกฝน
และจิตวิญญาณของข้าพเจ้าจะต้องตื่นตัวต่อคำเตือนจากพระเจ้า

21.00 น. ข้าแต่พระเจ้า
โปรดทรงทำให้คริสตจักรของพระองค์เฝ้าระวังต่อต้านการประนีประนอม การล่อลวง และการแทรกซึมของซาตานในชั่วโมงนี้

เที่ยงคืน ข้าพเจ้าขอต่อต้านการซุ่มโจมตีแห่งความมืดทุกรูปแบบที่มุ่งเป้าไปที่เหล่าผู้บริสุทธิ์ และขอวิงวอนต่อพระเจ้าให้เข้ามาขัดขวางแผนการลับที่ซ่อนเร้น

ตีสาม พระบิดา ขอให้การอดอาหารครั้งนี้ช่วยลับคมเกราะเฝ้าระวังของข้าพเจ้า จนกว่าข้าพเจ้าจะอธิษฐานด้วยความแม่นยำ อำนาจ และความอดทนที่ไม่มีวันพ่ายแพ้

วันที่ 3 - บ้านแห่งการอธิษฐานได้รับการบูรณะ

พระคัมภีร์: มัทธิว 21:13; อิสยาห์ 56:7

มัทธิว 21:13

พระคัมภีร์ฉบับคิงเจมส์ใหม่ (NKJV)

"และพระองค์ตรัสกับพวกเขาว่า

'มีเขียนไว้ว่า บ้าน *ของเรา จะถูกเรียกว่าบ้านแห่งการอธิษฐาน*

แต่พวกเจ้ากลับทำให้มันกลายเป็นถ้ำของโจร'"

ข้อความ (MSG)

เขาพูดว่า "มีพระคัมภีร์กล่าวไว้ว่า

บ้านของข้าพเจ้าจะถูกเรียกว่าบ้านแห่งการอธิษฐาน แต่

พวกท่านกลับเปลี่ยนมันให้กลายเป็นที่ซ่อนตัวของโจร"

อิสยาห์ 56:7

พระคัมภีร์ฉบับคิงเจมส์ใหม่ (NKJV)

"แม้พวกเขาเหล่านั้น เราจะนำพวกเขาไปยังภูเขาศักดิ์สิทธิ์ของเรา

และทำให้พวกเขามีความสุขในบ้านแห่งการอธิษฐานของเรา

เครื่องบูชาและเครื่องถวายของพวกเขาจะได้รับการยอมรับบนแท่นบูชาของเรา

เพราะบ้านของเราจะถูกเรียกว่าบ้านแห่งการอธิษฐานสำหรับทุกประชาชาติ"

ข้อความ (MSG)

"เราจะนำพวกเขาไปยังภูเขาศักดิ์สิทธิ์ของเรา

และให้พวกเขามีความสุขในบ้านแห่งการอธิษฐานของเรา

พวกเขาจะได้รับการต้อนรับให้มานมัสการ เช่นเดียวกับคนภายใน

เพื่อนำเครื่องบูชาและเครื่องสังเวยมาถวายที่แท่นบูชาของเรา"

ใช่แล้ว! สถานที่สักการะของข้าพเจ้า

จะเป็นที่รู้จักในฐานะ บ้านแห่งการอธิษฐานสำหรับผู้คนทั้งปวง "

6 โมงเช้า ข้าแต่พระเจ้า โปรดชำระพระวิหารของพระองค์
และขจัดมลทินทั้งปวงที่ขัดขวางการอธิษฐานที่แท้จริง ความบริสุทธิ์ และอำนาจ

9.00 น. ขอให้โจรขโมยความอยากทางวิญญาณทุกตน จงถูกขับไล่ออกไปจากชีวิต บ้าน
และคริสตจักรของข้าพเจ้า ในนามของพระเยซู

เวลา 12.00 น. ข้าพเจ้าประกาศว่า แท่นบูชาแห่งการอธิษฐานจะตั้งขึ้นในทุกประชาคม
ทุกพันธกิจ และทุกครัวเรือนที่พระเจ้าทรงแต่งตั้ง

บ่าย 3 โมง วิญญาณค้าขายทุกชนิดที่ทำลายการนมัสการและดูหมิ่นสิ่งศักดิ์สิทธิ์
จงถูกพิพากษาด้วยไฟของพระเจ้า

18.00 น. ข้าแต่พระบิดา โปรดฟื้นฟูความเคารพ ความสำนึกผิด
และความเกรงกลัวพระเจ้าในสถานศักดิ์สิทธิ์ของประชากรของพระองค์

21.00 น. ขอให้ห้องอธิษฐาน แท่นเทศน์ และบ้านเรือนกลายเป็นประตูสู่พระสิริ
ที่ซึ่งพระคริสต์ทรงประทับบนบัลลังก์ และกิเลสตัณหาถูกปราบปราม

เที่ยงคืน ข้าพเจ้าขออัญเชิญคนรุ่นใหม่ที่รักการทรงสถิตของพระองค์มากกว่าการแสดง
และรักพระสุรเสียงของพระองค์มากกว่าเสียงปรบมือ

ตี 3 ข้าแต่พระเจ้า
ขอทรงโปรดให้คริสตจักรของพระองค์เป็นบ้านแห่งการอธิษฐานเพื่อประชาชาติทั้งปวง
และขอให้การฟื้นฟูเกิดขึ้นจากแท่นบูชา

วันที่ 4 - เสียงคร่ำครวญที่ยังคงอยู่

พระคัมภีร์: โรม 8:26,34; ลูกา 6:12

โรม 8:26

พระคัมภีร์ฉบับคิงเจมส์ใหม่ (NKJV)

" เช่นเดียวกัน พระวิญญาณก็ทรงช่วยเราในความอ่อนแอของเรา
เพราะเราไม่รู้ว่าจะอธิษฐานขออะไรอย่างถูกต้อง
แต่พระวิญญาณเองทรงอธิษฐานวิงวอนแทนเราด้วยการคร่ำครวญที่ไม่อาจกล่าวออกมาได้"

ข้อความ (MSG)

"ในขณะเดียวกัน เมื่อใดก็ตามที่เราเหนื่อยล้าจากการรอคอย
พระวิญญาณของพระเจ้าจะอยู่เคียงข้างเราและช่วยเหลือเรา
หากเราไม่รู้ว่าจะอธิษฐานอย่างไรหรืออธิษฐานเรื่องอะไร ก็ไม่เป็นไร
พระองค์จะทรงอธิษฐานแทนเรา เปลี่ยนเสียงถอนหายใจที่ไร้คำพูด
เสียงคร่ำครวญที่เจ็บปวดของเราให้กลายเป็นการอธิษฐาน"

โรม 8:34

พระคัมภีร์ฉบับคิงเจมส์ใหม่ (NKJV)

"ใครเล่าจะกล่าวโทษได้? ก็คือพระคริสต์ผู้ทรงสิ้นพระชนม์
และทรงฟื้นขึ้นจากความตายแล้ว ประทับอยู่เบื้องขวาของพระเจ้า
และทรงอธิษฐานวิงวอนเพื่อเราด้วย"

ข้อความ (MSG)

31-39 ดังนั้น คุณคิดอย่างไร? เมื่อพระเจ้าอยู่เคียงข้างเราเช่นนี้ เราจะพ่ายแพ้ได้อย่างไร?
ถ้าพระเจ้าไม่ลังเลที่จะเสี่ยงทุกอย่างเพื่อเรา โอบกอดสภาพของเรา
และเปิดเผยพระองค์เองต่อสิ่งเลวร้ายที่สุดโดยการส่งพระบุตรของพระองค์มา
มีสิ่งใดอีกบ้างที่พระองค์จะไม่เต็มใจและเต็มใจทำเพื่อเรา?
และใครจะกล้าต่อว่าพระเจ้าโดยการยุ่งกับผู้ที่พระเจ้าทรงเลือกสรร?
ใครจะกล้าแม้แต่จะชี้นิ้ว? พระองค์ผู้ทรงสิ้นพระชนม์เพื่อเรา—ผู้ทรงฟื้นคืนพระชนม์เพื่อ

เรา!— ทรงอยู่ในพระพักตร์ของพระเจ้าในขณะนี้และทรงปกป้องเรา
คุณคิดว่าจะมีใครสามารถแทรกแซง ความรักของพระคริสต์ที่มีต่อเราได้หรือ? ไม่มีทาง!
ไม่ว่าจะเป็นความลำบาก ความยากลำบาก ความเกลียดชัง ความหิวโหย การไร้ที่อยู่อาศัย
การข่มขู่รังแก การแทงข้างหลัง หรือแม้แต่บาปที่ร้ายแรงที่สุดที่ระบุไว้ในพระคัมภีร์:
พวกเขาฆ่าเราอย่างเลือดเย็นเพราะพวกเขาเกลียดคุณ
เราเหมือนเป้าหมายที่ง่ายต่อการโจมตี พวกเขาค่อย ๆ กำจัดเราทีละคน
สิ่งเหล่านี้ไม่ทำให้เราหวั่นไหวเลย เพราะพระเยซูทรงรักเรา ข้าพเจ้าเชื่อมั่นอย่างยิ่งว่า
ไม่มีอะไรเลย ไม่ว่าจะเป็นสิ่งมีชีวิตหรือสิ่งไม่มีชีวิต ทูตสวรรค์หรือปีศาจ วันนี้หรือพรุ่งนี้
สูงส่งหรือต่ำต้อย คิดได้หรือคิดไม่ได้ *ไม่มีอะไร เลย*
ที่จะมาขวางกั้นระหว่างเรากับความรักของพระเจ้าได้ เพราะพระเยซู
พระอาจารย์ของเราทรงโอบกอดเราไว้เช่นนั้น

6.00 น. พระวิญญาณบริสุทธิ์ โปรดช่วยข้าพเจ้าในความอ่อนแอ
และสอนข้าพเจ้าให้สามารถอธิษฐานได้เหนือขีดจำกัดของมนุษย์
ความเหนื่อยล้าทางอารมณ์ และความอ่อนแอทางจิตใจ

9.00 น. ขอให้การวิงวอนของพระคริสต์เสริมกำลังคำอธิษฐานของข้าพเจ้า
จนกว่าคำอธิษฐานของข้าพเจ้าจะสอดคล้องกับพระประสงค์ของพระเจ้า

เวลา 12.00 น.
ฉันได้รับพระคุณให้สามารถอธิษฐานต่อไปจนกว่าการกระทำอันศักดิ์สิทธิ์จะสำเร็จลุล่วงในทางวิญญาณ

บ่าย 3 โมง
คำกล่าวหาทุกอย่างของศัตรูที่มีต่อชีวิตการอธิษฐานของฉันถูกลบล้างไปหมดแล้วด้วยการวิงวอนของพระเยซู ณ เบื้องขวาของพระเจ้า

18.00 น. ข้าแต่พระเจ้า โปรดทรงเปลี่ยนเสียงถอนหายใจ น้ำตา
และเสียงคร่ำครวญของข้าพระองค์ให้เป็นการวิงวอนที่มีประสิทธิภาพต่อหน้าพระที่นั่งของพระองค์

21.00 น. ฉันปฏิเสธการอธิษฐานที่ผิวเผิน ฉันเข้าสู่ห้วงลึกแห่งความทุกข์ระทม
ที่ซึ่งอาณาจักรเปลี่ยนแปลงและผู้ถูกจองจำได้รับการปลดปล่อย

เที่ยงคืน ขอให้ประตูทุกบานที่ปิดกั้นคำตอบเริ่มเปิดออก
เมื่อพระวิญญาณทรงอธิษฐานวิงวอนผ่านทางข้าพเจ้า

ตีสาม พระบิดา โปรดสอนข้าพเจ้าในความลึกลับแห่งการอธิษฐานที่มีพลัง
จนกว่าข้าพเจ้าจะแบกภาระของสวรรค์ด้วยภาษาของสวรรค์ได้

วันที่ 5 - ความกล้าหาญภายใต้ความกดดัน

ข้อพระคัมภีร์: กิจการ 4:29-30; 2 เธสะโลนิกา 3:1-2

กิจการ 4:29–30

พระคัมภีร์ฉบับคิงเจมส์ใหม่ (NKJV)

"ข้าแต่พระเจ้า ขอทรงทอดพระเนตรคำขู่ของพวกเขา
และขอทรงประทานให้บรรดาผู้รับใช้ของพระองค์มีความกล้าหาญที่จะประกาศพระวจนะของพระองค์
โดยทรงยื่นพระหัตถ์ออกไปรักษาโรค
และขอให้หมายสำคัญและอัศจรรย์เกิดขึ้นโดยพระนามของพระเยซูผู้รับใช้ผู้บริสุทธิ์ของพระองค์"

ข้อความ (MSG)

กิจการ 4:29–31 (บริบทเพื่อความชัดเจน)

"และตอนนี้พวกมันก็ทำแบบนั้นอีกแล้ว! ขอทรงจัดการกับภัยคุกคามของพวกมัน
และขอทรงประทานความมั่นใจอย่างไม่เกรงกลัวแก่ผู้รับใช้ของพระองค์ในการประกาศพระวจนะของพระองค์
ขณะที่พระองค์ทรงยื่นพระหัตถ์มาหาเราด้วยการรักษาโรค การอัศจรรย์
และสิ่งมหัศจรรย์ต่างๆ ที่กระทำในพระนามของพระเยซูผู้รับใช้ผู้บริสุทธิ์ของพระองค์"
ขณะที่พวกเขากำลังอธิษฐาน สถานที่ที่พวกเขาประชุมอยู่ก็สั่นสะเทือน
พวกเขาทุกคนเต็มเปี่ยมด้วยพระวิญญาณบริสุทธิ์และยังคงกล่าวพระวจนะของพระเจ้าด้วยความมั่นใจอย่างไม่เกรงกลัว

2 เธสะโลนิกา 3:1–2

พระคัมภีร์ฉบับคิงเจมส์ใหม่ (NKJV)

"สุดท้ายนี้ พี่น้องทั้งหลาย โปรดอธิษฐานเพื่อเราด้วย
เพื่อพระวจนะของพระเจ้าจะได้แพร่กระจายไปอย่างรวดเร็วและได้รับการยกย่อง
เหมือนอย่างที่เกิดขึ้นกับท่านทั้งหลาย
และเพื่อเราจะได้พ้นจากคนอธรรมและคนชั่วร้าย เพราะไม่ใช่ทุกคนที่มีความเชื่อ"

ข้อความ (MSG)

2 เธสะโลนิกา 3:1–3 (บริบทเพื่อความชัดเจน)

"อีกเรื่องหนึ่งนะครับเพื่อนๆ: โปรดอธิษฐานเพื่อเราด้วย

อธิษฐานขอให้พระวจนะของพระอาจารย์แพร่กระจายไปทั่วประเทศอย่างรวดเร็วและได้รับการตอบรับอย่างล้นหลามเช่นเดียวกับที่เกิดขึ้นในหมู่พวกท่าน และอธิษฐานขอให้เราได้รับการช่วยให้รอดพ้นจากคนชั่วเหล่านั้นที่พยายามจะทำร้ายเรา

ไม่ใช่ทุกคนที่จะทำได้เช่นนี้"

แต่พระอาจารย์ไม่เคยทอดทิ้งเรา

พระองค์จะอยู่เคียงข้างคุณและปกป้องคุณจากความชั่วร้าย"

6.00 น. ข้าแต่พระเจ้า โปรดทอดพระเนตรภัยคุกคามของศัตรู และโปรดประทานความกล้าหาญแก่ผู้รับใช้ของพระองค์ เพื่อให้พวกเขาสามารถพูด อธิษฐาน และกระทำการ โดยปราศจากความกลัว

เวลา **9.00 น.** ข้าพเจ้าขอประกาศว่า การข่มขู่จะไม่ทำให้ข้าพเจ้าเงียบ และการต่อต้านจะไม่ทำให้ข้าพเจ้าอ่อนแอลง

12.00 น. ยื่นพระหัตถ์ของพระองค์ออกไปเพื่อรักษา ปลดปล่อย และยืนยันพระวจนะของพระองค์ด้วยหมายสำคัญที่เชิดชูพระเยซูคริสต์

15.00 น. ขอให้พระวจนะของพระเจ้าแพร่กระจายไปอย่างรวดเร็วในคริสตจักร เมือง และประเทศของเรา และทำลายกำแพงแห่งซาตานทุกอย่าง

18.00 น. โปรดช่วยประชากรของพระองค์ให้พ้นจากคนชั่วช้าและไร้เหตุผล ผู้ซึ่งทำสงครามต่อต้านความจริง ความชอบธรรม และความยุติธรรม

เวลา **21.00 น.** ข้าพเจ้าจะเอาชนะความกลัวและบัญชาให้ความกล้าหาญ ความชัดเจน และอำนาจแห่งอัครสาวกผุดขึ้นในพระกายของพระคริสต์

เที่ยงคืน
คำยุยงปลุกปั่นแห่งความมืดทุกอย่างที่ขัดขวางความก้าวหน้าของอาณาจักรพระเจ้าจะถูกทำลายไปโดยลมหายใจของพระเจ้า

ตีสาม พระบิดา โปรดเปลี่ยนอุปสรรคให้เป็นเวทีเพื่อพระสิริของพระองค์ และโปรดใช้การข่มเหงเป็นเครื่องมือในการเผยแพร่พระกิตติคุณ

วันที่ 6 -
การแทรกแซงจากทูตสวรรค์และการปลดปล่อยเหนือธรรมชาติ

ข้อพระคัมภีร์: กิจการ 12:5-9; ลูกา 10:19

กิจการ 12:5–9
พระคัมภีร์ฉบับคิงเจมส์ใหม่ (NKJV)
ดังนั้นเปโตรจึงถูกคุมขัง แต่คริสตจักรได้อธิษฐานต่อพระเจ้าอย่างต่อเนื่องเพื่อเขา
และเมื่อเฮโรดกำลังจะนำเปโตรออกมา ในคืนนั้นเปโตรกำลังนอนหลับอยู่
โดยถูกล่ามด้วยโซ่สองเส้นระหว่างทหารสองคน และยามที่เฝ้าประตูคุกก็เฝ้ารักษาการณ์อยู่
แล้วทูตสวรรค์ของพระเจ้าก็มาปรากฏแก่เขา และมีแสงสว่างส่องเข้ามาในคุก
ทูตสวรรค์นั้นจึงตีเปโตรที่สีข้างและทรงยกเขาขึ้นพลางตรัสว่า "จงลุกขึ้นโดยเร็ว!"
และโซ่ตรวนก็หลุดออกจากมือของเขา
แล้วทูตสวรรค์ก็กล่าวแก่เขาว่า "จงคาดเข็มขัดและผูกรองเท้า" และ เขา ก็ ทำตาม
แล้วทูตสวรรค์ก็กล่าวแก่เขาว่า "จงสวมเสื้อผ้าและตามเรามา"
ดังนั้น เขาจึงออกไปและติดตามทูตสวรรค์นั้นไป
โดยไม่รู้ว่าสิ่งที่ทูตสวรรค์ทำนั้นเป็นเรื่องจริง แต่คิดว่าตนเองกำลังเห็นนิมิต

ข้อความ (MSG)
กิจการ 12:5–11 (บริบทเพื่อความชัดเจน)
ตลอดเวลาที่เปโตรถูกคุมขังอย่างเข้มงวดในเรือนจำ
คริสตจักรได้อธิษฐานเพื่อเขาอย่างสุดกำลัง
แล้วถึงเวลาที่เฮโรดจะนำตัวเปโตรออกมาพิจารณาคดีต่อหน้าสาธารณชน
คืนนั้นถึงแม้เปโตรจะถูกล่ามโซ่ไว้กับทหารสองคน คนหนึ่งอยู่ข้างละคน
และมีทหารยามเฝ้าประตูคอยจับตาดูอยู่ เปโตรก็หลับสนิทเหมือนเด็กทารก
ทันใดนั้นก็มีเทวดาปรากฏตัวอยู่ข้างๆ เขา และแสงสว่างก็สาดส่องเข้ามาในห้อง
เทวดาเขย่าตัวปีเตอร์และดึงเขาขึ้นมา "เร็วเข้า!" เขากล่าว

กุญแจมือหลุดออกจากข้อมือของเขา
เทวดากล่าวว่า "แต่งตัวซะ ใส่รองเท้าด้วย"
ปีเตอร์ทำสำเร็จแล้ว
"สวมเสื้อคลุมไว้บนไหล่แล้วตามฉันมา"
ปีเตอร์เดินตามเขาไป แต่ไม่เชื่อว่านั่นเป็นเทวดาจริงๆ เขาคิดว่าตัวเองเห็นภาพหลอน

ลูกา 10:19

พระคัมภีร์ฉบับคิงเจมส์ใหม่ (NKJV)

"ดูเถิด เราให้สิทธิอำนาจแก่เจ้าในการเหยียบงูและแมงป่อง
และเหนืออำนาจทั้งปวงของศัตรู และไม่มีสิ่งใดจะทำร้ายเจ้าได้เลย"

ข้อความ (MSG)

ลูกา 10:18–20 (บริบทเพื่อความชัดเจน)

พระเยซูตรัสว่า "เรารู้ เราเห็นซาตานล้มลง เหมือนสายฟ้าฟาดลงมาจากฟ้า"
เห็นไหมว่าฉันให้อะไรกับคุณ? เส้นทางที่ปลอดภัยขณะที่คุณเดินบนงูและแมงป่อง
และการปกป้องจากการโจมตีทุกรูปแบบของศัตรู ไม่มีอะไรจะทำร้ายคุณได้
อย่างไรก็ตาม ชัยชนะที่ยิ่งใหญ่ที่สุดไม่ได้อยู่ที่อำนาจของคุณเหนือความชั่วร้าย
แต่อยู่ที่อำนาจของพระเจ้าเหนือคุณและการทรงสถิตอยู่กับคุณ ไม่ใช่สิ่งที่คุณทำเพื่อพระเจ้า
แต่เป็นสิ่งที่พระเจ้าทำเพื่อคุณ นั่นคือเป้าหมายของการชื่นชมยินดี"

6.00 น. ข้าแต่พระเจ้า ในเมื่อได้มีการอธิษฐานอย่างจริงจังเพื่อเปโตร ขอให้โซ่ตรวนหลุดออกจากเชลยทุกคนที่ถูกกำหนดไว้เพื่อจุดประสงค์ของอาณาจักรพระเจ้า

เวลา 9.00 น. ข้าพเจ้าขอประกาศปลดปล่อยผู้ที่ถูกจองจำด้วยความกลัว การเสพติด เวทมนตร์ ความผิดพลาด และการกดขี่ทางจิตวิญญาณด้วยพลังเหนือธรรมชาติ

12.00 น.
ขอให้เหล่าทูตสวรรค์เข้ามาแทรกแซงในสถานการณ์ที่ความช่วยเหลือจากมนุษย์ล้มเหลว และความมืดมิดคิดว่าตนเองได้ครอบงำแล้ว

บ่าย 3 โมง ประตูเหล็กทุกบานที่ขัดขวางการรุกคืบของพระเจ้า จงเปิดออกด้วยตนเองต่อหน้าอำนาจของพระเจ้า

18.00 น. ข้าพเจ้าจะเหยียบย่ำงู แมงป่อง และอำนาจทั้งปวงของศัตรู ไม่มีสิ่งใดจะเอาชนะพระบัญชาของพระเจ้าได้ไม่ว่าด้วยวิธีใดก็ตาม

21.00 น. พระบิดา โปรดปลุกชะตากรรมที่หลับใหล และนำพาประชากรของพระองค์ออกจากคุกที่มองไม่เห็น ไปสู่เสรีภาพและภารกิจ

เที่ยงคืน โซ่ ตรวนทุกเส้นที่ถูกตีขึ้นในที่ลับเพื่อทำร้ายข้าพเจ้า ครอบครัวของข้าพเจ้า และคริสตจักร จงขาดสะบั้นไปในพระนามของพระเยซู

3.00 น. ขอให้คำพยานแห่งการช่วยให้รอดพ้นอย่างอัศจรรย์ทวีคูณขึ้น และขอให้คริสตจักรได้รู้จักการปฏิบัติศาสนกิจแห่งการช่วยเหลือจากทูตสวรรค์อีกครั้ง

วันที่ 7 - ผู้คนที่รอคอย ตะเกียงที่ยังคงส่องสว่าง

พระคัมภีร์: ลูกา 2:25-38; สดุดี 37:7

ลูกา 2:25–38

พระคัมภีร์ฉบับคิงเจมส์ใหม่ (NKJV)

และดูเถิด มีชายคนหนึ่งในเยรูซาเล็มชื่อซีเมโอน เขาเป็นคนชอบธรรมและเคร่งศาสนา
รอคอยการปลอบประโลมของอิสราเอล และพระวิญญาณบริสุทธิ์ทรงสถิตอยู่กับเขา
และพระวิญญาณบริสุทธิ์ได้ทรงเปิดเผยแก่เขาว่า
เขาจะไม่ตายก่อนที่จะได้เห็นพระคริสต์ของพระเจ้า
ดังนั้น เขาจึงเข้าไปในพระวิหาร โดยพระวิญญาณ
และเมื่อบิดามารดานำพระเยซูเจ้าเข้ามาเพื่อทำตามธรรมเนียมของกฎหมาย
เขาก็อุ้มพระองค์ไว้ในอ้อมแขนและสรรเสริญพระเจ้าแล้วกล่าวว่า:
“ข้าแต่พระเจ้า บัดนี้พระองค์ทรงอนุญาตให้ผู้รับใช้ของพระองค์จากไปอย่างสงบสุข
ตามพระวจนะของพระองค์ เพราะดวงตาของข้าพระองค์ได้เห็นความรอดของพระองค์
ซึ่งพระองค์ทรงเตรียมไว้ต่อหน้าชนชาติทั้งปวง
เป็นแสงสว่างที่จะนำการเปิดเผยมาสู่ชนต่างชาติ
และเป็นสง่าราศีของชนชาติอิสราเอลของพระองค์”
และโยเซฟกับมารดาของพระองค์ต่างประหลาดใจในสิ่งต่างๆ ที่กล่าวถึงพระองค์
แล้วซีเมโอนก็อวยพรพวกเขา และกล่าวแก่มาเรียมารดาของพระองค์ว่า “ดูเถิด
เด็กคนนี้ถูกกำหนดไว้สำหรับการล้มลงและการลุกขึ้นของคนจำนวนมากในอิสราเอล
และเพื่อเป็นเครื่องหมายที่จะถูกกล่าวร้าย (ใช่แล้ว
ดาบจะแทงทะลุจิตวิญญาณของท่านด้วย)
เพื่อความคิดในใจของคนจำนวนมากจะปรากฏออกมา”
มีหญิงคนหนึ่งชื่ออันนา เป็นผู้พยากรณ์ เป็นบุตรสาวของฟานูเอล จากเผ่าอาเชอร์
นางมีอายุมากแล้ว และเคยอยู่กับสามีมาเจ็ดปีนับตั้งแต่ยังเป็นสาวพรหมจรรย์
และหญิงนี้เป็นม่ายอายุประมาณแปดสิบสี่ปี นาง ไม่เคยละทิ้งพระวิหาร
แต่รับใช้พระเจ้าด้วย การถือศีลอด และอธิษฐานทั้งกลางวันและกลางคืน

และเมื่อนางเข้ามาในขณะนั้น นางก็ขอบพระคุณพระเจ้า
และกล่าวถึงพระองค์แก่บรรดาผู้ที่รอคอยการไถ่บาปในเยรูซาเล็ม

ข้อความ (MSG)

ลูกา 2:25–38 (การแปลตามบริบทเพื่อให้อ่านได้ลื่นไหล)

ในกรุงเยรูซาเล็มในเวลานั้น มีชายคนหนึ่งชื่อซีเมโอน เขาเป็นคนดี เป็นคนชอบอธิษฐาน
รอคอยความช่วยเหลือสำหรับอิสราเอล พระวิญญาณบริสุทธิ์ทรงสถิตอยู่กับเขา
พระวิญญาณบริสุทธิ์ได้ทรงสำแดงแก่เขาว่าเขาจะได้เห็นพระเมสสิยาห์ของพระเจ้าก่อนที่เข
าจะตาย โดยการนำของพระวิญญาณ เขาจึงเข้าไปในพระวิหาร
เมื่อบิดามารดาของพระเยซูนำพระองค์เข้ามาเพื่อประกอบพิธีกรรมตามกฎหมาย
ซิเมโอนได้อุ้มพระองค์ไว้ในอ้อมแขนและสรรเสริญพระเจ้า:
"ข้าแต่พระเจ้า บัดนี้พระองค์ทรงปล่อยผู้รับใช้ของพระองค์ได้แล้ว
ปล่อยข้าพระองค์ไปอย่างสงบสุขตามที่พระองค์ทรงสัญญาไว้
ข้าพระองค์ได้เห็นความรอดของพระองค์ด้วยตาของข้าพระองค์เองแล้ว
บัดนี้ความรอดนั้นปรากฏชัดแก่ทุกคนแล้ว
เป็นแสงสว่างที่เปิดเผยพระเจ้าแก่ชนชาติที่ไม่ใช่ชาวยิว
และเป็นสง่าราศีสำหรับชนชาติอิสราเอลของพระองค์"
พ่อและแม่ของพระเยซูต่างตกตะลึงจนพูดไม่ออกเมื่อได้ยินคำพูดเหล่านั้น
ซีเมโอนจึงอวยพรพวกเขา และกล่าวกับมารีย์ผู้เป็นมารดาว่า
"เด็กคนนี้เป็นสัญลักษณ์ทั้งความล้มเหลวและการฟื้นฟูของหลายคนในอิสราเอล
เป็นบุคคลที่ถูกเข้าใจผิดและถูกโต้แย้ง เปรียบเสมือนความเจ็บปวดจากการถูกดาบแทง
แต่การถูกปฏิเสธจะบังคับให้เกิดความซื่อสัตย์
เพราะพระเจ้าจะทรงเปิดเผยว่าพวกเขาเป็นใครกันแน่"
อันนาผู้พยากรณ์ก็อยู่ที่นั่นด้วย เธอเป็นธิดาของฟานูเอลจากเผ่าอาเชอร์
บัดนี้นางเป็นหญิงชรามากแล้ว นางแต่งงานมาเจ็ดปีและเป็นม่ายมาแปดสิบสี่ปี
เธอไม่เคยออกจากบริเวณวัดเลย เธอบำเพ็ญภาวนาทั้งกลางวันและกลางคืนด้วยการถือ
ศีลอด และอธิษฐาน
ในขณะที่ซีเมโอนกำลังอธิษฐานอยู่นั้น นางก็ปรากฏตัวขึ้น ร้องเพลงสรรเสริญพระเจ้า
และพูดถึงพระกุมารแก่ทุกคนที่กำลังรอคอยการปลดปล่อยกรุงเยรูซาเล็มอย่างใจจดใจจ่อ

สดุดี 37:7

พระคัมภีร์ฉบับคิงเจมส์ใหม่ (NKJV)

จงพักพิงในพระเจ้า และรอคอยพระองค์อย่างอดทน

อย่ากังวลใจเพราะคนเหล่านั้นที่ประสบความสำเร็จในทางของเขา

และเพราะคนเหล่านั้นที่วางแผนชั่วร้ายให้สำเร็จ

ข้อความ (MSG)

สดุดี 37:7–9 (ลำดับเหตุการณ์ตามบริบท)

จงสงบจิตใจต่อหน้าพระเจ้า

จงอธิษฐานต่อพระองค์

อย่าไปสนใจพวกที่ไต่เต้าขึ้น

ไปโดยใช้กำลังหรือวิธีการต่างๆ

ระงับความโกรธของคุณ กำจัดความเดือดดาลของ

คุณ ใจเย็นลงเสียก่อน—เพราะนั่นจะยิ่งทำให้สถานการณ์แย่ลง

อีกไม่นานพวกโจรก็จะล้มละลาย

นักลงทุนผู้มั่งคั่งจะเข้ามาเป็นเจ้าของร้านในที่สุด

6.00 น. ข้าแต่พระบิดา โปรดทรงทำให้ข้าพระองค์เป็นเหมือนซีเมโอนและอันนา ผู้ซึ่งอดทนรอคอยอย่างมั่นคง บริสุทธิ์ในความคาดหวัง และซื่อสัตย์ในการอุทิศตน

9.00 น. ข้าพเจ้าปฏิเสธความไม่เชื่อที่ก่อความกระวนกระวาย ข้าพเจ้าได้รับพระคุณให้รอคอยพระเจ้าโดยไม่ท้อแท้ บ่น หรือถอยหนี

12.00 น. ขอให้ทุกคำสัญญาที่ทรงให้ไว้กับชีวิตของข้าพเจ้า ครอบครัวของข้าพเจ้า และคริสตจักรของพระองค์ จงคงอยู่จนถึงเวลาแห่งการสำแดงผล

บ่าย 3 โมง ข้าแต่พระเจ้า

โปรดทรงประทานกำลังใจแก่ผู้ที่อธิษฐานวิงวอนซึ่งรอคอยมานาน ขอให้ดวงตาของพวกเขาได้เห็นการปลอบประโลมที่พระองค์ทรงสัญญาไว้

18.00 น. ข้าพเจ้าขอประกาศว่า ความล่าช้าจะไม่ก่อให้เกิดความสงสัย และกระบวนการจะไม่ทำให้คำพยากรณ์เป็นโมฆะ

21.00 น. วิญญาณแห่งการยอมจำนนก่อนเวลาอันควรทั้งหลาย จงสูญเสียอำนาจเหนือเหล่าผู้บริสุทธิ์และเหนือคนรุ่นนี้ไป

เที่ยงคืน พระบิดา

โปรดประทานพรแก่ผู้แสวงหาทั้งกลางวันและกลางคืนด้วยการพบปะที่ไม่อาจปฏิเสธได้ คำสัญญาที่สำเร็จ และความกระจ่างแจ้งแห่งคำพยากรณ์

ตี 3 ขอให้การวิงวอนอย่างอดทนเติบโตเป็นการเยี่ยมเยียนอย่างเปิดเผย และขอให้ครรภ์ที่รอคอยนำมาซึ่งพระประสงค์อันศักดิ์สิทธิ์

วันที่ 8 - การจัดระเบียบเกทเซมาเน

พระคัมภีร์: มัทธิว 26:36-46; มัทธิว 6:10

มัทธิว 26:36-46
ฉบับคิงเจมส์ใหม่
การภาวนาในสวน
36 แล้วพระเยซูเสด็จไปกับพวกเขาถึงที่แห่งหนึ่งชื่อเกทเซมานี และตรัสกับเหล่าสาวกว่า
"จงนั่งอยู่ที่นี่เถิด ขณะที่เราจะไปอธิษฐานที่นั่น" 37
แล้วพระองค์ทรงพาเปโตรและบุตรชายทั้งสองของเศเบดีไปด้วย
และพระองค์ทรงเริ่มเศร้าโศกและทุกข์ใจอย่างยิ่ง 38 แล้วพระองค์ตรัสกับพวกเขาว่า
"จิตใจของเราเศร้าโศกอย่างยิ่งจนแทบจะตายอยู่แล้ว จงอยู่ที่นี่และเฝ้าระวังอยู่กับเราเถิด"
39 พระองค์เสด็จไปอีกหน่อยแล้วทรงก้มลงกราบและอธิษฐานว่า
"ข้าแต่พระบิดาของข้าพระองค์ ถ้าเป็นไปได้ ขอให้ถ้วยนี้ผ่านพ้นไปจากข้าพระองค์เถิด
แต่ถึงกระนั้นก็ดี ไม่ใช่ตามใจข้าพระองค์ แต่ตามพระ *ประสงค์ของพระองค์เถิด* "
40 แล้วพระองค์เสด็จมาหาเหล่าสาวกและพบว่าพวกเขากำลังนอนหลับอยู่
จึงตรัสกับเปโตรว่า "อะไรกัน! เจ้าเฝ้าระวังอยู่กับเราสักชั่วโมงหนึ่งไม่ได้หรือ? 41
จงเฝ้าระวังและอธิษฐาน เพื่อเจ้าจะ *ไม่* ตกอยู่ในการล่อลวง จิตใจนั้น พร้อม แต่ร่างกาย *อ่อนแอ* "
42 พระองค์เสด็จไปอธิษฐานอีกครั้งหนึ่งว่า "ข้าแต่พระบิดาของข้า พระองค์ ถ้า
ถ้วยนี้จะผ่านพ้นไปจากข้าพระองค์ไม่ได้ นอกจากข้าพระองค์จะดื่มมัน
ขอให้เป็นไปตามพระประสงค์ของพระองค์เถิด" 43 แล้ว
พระองค์เสด็จกลับมาและพบว่าพวกเขานอนหลับอีกแล้ว เพราะพวกเขาง่วงนอนมาก
44 พระองค์จึงจากพวกเขาไป เสด็จไปอีกครั้งหนึ่ง และทรงอธิษฐานเป็นครั้งที่สาม
โดยตรัสถ้อยคำเดิม 45 แล้วพระองค์เสด็จกลับมาหาเหล่าสาวกและตรัสกับพวกเขาว่า "
พวกเจ้า ยังนอนหลับพักผ่อนอยู่อีกหรือ? ดูเถิด เวลา [b] ใกล้เข้ามาแล้ว
และบุตรมนุษย์จะถูกทรยศไปอยู่ในมือของคนบาป 46 จงลุกขึ้นเถิด เราไปกันเถอะ ดูเถิด
ผู้ทรยศ เรา อยู่ใกล้แล้ว"

มัทธิว 26:36-46

ข้อความ

36-38 แล้วพระเยซูจึงเสด็จไปยังสวนเกทเซมานีและตรัสกับเหล่าสาวกว่า "จงอยู่ที่นี่เถิด
ขณะที่เราจะไป อธิษฐานที่นั่น"
พระองค์ทรงพาเปโตรและบุตรชายทั้งสองของเศเบดีไปด้วย
แล้วทรงตกอยู่ในความเศร้าโศกอย่างแสนสาหัส จากนั้นพระองค์ตรัสว่า
"ความเศร้าโศกนี้กำลังบดขยี้ชีวิตของเรา จงอยู่ที่นี่และเฝ้าระวังอยู่กับเราเถิด"
39 เมื่อเดินไปข้างหน้าอีกหน่อย เขาก็ล้มลงกราบและอธิษฐานว่า "พระบิดาของข้าพระองค์
ถ้าหากมีหนทางใด โปรดช่วยข้าพระองค์ให้พ้นจากเรื่องนี้ด้วย
แต่ขออย่าให้เป็นไปตามที่ข้าพระองค์ต้องการเลย พระองค์ต่างหากที่ *ทรง* ต้องการ"
40-41 เมื่อพระองค์เสด็จกลับมาหาเหล่าสาวก พระองค์ทรงพบว่าพวกเขานอนหลับสนิท
พระองค์จึงตรัสกับเปโตรว่า "เจ้าอยู่กับเราสักชั่วโมงหนึ่งไม่ได้หรือ?
จงระมัดระวังตัวอยู่เสมอ
จงอธิษฐานเพื่อเจ้าจะไม่หลงเข้าไปในสิ่งล่อใจโดยไม่รู้ตัวว่ากำลังตกอยู่ในอันตราย
มีส่วนหนึ่งในตัวเจ้าที่กระตือรือร้นพร้อมที่จะทำทุกสิ่งในพระเจ้า
แต่ก็มีอีกส่วนหนึ่งที่เกียจคร้านเหมือนสุนัขแก่ที่นอนอยู่ข้างกองไฟ"
42 แล้วพระองค์ก็เสด็จจากพวกเขาไปเป็นครั้งที่สอง แล้วทรงอธิษฐาน อีก ว่า
"พระบิดาของข้าพระองค์ ถ้าไม่มีทางอื่นนอกจากนี้แล้ว
คือข้าพระองค์ดื่มถ้วยนี้จนหมดสิ้น ข้าพระองค์ก็พร้อมแล้ว
ขอทรงทำตามพระประสงค์ของพระองค์เถิด"
43-44 เมื่อพระองค์เสด็จกลับมา ก็พบว่าพวกเขานอนหลับสนิทอีกครั้ง
พวกเขาไม่สามารถลืมตาได้เลย คราวนี้พระองค์จึงปล่อยให้พวกเขานอนหลับต่อไป
แล้วเสด็จกลับไปอธิษฐานเป็นครั้งที่สาม โดยเสด็จไปยังที่เดิมเป็นครั้งสุดท้าย
45-46 เมื่อเขากลับมาอีกครั้ง เขาพูดว่า "พวกเจ้าจะนอนต่ออีกหรือ?
เวลาของเราใกล้หมดแล้ว บุตรมนุษย์กำลังจะถูกมอบไว้ในมือของคนบาป ลุกขึ้นเถอะ!
ไปกันเถอะ! ผู้ทรยศเราอยู่ที่นี่แล้ว"

มัทธิว 6:10

ฉบับคิงเจมส์ใหม่

10 ขอให้ราชอาณาจักรของพระองค์มาถึง
ขอให้พระประสงค์ของพระองค์สำเร็จบนโลกเช่นเดียวกับ *ใน* สวรรค์

มัทธิว 6:10-13

ข้อความ

7-13 "โลกนี้เต็มไปด้วยคนที่เรียกตัวเองว่านักรบแห่งการอธิษฐาน
แต่แท้จริงแล้วไม่รู้เรื่องการอธิษฐานเลย พวกเขาเต็มไปด้วยสูตร วิธีการ และ
คำแนะนำต่างๆ มากมาย คอยเสนอเทคนิคต่างๆ เพื่อให้ได้สิ่งที่คุณต้องการจากพระเจ้า
อย่าหลงเชื่อเรื่องไร้สาระเหล่านั้น นี่คือ พระบิดา ของคุณ ที่คุณกำลังติดต่อด้วย
และพระองค์ทรงรู้ดีกว่าคุณว่าคุณต้องการอะไร ด้วยพระเจ้าที่รักคุณเช่นนี้
คุณสามารถอธิษฐานได้อย่างง่ายๆ ดังนี้:

ข้าแต่พระบิดาในสวรรค์
โปรดเปิดเผยพระองค์เอง โปรดแก้ไขโลกให้ถูกต้อง โปรดทำสิ่งที่ดีที่สุด—
ดังเช่นเบื้องบน ก็ดังเช่นที่เกิดขึ้นในโลกเบื้องล่าง โปรดประทานอาหารสามมื้อให้แก่เรา
โปรดประทานการอภัยโทษให้แก่เรา และให้เราให้อภัยผู้อื่น
โปรดปกป้องเราให้ปลอดภัยจากตัวเราเองและจากปีศาจ พระองค์ทรงเป็นผู้ปกครอง!
พระองค์ทรงทำได้ทุกสิ่งตามที่พระองค์ประสงค์! พระองค์ทรงงดงามเจิดจรัส! ใช่ ใช่ ใช่

6 โมง เช้า ข้าแต่พระบิดา ขออย่าให้เป็นไปตามความประสงค์ของเรา
แต่ขอให้เป็นไปตามความประสงค์ของพระองค์ในเรา ผ่านเรา
และโดยทางคริสตจักรของพระองค์ในฤดูกาลแห่งยุทธศาสตร์นี้

9.00 น. จงปล่อยให้แผนการทางโลกทุกอย่างดับสูญไป ณ แท่นบูชา
จนกว่าคำแนะนำของพระเจ้าจะดำรงอยู่เหนือสิ่งอื่นใด

เวลา 12.00 น. ฉันได้รับกำลังใจให้ภาวนาท่ามกลางความเศร้าโศก ความกดดัน
และการต่อต้าน โดยไม่ละทิ้งการเชื่อฟัง

บ่าย 3 โมง ขอให้ความทุกข์ยากทุกอย่างที่ไม่ได้มาจากพระองค์ผ่านพ้นไป
และขอให้พระองค์ทรงประทานพระคุณให้ทรงทำภารกิจทุกอย่างให้สำเร็จลุล่วงด้วยดี

18.00 น. ข้าแต่พระเจ้า โปรดทรงจัดระเบียบความปรารถนา การตัดสินใจ
และคำประกาศของเราให้สอดคล้องกับแบบแผนของสวรรค์

เวลา 21.00 น. ฉันจะทำให้เสียงแห่งเนื้อหนังทั้งหมดที่ต่อต้านการยอมจำนน
ความบริสุทธิ์ และการเชื่อฟังที่ต้องเสียสละเงียบลง

เที่ยงคืน
ขอให้คริสตจักรออกมาจากเกทเซมานีด้วยการอุทิศตนที่มั่นคงและเจตจำนงที่ไม่ย่อท้อ

ตี 3 พระบิดา โปรดประทานบัพติศมาแก่ข้าพระองค์ด้วย ความนอบน้อม
จนกว่าการอธิษฐานจะกลายเป็นความสอดคล้องกับพระประสงค์นิรันดร์ของพระองค์

วันที่ 9 - โมเสสที่ช่องเขา

ข้อพระคัมภีร์: อพยพ 32:11-14; อพยพ 32:30-33

อพยพ 32:11-14

ฉบับคิงเจมส์ใหม่

11 แล้วโมเสสก็อ้อนวอนต่อ พระเจ้า ของเขาว่า “ข้าแต่พระเจ้า
เหตุใดพระพิโรธของพระองค์จึงลุกโชนต่อประชากรของพระองค์ซึ่งพระองค์ทรงนำออกมา
จากแผ่นดินอียิปต์ด้วยฤทธิ์อำนาจอันยิ่งใหญ่และพระหัตถ์อันทรงพลัง?
12 เหตุใด
ชาวอียิปต์จึงกล่าวว่า ‘พระองค์ทรงนำพวกเขาออกมาเพื่อทำร้ายพวกเขา
เพื่อฆ่าพวกเขาบนภูเขา และเพื่อทำลายพวกเขาให้สิ้นซากแผ่นดิน’?
ขอทรงหันเหพระพิโรธอันรุนแรงของพระองค์
และทรงผ่อนปรนการทำร้ายประชากรของพระองค์
13 ขอทรงระลึกถึงอับราฮัม อิสอัค
และอิสราเอล ผู้รับใช้ของพระองค์ ซึ่งพระองค์ทรงสาบานด้วยพระองค์เองว่า
‘เราจะทวีคูณเชื้อสายของเจ้าให้มากมายเหมือนดวงดาวในฟ้าสวรรค์
และแผ่นดินทั้งหมดนี้ที่เราได้กล่าวไว้ เราจะมอบให้แก่เชื้อสายของเจ้า
และพวกเขาจะได้เป็นมรดก *ตลอด* ไป ’ ”
14
ดังนั้นพระเจ้าจึงทรงละเว้นจากอันตรายที่พระองค์ตรัสว่าจะทรงกระทำต่อประชากรของพร
ะองค์

อพยพ 32:11-14

ข้อความ

11-13 โมเสสพยายามปลอบโยนพระเจ้าของเขา เขาพูดว่า “พระเจ้าข้า
ทำไมพระองค์จึงทรงพิโรธต่อประชากรของพระองค์?
ทำไมพระองค์ทรงนำพวกเขาออกจากอียิปต์ด้วยการแสดงอำนาจและพละกำลังอันยิ่งใหญ่
ทำไมจึงปล่อยให้ชาวอียิปต์พูดว่า ‘พระองค์ทรงประสงค์ร้ายต่อพวกเขา—
พระองค์ทรงนำพวกเขาออกมาเพื่อจะฆ่าพวกเขาในภูเขา
กำจัดพวกเขาให้หมดสิ้นไปจากพื้นโลก’ โปรดระงับความโกรธของพระองค์
คิดให้ดีก่อนที่จะกระทำการชั่วร้ายต่อประชากรของพระองค์! โปรดระลึกถึงอับราฮัม

อิสอัค และอิสราเอล ผู้รับใช้ของพระองค์ที่พระองค์ทรงให้คำมั่นสัญญาไว้ว่า
'เราจะให้เจ้ามีลูกหลานมากมายเหมือนดวงดาวในท้องฟ้า
และเราจะมอบแผ่นดินนี้ให้แก่ลูกหลานของเจ้าเป็นแผ่นดินของพวกเขาตลอดไป'"
14 และพระเจ้าทรงคิดทบทวนอีกครั้ง
พระองค์ทรงตัดสินใจที่จะไม่กระทำการชั่วร้ายตามที่ทรงขู่ไว้ต่อประชากรของพระองค์

อพยพ 32:30-33

ฉบับคิงเจมส์ใหม่

30 วันรุ่งขึ้นโมเสสจึงกล่าวแก่ประชาชนว่า "พวกท่านได้กระทำบาปใหญ่หลวงแล้ว
ฉะนั้นบัดนี้ข้าพเจ้าจะไปทูลองค์พระผู้เป็นเจ้า เพื่อจะทรงชดใช้บาปให้แก่พวกท่าน" 31
แล้วโมเสสจึงกลับไปทูลองค์พระผู้เป็นเจ้าอีกครั้งว่า "โอ้
ประชาชนเหล่านี้ได้กระทำบาปใหญ่หลวง
และได้สร้างรูปเคารพทองคำขึ้นมาสำหรับตนเอง! 32 แต่บัดนี้
ถ้าพระองค์จะทรงยกโทษบาปของพวกเขา—แต่ถ้าไม่
ข้าพเจ้าขอวิงวอนให้ทรงลบชื่อของข้าพเจ้าออกจากหนังสือที่พระองค์ทรงเขียนไว้ด้วยเถิด"
33 และองค์พระผู้เป็นเจ้าตรัสกับโมเสสว่า "ผู้ใดทำบาปต่อเรา
เราจะลบชื่อเขาออกจากบันทึกของเรา"

อพยพ 32:30-34

ข้อความ

30 วันรุ่งขึ้นโมเสสจึงกล่าวแก่ประชาชนว่า "พวกท่านได้ทำบาปอย่างใหญ่หลวง!
แต่ข้าพเจ้าจะไปทูลขอต่อพระเจ้า บางทีข้าพเจ้าอาจจะสามารถล้างบาปให้พวกท่านได้"
31-32 โมเสสกลับไปหาพระเจ้าและกล่าวว่า "นี่มันแย่มาก ประชาชนนี้ ทำบาป —
เป็นบาปมหันต์! พวกเขาสร้างรูปเคารพทองคำขึ้นมาสำหรับตนเอง และบัดนี้
หากพระองค์จะทรงยกโทษบาปของพวกเขา ..." . . แต่ถ้าไม่เป็นเช่นนั้น
ก็ลบชื่อฉันออกจากหนังสือที่คุณเขียนเถอะ"
33-34 พระเจ้าตรัสกับโมเสสว่า
"เราจะลบชื่อเฉพาะผู้ที่ทำบาปต่อเราออกจากบัญชีของเราเท่านั้น
บัดนี้เจ้าจงไปนำประชาชนไปยังที่ที่เราบอกเจ้าไว้ ดูเถิด
ทูตสวรรค์ของเรากำลังนำหน้าเจ้าอยู่ ในวันที่เราจะทำการชำระบัญชี
บาปของพวกเขาจะต้องเป็นส่วนหนึ่งของการชำระบัญชีนั้นด้วย"

6 โมงเช้า ข้าแต่พระเจ้า โปรดสอนข้าพเจ้าให้วิงวอนขอโดยอาศัยพันธสัญญาของพระองค์ พระนามของพระองค์ และ พระประสงค์แห่งการไถ่ ของพระองค์

เวลา 9 โมงเช้า ข้าพเจ้าขอวิงวอนขอความเมตตาจากพระเจ้าเพื่อครอบครัว เมือง และคริสตจักร ในกรณีที่สมควรได้รับการพิพากษา

12.00 น. ขอให้ความโกรธถูกบรรเทาด้วยความเมตตา
และขอให้การสำนึกผิดเปิดประตูสู่การฟื้นฟูแผ่นดินของเรา

บ่าย 3 โมง พระบิดา โปรดระลึกถึงพระสัญญาของพระองค์
และขอให้พันธสัญญาเอาชนะความพินาศในสถานที่ที่ถูกกำหนดไว้สำหรับการฟื้นฟูจากพร
ะเจ้า

18.00 น. ข้าพเจ้าขอแสดงความเห็นอกเห็นใจต่อผู้คนเบื้องหน้าพระองค์
ข้าพเจ้าขอปฏิเสธความเชื่อทางจิตวิญญาณที่เห็นแก่ตัว
และรับเอาภาระหน้าที่ของส่วนรวมมาไว้ด้วย

21.00 น. คำกล่าวหาทุกอย่างที่บอกว่าผู้คนกลุ่มหนึ่งหมดหนทางที่จะฟื้นตัวได้แล้ว
จงเงียบหายไปด้วยพระเมตตาของพระเจ้า

เที่ยงคืน ข้าแต่พระเจ้า
ขอทรงรักษาพยานหลักฐานของพระองค์ท่ามกลางประชาชาติทั้งหลาย
และขอให้พระราชกิจอันยิ่งใหญ่ของพระองค์สำแดงความซื่อสัตย์ของพระองค์อีกครั้ง

ตี 3 จงเรียกผู้ที่สามารถวิงวอน ขอร้อง
และยืนหยัดจนกว่าชุมชนทั้งหมดจะรอดพ้นจากภัยอันตราย

วันที่ 10 - การปรากฏตัว ความโปรดปราน และความโดดเด่น

พระคัมภีร์: อพยพ 33:13-16; ฮีบรู 4:14-16

อพยพ 33:13-16

ฉบับคิงเจมส์ใหม่

13 ฉะนั้น ข้าพเจ้าจึงอธิษฐานว่า
ถ้าข้าพเจ้าได้รับความโปรดปรานในสายพระเนตรของพระองค์แล้ว
ขอทรงสำแดงทางของพระองค์แก่ข้าพเจ้า เพื่อข้าพเจ้าจะได้รู้จักพระองค์
และเพื่อข้าพเจ้าจะได้พบความโปรดปรานในสายพระเนตรของพระองค์
และขอทรงพิจารณาว่าชนชาตินี้ *เป็น* ประชากรของพระองค์"
14 และพระองค์ตรัสว่า "เราจะสถิตอยู่ *กับเจ้า* และเราจะให้เจ้าได้พักผ่อน"
15 แล้วเขาก็ทูลพระองค์ว่า "ถ้าพระองค์ไม่ทรงสถิต *อยู่กับเรา*
ขออย่าทรงนำเราขึ้นไปจากที่นี่เลย 16 เพราะถ้าเช่นนั้น
จะรู้ได้อย่างไรว่าประชากรของพระองค์และข้าพเจ้าได้รับพระคุณในสายพระเนตรของพระ
องค์ นอกจากพระองค์จะทรงสถิตอยู่กับเรา? ฉะนั้น
ประชากรของพระองค์และข้าพเจ้าจึงจะแยกตัวออกจากชนชาติทั้งปวงที่ *อยู่* บนพื้นโลก"

อพยพ 33:13-16

ข้อความ

12-13 โมเสสทูลพระเจ้าว่า "พระองค์ตรัสกับข้าพระองค์ว่า 'จงนำชนชาตินี้ไป'
แต่พระองค์ไม่ทรงบอกข้าพระองค์ว่าพระองค์จะทรงส่งใครไปกับข้าพระองค์
พระองค์ตรัสกับข้าพระองค์ว่า 'เรารู้จักเจ้าดีและเจ้าเป็นคนพิเศษสำหรับเรา'
ถ้าข้าพระองค์เป็นคนพิเศษสำหรับพระองค์เช่นนั้น
โปรดให้ข้าพระองค์ได้มีส่วนร่วมในแผนการของพระองค์ด้วยเถิด
เช่นนั้นข้าพระองค์ก็จะยังคงเป็นคนพิเศษสำหรับพระองค์ต่อไป อย่าลืมว่านี่คือ ชนชาติ
ของพระองค์ เป็นความรับผิดชอบของพระองค์"
14 พระเจ้าตรัสว่า "เราจะอยู่กับเจ้า เราจะดูแลการเดินทางจนถึงที่สุด"

15-16 โมเสสกล่าวว่า "ถ้าหากท่านไม่มานำขบวนในที่นี้
ก็ขอให้ยกเลิกการเดินทางนี้เสียเดี๋ยวนี้ มิฉะนั้นแล้วจะรู้ได้อย่างไรว่าท่านอยู่กับเรา
อยู่กับเราและชนชาติของท่าน? ท่านเดินทางมากับเราหรือไม่?
มิฉะนั้นแล้วเราจะรู้ได้อย่างไรว่าเรา และชนชาติของท่านนั้นพิเศษกว่าคนอื่นๆ
บนโลกใบนี้?"

ฮีบรู 4:14-16

ฉบับคิงเจมส์ใหม่

มหาปุโรหิตผู้เปี่ยมด้วยความเมตตาของเรา

14 เพราะฉะนั้น ในเมื่อเรามีมหาปุโรหิตผู้ยิ่งใหญ่ ผู้ทรงเสด็จผ่านฟ้าสวรรค์ไปแล้ว
คือพระเยซู พระบุตรของพระเจ้า ขอให้เรายึดมั่นใน ความเชื่อ *ของเรา* 15
เพราะเราไม่ได้มีมหาปุโรหิตผู้ซึ่งไม่สามารถเห็นใจในความอ่อนแอของเราได้
แต่ทรงถูกทดลองในทุก *สิ่ง* เหมือนกับ *เรา แต่* ปราศจากบาป 16
ฉะนั้นขอให้เราเข้ามาหาพระที่นั่งแห่งพระคุณด้วยความกล้าหาญ
เพื่อเราจะได้รับพระเมตตาและพบพระคุณที่จะช่วยเราในยามที่ต้องการ

ฮีบรู 4:14-16

ข้อความ

มหาปุโรหิตผู้ร้องคร่ำครวญด้วยความเจ็บปวด

14-16 บัดนี้เรารู้แล้วว่าเรามีอะไรอยู่—พระเยซู
พระมหาปุโรหิตผู้ยิ่งใหญ่ที่เข้าถึงพระเจ้าได้ง่าย—อย่าปล่อยให้สิ่งนี้หลุดมือไป
เราไม่ได้มีปุโรหิตที่ไม่เข้าใจความเป็นจริงของเรา
พระองค์ทรงผ่านความอ่อนแอและการทดสอบ ทรงประสบกับทุกสิ่ง—ยกเว้นบาป ดังนั้น
จงเดินเข้าไปหาพระองค์และรับสิ่งที่พระองค์พร้อมจะประทานให้ รับพระเมตตา
รับความช่วยเหลือ

6.00 น. พระบิดา หากพระองค์ไม่ทรงสถิตอยู่กับเรา ขออย่าให้เราขยับเขยื้อนเลย ขอทรงแสดงให้เราเห็นผลด้วยความใกล้ชิดของพระองค์ ไม่ใช่ด้วยกำลังของมนุษย์

เวลา 9 โมงเช้า ข้าพเจ้าได้รับพระเมตตาและพระคุณเพื่อช่วยเหลือในยามจำเป็นนี้ ทั้งต่อตัวข้าพเจ้าเอง คริสตจักร และประชาชาติทั้งหลาย

12.00 น.

ขอให้พระสิริแห่งพระเจ้าทรงแยกแยะประชากรของพระองค์จากระบบปลอมและศาสนาที่ไร้พลังทุกศาสนา

15.00 น. ทุกสิ่งที่ใช้แทนการทรงสถิตของพระเจ้าในงานรับใช้และชีวิตส่วนตัว จงถูกเปิดเผยและกำจัดออกไป

18.00 น. ข้าแต่พระเจ้า โปรดทรงแสดงหนทางของพระองค์แก่เรา เพื่อเราจะได้รู้จักพระองค์และดำเนินชีวิตในความโปรดปรานของพระองค์

เวลา 21.00 น. ข้าพเจ้าประกาศว่า การสนทนากับพระเจ้าจะเป็นพลัง ความงดงาม และเครื่องป้องกันแก่ผู้ที่เหลืออยู่

เที่ยงคืน ขอให้บรรยากาศในบ้าน โบสถ์ และพื้นที่ต่างๆ เปลี่ยนแปลงไป เพราะพระองค์ทรงสถิตอยู่ที่นั่นแล้ว

ตีสาม พระบิดา
โปรดทรงทำให้เราเป็นผู้ที่นำพาพระสิริอันศักดิ์สิทธิ์มาขับไล่ความมืดมิดและสถาปนาความชอบธรรม

วันที่ 11 - ภูเขาแห่งศาสนจักร: ความบริสุทธิ์และเปลวไฟ

พระคัมภีร์: 2 พงศาวดาร 7:13-16; เอเฟซัส 6:10-18

2 พงศาวดาร 7:13-16

ฉบับคิงเจมส์ใหม่

[13] เมื่อเราปิดกั้นฟ้าสวรรค์และไม่มีฝนตก หรือสั่งให้ตั๊กแตนทำลายแผ่นดิน
หรือส่งโรคระบาดมาในหมู่ประชากรของเรา [14]
ถ้าประชากรของเราผู้ซึ่งถูกเรียกด้วยนามของเราจะถ่อมตัวลง
และอธิษฐานและแสวงหาพระพักตร์ของเรา และหันจากทางชั่วร้ายของพวกเขาแล้ว
เราจะฟังจากสวรรค์ และจะยกโทษบาปของพวกเขาและรักษาแผ่นดินของพวกเขาให้หาย
[15] บัดนี้ ดวงตาของเราจะเปิดอยู่ และหูของเราจะตั้งใจฟังคำอธิษฐาน *ที่กระทำ*
ในสถานที่นี้ [16] เพราะบัดนี้เราได้เลือกและ [ก] ถวายบ้านหลังนี้ไว้
เพื่อนามของเราจะอยู่ที่นั่นตลอดไป และ [ข] ดวงตาและ [ค]
หัวใจของเราจะอยู่ที่นั่นตลอดกาล

เอเฟซัส 6:10-18

ฉบับคิงเจมส์ใหม่

เกราะครบชุดของพระเจ้า

[10] ในที่สุด พี่น้องทั้งหลาย จงเข้มแข็งในพระเจ้าและในฤทธิ์อำนาจของพระองค์ [11]
จงสวมยุทธภัณฑ์ครบชุดของพระเจ้า เพื่อท่านจะสามารถยืนหยัดต่อสู้กับ อุบาย ของมารได้ [12]
เพราะ เรา ไม่ได้ต่อสู้กับเนื้อหนังและเลือด แต่ต่อสู้กับอำนาจปกครอง ต่อสู้กับพลัง
ต่อสู้กับผู้ปกครองแห่ง ความมืดในยุคนี้ ต่อสู้กับกองกำลังฝ่ายวิญญาณ แห่ง *ความ* ชั่ว ร้าย ใน
***ที่ สูง* [13] ฉะนั้นจงสวมยุทธภัณฑ์ครบชุดของพระเจ้า**
เพื่อท่านจะสามารถยืนหยัดต่อสู้ในวันแห่งความชั่วร้าย และเมื่อทำทุกอย่างเสร็จแล้ว
ก็จงยืนหยัดอยู่ได้
[14] ฉะนั้นจงยืนหยัดอยู่โดยคาดเข็มขัดแห่งความจริงไว้ที่เอว สวมเกราะแห่งความชอบธรรม
[15] และสวมรองเท้าแห่งการเตรียมพร้อมสำหรับข่าวประเสริฐแห่งสันติสุข [16] เหนือสิ่งอื่นใด

จงถือโล่แห่งความเชื่อ ซึ่ง จะทำให้ท่านสามารถ ดับลูกศรเพลิงทั้งหมดของมารร้ายได้ [17]
และจงสวมหมวกแห่งความรอด และถือดาบแห่งพระวิญญาณ
ซึ่งเป็นพระวจนะของพระเจ้า [18]
จงอธิษฐานอยู่เสมอด้วยการอธิษฐานและการวิงวอนทุกอย่างในพระวิญญาณ
จงเฝ้าระวังเพื่อการนี้ด้วยความเพียรพยายามและการวิงวอนทุกอย่างเพื่อบรรดาผู้บริสุทธิ์ทั้งหลาย—

2 พงศาวดาร 7:13-18

ข้อความ

12-18 ในคืนนั้นเอง พระเจ้าทรงปรากฏแก่โซโลมอนและตรัสว่า
"เราฟังคำอธิษฐานของเจ้าแล้ว เราได้เลือกสถานที่นี้ไว้เป็นพระวิหารสำหรับถวายบูชา
เป็นสถานที่นมัสการ ถ้าเราปิดกั้นฝนจากฟ้า หรือสั่งให้ตั๊กแตนมากินพืชผล
หรือส่งโรคระบาดมายังประชากรของเรา และประชากรของเรา
ประชากรที่พระเจ้าทรงกำหนดไว้ ตอบสนองด้วยการถ่อมตน อธิษฐาน
แสวงหาการทรงสถิตของเรา และหันหลังให้กับชีวิตที่ชั่วร้ายของพวกเขา
เราจะอยู่ที่นั่นพร้อมที่จะช่วยเหลือเจ้า เราจะฟังจากสวรรค์ อภัยบาปของพวกเขา
และฟื้นฟูแผ่นดินของพวกเขาให้กลับมาอุดมสมบูรณ์ ตั้งแต่บัดนี้เป็นต้นไป
เราจะเฝ้าฟังคำอธิษฐานที่ถวาย ณ สถานที่นี้ทั้งกลางวันและกลางคืน เชื่อเราถิด
เราได้เลือกและชำระพระวิหารที่เจ้าสร้างขึ้นนี้ให้บริสุทธิ์แล้ว
พระนามของเราประทับอยู่บนพระวิหารนี้ตลอดไป ดวงตาของเรามองดูอยู่
และหัวใจของเราอยู่ในพระวิหารนี้เสมอ ส่วนเจ้า
ถ้าเจ้าดำเนินชีวิตอยู่ในการทรงสถิตของเราเหมือนอย่างที่ดาวิดบิดาของเจ้าดำเนินชีวิต
คือบริสุทธิ์ทั้งใจและการกระทำ ดำเนินชีวิตตามที่เราได้กำหนดไว้สำหรับเจ้า
เชื่อฟังคำแนะนำและการพิพากษาของเราอย่างเอาใจใส่แล้ว
เราจะสนับสนุนการปกครองอิสราเอลของท่านในฐานะกษัตริย์—
ทำให้มันมั่นคงบนรากฐานที่มั่นคง
คำมั่นสัญญาเดียวกันกับที่เราให้ไว้กับดาวิดบิดาของท่าน เราก็ให้แก่ท่านเช่นกัน กล่าวคือ
'ท่านสามารถมั่นใจได้ว่าจะมีผู้สืบเชื้อสายขึ้นครองบัลลังก์อิสราเอลเสมอ'

เอเฟซัส 6:10-18

ข้อความ

การต่อสู้จนถึงที่สุด

10-12 และนั่นก็จบลงเพียงเท่านี้ พระเจ้าทรงแข็งแกร่ง
และพระองค์ทรงต้องการให้ท่านแข็งแกร่ง ดังนั้น
จงรับทุกสิ่งที่พระเจ้าได้ทรงจัดเตรียมไว้ให้ท่าน อาวุธที่ทำขึ้นอย่างดีจากวัสดุที่ดีที่สุด
และจงใช้มันเพื่อท่านจะสามารถยืนหยัดต่อสู้กับทุกสิ่งที่ปีศาจส่งมาขวางทางท่าน
นี่ไม่ใช่สงครามสุดสัปดาห์ที่เราจะเดินจากไป และลืมมันไปในสองสามชั่วโมง
นี่คือการต่อสู้เพื่อเอาชีวิตรอดจนถึงที่สุดกับปีศาจและเหล่าทูตสวรรค์ของมัน
13-18 จงเตรียมตัวให้พร้อม
คุณกำลังเผชิญกับอุปสรรคมากมายเกินกว่าที่คุณจะรับมือได้ด้วยตัวเอง
จงรับความช่วยเหลือทุกอย่างที่คุณจะได้รับ ทุกอาวุธที่พระเจ้าประทานให้
เพื่อว่าเมื่อทุกอย่างจบลง คุณจะได้ยังคงยืนหยัดอยู่ได้ ความจริง ความชอบธรรม สันติสุข
ความเชื่อ และความรอดนั้นเป็นมากกว่าแค่คำพูด จงเรียนรู้วิธีนำไปใช้
คุณจะต้องใช้สิ่งเหล่านี้ตลอดชีวิต พระวจนะของพระเจ้าเป็น อาวุธ *ที่ขาดไม่ได้*
ในทำนองเดียวกัน การอธิษฐานก็จำเป็นอย่างยิ่งในการต่อสู้ที่ดำเนินอยู่นี้
จงอธิษฐานอย่างหนักและยาวนาน จงอธิษฐานเพื่อพี่น้องของคุณ จงเปิดตาของคุณไว้
จงให้กำลังใจซึ่งกันและกัน เพื่อไม่ให้ใครล้มลงหรือท้อถอย

6 โมงเช้า ข้าแต่พระเจ้า โปรดทรงทำให้คริสตจักรของพระองค์อ่อนน้อมถ่อมตน
โปรดทรงเรียกเรากลับมาสู่การอธิษฐาน
และโปรดทรงรักษาแผ่นดินขณะที่เรากลับใจและหันกลับมาหาพระองค์

เวลา 9 โมงเช้า ข้าพเจ้าสวมเกราะครบชุดของพระเจ้า
และปฏิเสธที่จะต่อสู้กับการต่อสู้ทางวิญญาณด้วยอาวุธฝ่ายเนื้อหนัง

12.00 น.

ขอให้มลทินทุกอย่างในตำแหน่งปุโรหิตได้รับการชำระล้างด้วยไฟศักดิ์สิทธิ์และความเกรงกลัวพระเจ้า

บ่าย 3 โมง ประตูแห่งนรกทุกบานที่ต่อสู้กับ ภูเขาแห่งคริสตจักร
จงถูกทำลายลงด้วยอำนาจของพระเยซูคริสต์

18.00 น. พระบิดา โปรดฟื้นฟูระเบียบวินัย หลักคำสอน ความบริสุทธิ์
และอำนาจในพระวิหารของพระองค์

21.00 น. ขอให้ยามที่หลับใหลทุกคนตื่นขึ้น
และขอให้แท่นบูชาที่แปดเปื้อนทุกแห่งได้รับการชำระล้าง

เวลาเที่ยงคืน ข้าพเจ้าประกาศว่า คริสตจักรทั้งหลายจะเป็นศูนย์กลางแห่งการปลดปล่อย
การอบรมสั่งสอน การเยียวยา และการเปลี่ยนแปลงประเทศชาติ

ตี 3 ข้า แต่พระเจ้า
ขอให้คริสตจักรที่อธิษฐานบริสุทธิ์และเข้มแข็งจงลุกขึ้นมาต่อต้านอาณาจักรแห่งความมืด

วันที่ 12 - ภูเขาแห่งคริสตจักร: อำนาจของอัครสาวก

ข้อพระคัมภีร์: กิจการ 4:29-30; เอเฟซัส 6:19-20

กิจการ 4:29-30

ข้อความ

29-30 "และบัดนี้พวกเขากำลังทำอย่างนั้นอีกแล้ว! ขอทรงจัดการกับภัยคุกคามของพวกเขา
และขอทรงประทานความมั่นใจอย่างไม่เกรงกลัวแก่ผู้รับใช้ของพระองค์ในการประกาศพร
ะวจนะของพระองค์ ขณะที่พระองค์ทรงยื่นพระหัตถ์มาหาเราด้วยการรักษาโรค
การอัศจรรย์ และสิ่งมหัศจรรย์ต่างๆ
ที่กระทำในพระนามของพระเยซูผู้รับใช้ผู้บริสุทธิ์ของพระองค์"

เอเฟซัส 6:19-20

ข้อความ

19-20 และอย่าลืมอธิษฐานเผื่อฉันด้วย อธิษฐานขอให้ฉันรู้ว่าจะพูดอะไร
และมีความกล้าหาญที่จะพูดในเวลาที่เหมาะสม บอกความลึกลับแก่ทุกคน ข่าวสารที่ฉัน
ในฐานะนักเทศน์ในคุก มีหน้าที่ต้องเผยแพร่ออกไป

กิจการ 4:29-30

ฉบับคิงเจมส์ใหม่

29 ข้าแต่พระเจ้า ขอทรงทอดพระเนตรคำขู่ของพวกเขา
และขอทรงประทานให้บรรดาผู้รับใช้ของพระองค์มีความกล้าหาญที่จะกล่าวพระวจนะของ
พระองค์
30 โดยทรงเหยียดพระหัตถ์ออกไปรักษา
และให้มีหมายสำคัญและอัศจรรย์เกิดขึ้นโดยพระนามของพระเยซูผู้รับใช้ผู้บริสุทธิ์ของพระ
องค์"

เอเฟซัส 6:19-20

ฉบับคิงเจมส์ใหม่

[19] และเพื่อข้าพเจ้า ขอให้พระเจ้าทรงประทานถ้อยคำแก่ข้าพเจ้า
เพื่อข้าพเจ้าจะได้อ้าปากพูดอย่างกล้าหาญประกาศความลึกลับแห่งพระกิตติคุณ [20]
ซึ่งข้าพเจ้าเป็นทูตที่ถูกจองจำอยู่ เพื่อข้าพเจ้าจะได้พูดอย่างกล้าหาญตามที่ควรจะพูด

6 โมง เช้า ข้าแต่พระบิดา โปรดประทานความกล้าหาญแก่คริสตจักรของพระองค์ เพื่อประกาศพระคริสต์อย่างเปิดเผย ถูกต้อง และโดยไม่ขอโทษ

9.00 น. ขอให้เหล่าอัครสาวก ผู้เผยพระวจนะ ผู้ประกาศข่าวประเสริฐ ศิษยาภิบาล ครู และผู้ทูลขอ ได้กล่าวคำในเวลานี้

เวลา 12.00 น. ฉันจะทำลายจิตวิญญาณแห่งความอับอาย ความขี้ขลาด และการประนีประนอมที่บั่นทอนการเป็นพยานถึงอาณาจักรของพระเจ้า

บ่าย 3 โมง ข้าแต่พระเจ้า โปรดสนับสนุนการประกาศพระกิตติคุณด้วยหมายสำคัญ อัศจรรย์ ความเชื่อมั่น และการพบปะที่เปลี่ยนแปลงชีวิต

18.00 น.

ขอให้ข้อห้ามทุกอย่างเกี่ยวกับการเคลื่อนไหวของอัครสาวกถูกยกเลิกโดยพระหัตถ์ของพระเจ้า

21.00 น. ข้าพเจ้าประกาศว่า คริสตจักรจะไม่ถอยหนีภายใต้แรงกดดัน แต่จะก้าวหน้าด้วยปัญญาและพลังอำนาจ

เที่ยงคืน ขอให้ความกล้าหาญอันศักดิ์สิทธิ์จงมีแก่ผู้เชื่อรุ่นเยาว์ ผู้เฒ่า และผู้นำทุกคน

ตีสาม พระบิดา โปรดทรงสร้างคริสตจักรที่บัญญัติพระบัญญัติด้วยการอธิษฐาน และปฏิบัติตามพระประสงค์ของพระองค์บนโลกนี้

วันที่ 13 - ภูเขาแห่งครอบครัว: การเยียวยารอยร้าว

ข้อพระคัมภีร์: มาลาคี 4:5-6; อพยพ 20:12

มาลาคี 4:5-6
ฉบับคิงเจมส์ใหม่
5 ดูเถิด เราจะส่งเอลียาห์ผู้เผยพระวจนะมาหาเจ้า
ก่อนวันยิ่งใหญ่และน่าสะพรึงกลัวของพระเจ้าจะมาถึง
6 และเขาจะทำให้
ใจของบิดาหันไปหาบุตร และใจของบุตรหันไปหาบิดา
เพื่อว่าเราจะไม่มาและลงโทษแผ่นดินด้วยคำสาปแช่ง"

อพยพ 20:12
ฉบับคิงเจมส์ใหม่
12 "จงเคารพบิดามารดาของเจ้า
เพื่อเจ้าจะได้มีอายุยืนยาวในแผ่นดินซึ่งพระเยโฮวาห์พระเจ้าของเจ้าทรงประทานให้แก่เจ้า"

มาลาคี 4:5-6
ข้อความ
5-6 "แต่จงมองไปข้างหน้าด้วย:
เราจะส่งเอลียาห์ผู้เผยพระวจนะไปเพื่อเตรียมทางสำหรับวันสำคัญของพระเจ้า—
วันพิพากษาครั้งเด็ดขาด! เขาจะทำให้พ่อแม่ดูแลลูกๆ และลูกๆ เชื่อฟังพ่อแม่
ถ้าพวกเขาปฏิเสธ เราจะมาและสาปแช่งแผ่นดินนั้น"

อพยพ 20:12
ข้อความ
12 จงให้เกียรติบิดามารดาของเจ้า เพื่อเจ้าจะได้มีชีวิตยืนยาวในแผ่นดินที่พระเจ้า
พระผู้เป็นเจ้าของเจ้าทรงประทานให้แก่เจ้า

6 โมงเช้า ข้าแต่พระบิดา โปรดเปลี่ยนใจของบิดาให้หันมาหาบุตร และบุตรให้หันมาหาบิดา และโปรดเยียวยาความแตกแยกที่สืบทอดกันมาในครอบครัว

เวลา 9 โมงเช้า ฉันจะทำลายรูปแบบความขมขื่น การทอดทิ้ง การทำร้าย และความเข้าใจผิดเรื้อรังที่เกิดขึ้นในครอบครัว

12.00 น. ขอให้พระโลหิตของพระเยซูทรงประทานสันติสุขแก่ชีวิตสมรส พี่น้อง พ่อแม่ และลูกๆ

บ่าย 3 โมง แท่นบูชาแห่งทุกยุคทุกสมัยที่สนับสนุนการกบฏ ความล่าช้า ความแห้งแล้ง และความสับสน จงลุกเป็นไฟเดี๋ยวนี้

18.00 น. ข้าแต่พระเจ้า โปรดทรงฟื้นฟูเกียรติยศ ความอ่อนโยน วินัย ความจริง และการยอมจำนนซึ่งกันและกันในครอบครัวคริสเตียน

21.00 น. ข้าพเจ้าขอประกาศว่า ครอบครัวจะเป็นเสมือนสถานที่ฝึกฝนความชอบธรรมและเป็นแหล่งบ่มเพาะโชคชะตา

เที่ยงคืน ขอให้ลูกหลานที่หลงผิดกลับคืนสู่ครอบครัว ขอให้สมาชิกที่บาดเจ็บได้รับการเยียวยา และขอให้การคืนดีมีชัยเหนือความแตกแยก

ตีสาม พระบิดา โปรดปกป้องภูเขาแห่งครอบครัวเพื่อพระสิริของพระองค์ และทำลายแผนการสมคบคิดทุกอย่างที่ต่อต้านครอบครัวแห่งพันธสัญญา

วันที่ 14 - ภูเขาแห่งครอบครัว: เด็กๆ และเมล็ดพันธุ์แห่งพันธสัญญา

พระคัมภีร์: อิสยาห์ 54:13; สดุดี 127:3-5; เอเฟซัส 6:1

อิสยาห์ 54:13

ฉบับคิงเจมส์ใหม่

13 ลูกหลานของท่านทุกคน จะ*ได้รับ* การสั่งสอนจากพระเจ้า

และ สันติสุข จะ *ยิ่งใหญ่ในลูกหลานของท่าน*

สดุดี 127:3-5

ฉบับคิงเจมส์ใหม่

3 ดูเถิด บุตรทั้งหลาย *เป็น* มรดกจากพระเจ้า

ผลแห่งครรภ์ *เป็น* รางวัล

4 บุตรในวัยหนุ่มสาว เปรียบ *เสมือน* ลูก

ศรในมือของนักรบ

5 ผู้ *ใด* มีบุตรเต็มคันธนู ผู้นั้นก็

เป็นสุข บุตร เหล่านั้นจะไม่ต้องอับอาย แต่จะพูดกับศัตรูของตนที่ประตูเมืองได้

เอเฟซัส 6:1

ฉบับคิงเจมส์ใหม่

เด็กและผู้ปกครอง

6. ลูกเอ๋ย จงเชื่อฟังบิดามารดาของพวกเจ้าในองค์พระผู้เป็นเจ้า เพราะนี่เป็นสิ่งที่ถูกต้อง

อิสยาห์ 54:13-17

ข้อความ

11-17 "เมืองที่ทุกข์ยาก เมืองที่ถูกพายุพัดกระหน่ำ เมืองที่ไร้ผู้สงสาร:

เรากำลังจะสร้างเมืองขึ้นใหม่ด้วยหินเทอร์ควอยซ์ วางรากฐานด้วยไพลิน

สร้างหอคอยด้วยทับทิม ประตูเมืองด้วยอัญมณี และกำแพงทั้งหมดด้วยหินมีค่า

ลูกหลานของเมืองทั้งหมดจะมีพระเจ้าเป็นครู—
ช่างเป็นครูที่ยอดเยี่ยมสำหรับลูกหลานของเมือง!
เมืองจะถูกสร้างขึ้นอย่างมั่นคง ตั้งมั่นอยู่ในความชอบธรรม
ห่างไกลจากความทุกข์ยากใดๆ—ไม่มีอะไรต้องกลัว! ห่างไกลจากความหวาดกลัว—
มันจะไม่เข้ามาใกล้เลย! ถ้าใครมาโจมตีเมือง อย่าคิดแม้แต่สักครู่ว่าเราส่งพวกเขามา
และถ้าใครมาโจมตี ก็จะไม่มีอะไรเกิดขึ้น
เราสร้างช่างตีเหล็กผู้จุดไฟในเตาหลอมและสร้างอาวุธที่ออกแบบมาเพื่อฆ่า
เรายังสร้างผู้ทำลายล้าง—แต่ไม่มีอาวุธใดที่สามารถทำร้ายเมืองได้ ผู้กล่าวหาใดๆ
ที่นำเมืองไปขึ้นศาลจะถูกยกฟ้องในฐานะคนโกหก นี่คือสิ่งที่ผู้รับใช้ของพระเจ้าคาดหวังได้
เราจะดูแลให้ทุกอย่างเป็นไปในทางที่ดีที่สุด" พระบัญชาของพระเจ้า

สดุดี 127:3-5
ข้อความ
3-5 ท่านไม่เห็นหรือว่าเด็กๆ คือของขวัญที่ดีที่สุดจากพระเจ้า?
ผลแห่งครรภ์คือมรดกอันล้ำค่าของพระองค์? เด็กๆ
เปรียบเสมือนลูกธนูเต็มกำมือของนักรบ คือลูกๆ ของคนหนุ่มสาวผู้แข็งแรง โอ้
ท่านพ่อแม่ช่างได้รับพรยิ่งนัก ที่มีลูกเต็มกระบอกธนู! ศัตรูของท่านไม่มีทางสู้ท่านได้
ท่านจะกวาดล้างพวกเขาออกไปจากหน้าประตูบ้านของท่านได้เลย

เอเฟซัส 6:1-3
ข้อความ
6 1-3 ลูกเอ๋ย จงทำตามที่พ่อแม่บอก นี่เป็นสิ่งที่ถูกต้องแล้ว "จงเคารพพ่อและแม่"
เป็นบัญญัติข้อแรกที่มีคำสัญญาแนบมาด้วย คือ "เพื่อเจ้าจะได้มีชีวิตที่ดีและอายุยืนยาว"

6 โมงเช้า ข้าแต่พระเจ้า โปรดทรงสอนลูกหลานของเราด้วยพระวิญญาณของพระองค์
และประทานสันติสุขอย่างยิ่งใหญ่แก่ชีวิตของพวกเขา

เวลา 9 โมงเช้า ฉันขอคุ้มครองเด็ก เยาวชน
และคนหนุ่มสาวด้วยพลังแห่งพระเจ้าให้พ้นจากความชั่วร้าย ความรุนแรง และการล่อลวง

12 นาฬิกา การอ้างสิทธิ์ใดๆ ของซาตานเหนือเมล็ดพันธุ์แห่งพันธสัญญา จงถูกลบล้างด้วยพระโลหิตของพระเยซู

15.00 น. ขอให้เด็กๆ ลุกขึ้นเป็นดั่งลูกศรในพระหัตถ์ของพระผู้ทรงฤทธิ์ มุ่งเป้าอย่างแม่นยำเพื่อจุดประสงค์ของอาณาจักรพระเจ้า

6 โมงเย็น พ่อครับ โปรดช่วยขจัดสิ่งเสพติด ความสับสนในอัตลักษณ์ ความอยากรู้อยากเห็นในเรื่องลึกลับ และการถูกครอบงำจากกลุ่มเพื่อนในยุคนี้ด้วยเถิด

21.00 น. ข้าพเจ้าขอประกาศว่า บุตรชายและบุตรหญิงของเราจะเปี่ยมด้วยปัญญา ความบริสุทธิ์ ความกล้าหาญ และความกระจ่างแจ้งในการพยากรณ์

เที่ยงคืน ขอให้โรงเรียน บ้าน และโบสถ์ กลายเป็นสถานที่ที่ชีวิตของเยาวชนได้สัมผัสกับพระเจ้าอย่างลึกซึ้ง

3.00 น. ข้าแต่พระเจ้า โปรดปกป้องคนรุ่นต่อไปจากความพินาศ และทรงเปลี่ยนพวกเขาให้เป็นเครื่องหมายและอัศจรรย์เพื่ออาณาจักรของพระองค์

วันที่ 15 - ภูเขารัฐบาล: การปกครองที่เที่ยงธรรม

ข้อพระคัมภีร์: อิสยาห์ 9:6-7; 1 ทิโมธี 2:1-2

อิสยาห์ 9:6-7

ฉบับคิงเจมส์ใหม่

6 เพราะว่ามีเด็กคนหนึ่งเกิดมาเพื่อเรา

มีบุตรชายคนหนึ่งประทานมาให้เรา และการปกครองจะอยู่บนบ่าของพระองค์

และพระนามของพระองค์จะถูกเรียกว่า อัศจรรย์ ที่ปรึกษา พระเจ้าผู้ทรงฤทธิ์

พระบิดาผู้ทรงนิรันดร์ เจ้าชายแห่งสันติสุข

7 การปกครองและสันติสุข

ของ *พระองค์ จะทวีคูณ* ไม่มีที่สิ้นสุด

บนบัลลังก์ของดาวิดและเหนืออาณาจักรของพระองค์

เพื่อจัดระเบียบและสถาปนาด้วยการพิพากษาและความยุติธรรม

ตั้งแต่เวลานั้นเป็นต้นไปเป็นนิจนิรันดร์

ความกระตือรือร้นของพระเจ้าแห่งกองทัพจะทำให้สิ่งนี้สำเร็จ

1 ทิโมธี 2:1-2

ฉบับคิงเจมส์ใหม่

จงอธิษฐานเพื่อบุรุษทุกคน

2 ฉะนั้น ข้าพเจ้า [ก] จึงขอวิงวอนก่อนอื่นใดว่า จงอธิษฐานวิงวอน อธิษฐานขอ *และ*

ขอบพระคุณพระเจ้าเพื่อคนทั้งปวง 2 เพื่อกษัตริย์และผู้ที่อยู่ในอำนาจทั้งปวง [ข]

เพื่อเราจะได้ดำเนินชีวิตอย่างสงบสุขและเรียบร้อยในความเลื่อมใสศรัทธาและ [ค]

ยำเกรงพระเจ้า

อิสยาห์ 9:6-7

ข้อความ

2-7 ประชาชนผู้เคยเดินในความมืดมิด

ได้เห็นแสงสว่างอันยิ่งใหญ่ สำหรับผู้ที่อาศัยอยู่ในดินแดนแห่งเงามืดมิด— แสงสว่าง!

แสงสว่างเจิดจ้า!

พระองค์ทรงฟื้นฟูประชากรในประเทศ
พระองค์ทรงขยายความสุขของพวกเขา โอ้ พวกเขายินดียิ่งนักในพระองค์!
ความสุขแห่งเทศกาล! ความสุขแห่งการเฉลิมฉลองอันยิ่งใหญ่
การแบ่งปันของขวัญอันล้ำค่าและคำทักทายอันอบอุ่น
การกดขี่ข่มเหงของผู้กดขี่และความโหดร้ายของทรราช— แส้ ไม้กระบอง
และคำสาปแช่งทั้งหมดของพวกเขา—ได้หายไปแล้ว ถูกกำจัดไปแล้ว
การปลดปล่อยที่น่าประหลาดใจและฉับพลันเช่นเดียวกับชัยชนะของกิเดโอนเหนือชาวมีเดีย
นในอดีต รองเท้าของทหารผู้รุกรานเหล่านั้น พร้อมกับเสื้อผ้าที่เปื้อนเลือดของผู้บริสุทธิ์
จะถูกกองรวมกันและเผา ไฟที่จะลุกไหม้เป็นเวลาหลายวัน!
เพราะเด็กคนหนึ่งได้ถือกำเนิดขึ้นแล้ว—เพื่อเรา! ของขวัญแห่งพระบุตร—สำหรับเรา!
พระองค์จะทรงเข้ามาปกครองโลก พระนามของพระองค์จะเป็น: ที่ปรึกษาผู้น่าอัศจรรย์
พระเจ้าผู้ทรงฤทธิ์ พระบิดาผู้ทรงนิรันดร์ เจ้าชายแห่งความสมบูรณ์
พระองค์จะมีอำนาจปกครองเพิ่มมากขึ้น และจะไม่มีขีดจำกัดใดๆ
ต่อความสมบูรณ์ที่พระองค์นำมา
พระองค์จะทรงปกครองจากบัลลังก์ดาวิดอันเก่าแก่เหนืออาณาจักรที่ทรงสัญญาไว้
พระองค์จะทรงวางรากฐานที่มั่นคงให้แก่อาณาจักรนั้น
และทรงรักษาไว้ให้คงอยู่ด้วยการค้าที่เป็นธรรมและการดำเนินชีวิตที่ถูกต้อง
เริ่มต้นตั้งแต่วันนี้และคงอยู่ตลอดไป
ความกระตือรือร้นของพระเจ้าแห่งกองทัพทูตสวรรค์จะทรงกระทำสิ่งเหล่านี้ทั้งหมด

1 ทิโมธี 2:1-3

ข้อความ

ศรัทธาที่เรียบง่ายและความจริงที่ตรงไปตรงมา

2 1-3 สิ่งแรกที่ฉันอยากให้คุณทำคืออธิษฐาน อธิษฐานด้วยวิธีใดก็ตามที่คุณรู้จัก
เพื่อทุกคนที่คุณรู้จัก โดยเฉพาะอย่างยิ่งอธิษฐานเพื่อผู้ปกครองและรัฐบาลของพวกเขา
ให้ปกครองอย่างดี เพื่อเราจะได้ดำเนินชีวิตอย่างสงบสุข เรียบง่าย
และใคร่ครวญอย่างถ่อมตน
นี่คือวิถีชีวิตที่พระผู้ช่วยให้รอดของเราทรงปรารถนาให้เราดำเนินชีวิต

6.00 น. ข้าแต่พระบิดา

ขอให้การปกครองที่ชอบธรรมและสันติสุขเจริญรุ่งเรืองในประเทศของเราภายใต้การปกครองของพระคริสต์

9.00 น. เราขออธิษฐานต่อพระองค์เพื่อขอสติปัญญาและการยับยั้งชั่งใจ สำหรับกษัตริย์ ประธานาธิบดี ผู้ว่าการ สมาชิกสภานิติบัญญัติ ผู้พิพากษา และผู้นำพลเมือง

12.00 น. แผนการชั่วร้าย การนองเลือด การกดขี่ และความทะเยอทะยานที่ไร้กฎหมายทั้งหมด จงถูกเปิดโปงและโค่นล้ม

15.00 น. ขอให้ที่ปรึกษาผู้มีคุณธรรมและชายหญิงผู้เกรงกลัวพระเจ้า ลุกขึ้นดำรงตำแหน่งสำคัญที่มีอิทธิพล

18.00 น. ข้าพเจ้าประกาศว่ากฎหมายชั่วร้ายจะไม่สามารถดำรงอยู่ได้ และการพิพากษาที่เที่ยงธรรมจะได้รับการสถาปนาขึ้นในที่สุด

21.00 น. พระบิดา โปรดทำลายบัลลังก์ที่มองไม่เห็นแห่งเวทมนตร์ การติดสินบน และการบงการที่อยู่เบื้องหลังผู้นำสาธารณะ

เที่ยงคืน ขอให้ระบบราชการถูกขัดจังหวะด้วยความเกรงกลัวพระเจ้า และหันเหไปสู่ความยุติธรรม

ตี 3 ข้า แต่พระเจ้า โปรดปกป้องแผ่นดินของเราจากผู้ปกครองที่โหดร้าย และขอพระองค์ทรงเป็นผู้ที่ปกป้องชีวิต ความจริง และเสรีภาพ

วันที่ 16 - ภูเขาแห่งรัฐบาล: ความยุติธรรมและการปลดปล่อย

ข้อพระคัมภีร์: สดุดี 72:14 สดุดี 82:1-8

สดุดี 72:14

ฉบับคิงเจมส์ใหม่

14 พระองค์จะทรงไถ่ชีวิตของพวกเขาให้พ้นจากการกดขี่และความรุนแรง

และโลหิตของพวกเขาจะเป็นสิ่งล้ำค่าในสายพระเนตรของพระองค์

สดุดี 82

ฉบับคิงเจมส์ใหม่

คำร้องขอความยุติธรรม

บทเพลงสดุดีของอาซาฟ

82 พระเจ้าทรงประทับอยู่ในที่ประชุมของ ผู้ทรง อำนาจ พระองค์

ทรงพิพากษาท่ามกลาง เทพเจ้า ทั้งหลาย 2 นานเท่าใดแล้วที่พวกเจ้าพิพากษาอย่างไม่ยุติธรรม

และ

ลำเอียงเข้าข้างคนชั่ว? เซ *ลาห์*

3 จง ปกป้อง คนยากจนและเด็กกำพร้า

จง ให้ ความยุติธรรมแก่ผู้ทุกข์ยากและคนขัดสน

4 จงช่วยคนยากจนและคน

ขัดสนให้พ้น *จาก* มือของคนชั่ว

5 พวกเขาไม่รู้และไม่เข้าใจ

พวกเขาเดินไปในความมืด รากฐานทั้งหมดของแผ่นดิน โลก นั้น ไม่ มั่นคง

6 ฉันพูดว่า "คุณ *คือ*" [ε] เทพเจ้าทั้งหลาย

และพวกท่านทุกคน *เป็น* บุตรของพระผู้สูงสุด

7 แต่พวกท่านจะต้องตายเหมือนมนุษย์

และล้มลงเหมือนเจ้าชายองค์หนึ่ง"

8 ข้าแต่พระเจ้า ขอทรงลุกขึ้นพิพากษาแผ่นดินโลก
เถิด เพราะพระองค์จะทรงได้รับมรดกเป็นประชาชาติทั้งปวง

สดุดี 72:14

ข้อความ

9-14 ศัตรูจะคุกเข่าต่อหน้าพระเจ้า
ศัตรูของพระองค์จะเลียฝุ่นดิน กษัตริย์ผู้ยิ่งใหญ่และมีชื่อเสียงจะถวายความเคารพ
กษัตริย์ผู้มั่งคั่งและรุ่งเรืองจะมอบทรัพย์สมบัติของตน กษัตริย์ทั้งหลายจะก้มลงนมัสการ
และประชาชาติที่ไม่เชื่อพระเจ้าจะสมัครใจรับใช้พระองค์
เพราะพระองค์ทรงช่วยเหลือคนยากจนเมื่อยามจำเป็น คนขัดสนที่หมดหวัง
พระองค์ทรงเปิดใจช่วยเหลือคนตกต่ำ พระองค์ทรงฟื้นฟูคนทุกข์ยากแห่งแผ่นดิน
พระองค์ทรงปลดปล่อยพวกเขาจากการกดขี่และการทรมาน เมื่อพวกเขาเลือดออก
พระองค์ก็เลือดออก เมื่อพวกเขาตาย พระองค์ก็ตาย

สดุดี 82

ข้อความ

82 พระเจ้าทรงเรียกผู้พิพากษาเข้ามาในห้องพิจารณาคดีของพระองค์
พระองค์ทรงให้ผู้พิพากษาทั้งหมดไปยืนอยู่ในที่นั่งจำเลย
2-4 "พอแล้ว! พวกเจ้าบิดเบือนความยุติธรรมมานานพอแล้ว
พวกเจ้าปล่อยให้คนชั่วลอยนวลจากการฆาตกรรม พวกเจ้ามาที่นี่เพื่อปกป้องผู้ที่ไม่มีทางสู้
เพื่อให้แน่ใจว่าผู้ด้อยโอกาสจะได้รับการปฏิบัติอย่างเป็นธรรม
หน้าที่ของพวกเจ้าคือการยืนหยัดเพื่อผู้ที่ไร้ซึ่งอำนาจ
และดำเนินคดีกับทุกคนที่เอารัดเอาเปรียบพวกเขา"
5. ผู้พิพากษาโง่เขลา! ผู้พิพากษาที่เอาแต่หลับหูหลับตา!
พวกเขาไม่รู้เรื่องอะไรเลย และตอนนี้ทุกอย่างกำลังพังทลาย โลกกำลังแตกสลาย
6-7 "เราได้แต่งตั้งพวกเจ้าเป็นผู้พิพากษา แต่ละคน
เป็นตัวแทนของพระเจ้าสูงสุด แต่พวกเจ้าทรยศต่อหน้าที่ของตน
และบัดนี้พวกเจ้าถูกปลดจากตำแหน่ง ถูกทำลายแล้ว"

[8] ข้าแต่พระเจ้า ขอทรงลงโทษพวกเขาอย่างสาสม!
พระองค์ทรงมีอำนาจเหนือโลกทั้งใบ!

6 โมงเช้า ข้าแต่พระเจ้า ขอให้คนชั่วตกลงไปในหลุมที่พวกเขาขุดไว้
และขอให้ระบบที่ฉวยโอกาสล่มสลายด้วยฝีมือของตนเอง

9.00 น. ช่วยกอบกู้จิตวิญญาณของผู้ยากไร้ ผู้ด้อยโอกาส และผู้ไร้ปากเสียง
จากการหลอกลวงและความรุนแรง

12.00 น. กลไกแห่งความอยุติธรรมทุกอย่างที่ดูดเลือดผู้บริสุทธิ์
จงถูกพิพากษาโดยพระเจ้าผู้ทรงเที่ยงธรรม

15.00 น. ขอให้ผู้ค้ามนุษย์ ผู้สมรู้ร่วมคิดก่อความรุนแรง และผู้กดขี่ในสถาบันต่างๆ
สูญเสียเครือข่าย เงินทุน และการปกปิดของพวกเขา

18.00 น. ข้าพเจ้าขอประกาศว่า
เลือดของผู้บริสุทธิ์จะไม่ถูกมองว่าไร้ค่าอีกต่อไปในแผ่นดินของเรา

21.00 น. พระบิดา โปรดทรงส่งผู้พิพากษา ผู้สืบสวน ทนายความ
และผู้ปฏิรูปผู้ทรงคุณธรรม ผู้ซึ่งจะไม่ยอมจำนนต่อแรงกดดัน

เที่ยงคืน ขอให้หลักฐานที่ซ่อนเร้นปรากฏออกมา
และขอให้ความจริงทำลายทุกความเท็จที่ถูกสร้างขึ้น

3.00 น. ข้าแต่พระเจ้าแห่งความยุติธรรม โปรดทรงลุกขึ้นเพื่อผู้ทุกข์ยาก
และสำแดงฤทธิ์อำนาจของพระองค์ในศาลและสภาของประชาชาติทั้งหลาย

วันที่ 17 - ภูเขาแห่งการศึกษา:

ความจริงและการแยกแยะ

พระคัมภีร์: ดาเนียล 1:9-21: ยากอบ 1:5

ดาเนียล 1:9-21

ฉบับคิงเจมส์ใหม่

9 บัดนี้พระเจ้าทรงทำให้ดาเนียลได้รับความโปรดปรานและ ความ เห็น ชอบ จากหัวหน้าขันที 10
หัวหน้า ขันทีจึงกล่าวแก่ดาเนียลว่า "ข้าพเจ้าเกรงกลัวพระราชาผู้เป็นนายของข้าพเจ้า
ผู้ทรงกำหนดอาหารและเครื่องดื่มของท่าน
เพราะเหตุใดพระองค์จึงควรเห็นท่านมีสภาพย่ำแย่กว่าคนหนุ่มใน *วัย* เดียวกันเล่า?
เช่นนั้นท่านก็จะทำให้ข้าพเจ้าตกอยู่ในอันตรายต่อหน้าพระราชา"
11 ดา เนีย ล จึงกล่าวแก่ ผู้ดูแลซึ่งหัวหน้าขันทีได้แต่งตั้งให้ดูแลดาเนียล ฮานานิยาห์ มิชาเอล
และอาซาริยาห์ว่า 12 " ขอทรงทดสอบผู้รับใช้ของท่านเป็นเวลาสิบวัน
และขอให้พวกเขามอบผักให้เรากินและน้ำดื่ม 13 แล้วขอให้ท่านตรวจสอบรูปลักษณ์ของเรา
และรูปลักษณ์ของคนหนุ่มที่กินส่วนอาหารอันโอชะของกษัตริย์ด้วย
และตามที่ท่านเห็นสมควร *ก็* จงปฏิบัติต่อผู้รับใช้ของท่านตามนั้น" 14 เขาจึงตกลงตามนั้น
และทดสอบพวกเขาเป็นเวลาสิบวัน
15 และเมื่อครบสิบวันแล้ว
รูปร่างหน้าตาของพวกเขาก็ดูดีขึ้นและอ้วนท้วนสมบูรณ์กว่าหนุ่มๆ
ทุกคนที่กินอาหารรสเลิศของกษัตริย์ 16 ดังนั้น [c]
ผู้ดูแลจึงนำอาหารรสเลิศและเหล้าองุ่นที่พวกเขาจะดื่มออกไป แล้วให้ผักแก่พวกเขาแทน
17 ส่วนชายหนุ่มทั้งสี่คนนี้
พระเจ้าทรงประทานความรู้และทักษะในวรรณคดีและปัญญาทุกแขนงแก่เขา
และดาเนียลก็มีความเข้าใจในนิมิตและความฝันทั้งปวง
18 เมื่อถึงวันสุดท้าย เมื่อกษัตริย์ตรัสว่าให้พวกเขามาเข้าเฝ้า
หัวหน้าขันทีจึงนำพวกเขามาเข้าเฝ้าเนบูคัดเนซาร์ 19 แล้ว กษัตริย์ ทรง สอบถาม พวกเขา
และในบรรดาพวกเขาทั้งหมด ไม่มีใครเหมือนดาเนียล ฮานานิยาห์ มิชาเอล
และอาซาริยาห์ ดังนั้นพวกเขา จึงรับใช้กษัตริย์ 20 และในเรื่องสติปัญญา *และ*

ความเข้าใจทั้งหมดที่กษัตริย์ทรงสอบถามพวกเขา

พระองค์ทรงพบว่าพวกเขาเก่งกว่าบรรดาหมอดู *และ* โหร *ใน* อาณาจักรของพระองค์ถึงสิบเท่า [21] ดาเนียลจึงรับใช้จนถึงปีแรกของกษัตริย์ไซรัส

ยากอบ 1:5

ฉบับคิงเจมส์ใหม่

[5] ถ้าผู้ใดในพวกท่านขาดสติปัญญา จงขอจากอัลลอฮ์

ผู้ทรงประทานให้แก่ทุกคนอย่างมากมายและไม่ทรงตำหนิ

และพระองค์จะทรงประทานให้แก่เขา

ดาเนียล 1:9-21

ข้อความ

8-10

แต่ดาเนียลตั้งใจแน่วแน่ว่าจะไม่ทำให้ตนเองแปดเปื้อนด้วยการกินอาหารของกษัตริย์หรือดื่มเหล้าองุ่นของพระองค์

ดังนั้นเขาจึงขอให้หัวหน้าข้าราชบริพารยกเว้นเขาจากอาหารของกษัตริย์

หัวหน้าข้าราชบริพารด้วยพระคุณของพระเจ้าชอบดาเนียล แต่เขาเตือนดาเนียลว่า

"ข้าพเจ้ากลัวสิ่งที่เจ้านายของข้าพเจ้าคือกษัตริย์จะทรงกระทำ

พระองค์เป็นผู้กำหนดอาหารนี้ และถ้าพระองค์เห็นว่าท่านไม่แข็งแรงเหมือนคนอื่นๆ

พระองค์จะตัดหัวข้าพเจ้าแน่!"

11-13

แต่ดาเนียลได้วิงวอนต่อผู้ดูแลพระราชวังซึ่งได้รับมอบหมายจากหัวหน้าข้าราชการในวังให้ดูแลดาเนียล ฮานานิยาห์ มิชาเอล และอาซาริยาห์ว่า

"ขอให้ท่านลองเลี้ยงดูพวกเราสักสิบวันด้วยอาหารง่ายๆ คือผักและน้ำ

แล้วค่อยเปรียบเทียบพวกเรากับหนุ่มๆ ที่ได้กินอาหารจากราชสำนัก

แล้วท่านค่อยตัดสินใจจากสิ่งที่ท่านเห็น"

14-16 เสนาบดีตกลงที่จะทำเช่นนั้น และให้พวกเขากินผักและดื่มน้ำเป็นเวลาสิบวัน

เมื่อครบสิบ วัน แล้ว พวกเขาก็ดูดีขึ้นและแข็งแรงกว่าคนอื่นๆ

ที่ได้กินอาหารจากเมนูของราชสำนัก ดังนั้น

เสนาบดีจึงยังคงยกเว้นพวกเขาจากเมนูอาหารและเครื่องดื่มของราชสำนัก

และให้พวกเขากินแต่ผักต่อไป

17-19

พระเจ้าทรงประทานความรู้และทักษะทั้งในด้านวิชาการและการดำเนินชีวิตแก่ชายหนุ่มทั้งสี่คนนี้ นอกจากนี้ ดาเนียลยังมีพรสวรรค์ในการเข้าใจนิมิตและความฝันทุกชนิด เมื่อครบกำหนดเวลาที่กษัตริย์ทรงกำหนดไว้สำหรับการฝึกฝน หัวหน้าเจ้าหน้าที่ราชสำนักจึงพาพวกเขาเข้าเฝ้าเนบูคัดเนซาร์ เมื่อกษัตริย์ทรงสอบถามพวกเขา พระองค์ทรงพบว่าพวกเขามีความสามารถเหนือกว่าชายหนุ่มคนอื่นๆ มาก ไม่มีใครเทียบได้กับดาเนียล ฮานานิยาห์ มิ ชาเอล และอาซาริยาห์

19-20 และแล้วพวกเขาก็เข้ารับราชการในราชสำนัก เมื่อใดก็ตามที่กษัตริย์ปรึกษาพวกเขาในเรื่องใดๆ ไม่ว่าจะเป็นเรื่องหนังสือหรือเรื่องชีวิต พระองค์ก็พบว่าพวกเขาเก่งกว่าบรรดานักมายากลและหมอผีในอาณาจักรของพระองค์รวมกันถึงสิบเท่า

21 ดาเนียลรับใช้กษัตริย์ต่อไปจนถึงปีแรกในรัชสมัยของกษัตริย์ไซรัส

ยากอบ 1:5-8

ข้อความ

5-8 ถ้าคุณไม่รู้ว่ากำลังทำอะไรอยู่ จงอธิษฐานต่อพระบิดา พระองค์ทรงรักที่จะช่วยเหลือ คุณจะได้รับการช่วยเหลือจากพระองค์ และจะไม่ถูกดูหมิ่นเมื่อคุณขอความช่วยเหลือ จงขออย่างกล้าหาญ ด้วยความเชื่อมั่น โดยไม่ต้องลังเล คนที่ "กังวลกับการอธิษฐาน" ก็เหมือนคลื่นที่ถูกลมพัดกระหน่ำ อย่าคิดว่าคุณจะได้รับอะไรจากพระเจ้าในลักษณะนั้น ล่องลอยอยู่กลางทะเลโดยที่ยังเปิดทางเลือกไว้ทุกอย่าง

6 โมงเช้า ข้าแต่พระบิดา ขอให้ความยำเกรงพระเจ้าเป็นรากฐานของการเรียนรู้ในโรงเรียน มหาวิทยาลัย และศูนย์ฝึกอบรมต่างๆ

9.00 น. ผมขอปฏิเสธระบบการปลูกฝังความคิดที่ต่อต้านความจริง อัตลักษณ์ ศีลธรรม และความรู้เกี่ยวกับพระเจ้า

12.00 น. จงเชิดชูหนังสือดาเนียลและ เอสเธอร์ ด้วยปัญญา ความเป็นเลิศ และความเชื่อมั่นที่แน่วแน่ในแวดวงวิชาการ

15.00 น.
หลักสูตรการเรียนการสอนทุกอย่างถูกปลูกฝังให้ยอมรับความมืดมิดและความสับสน
จงเผชิญหน้ากับความจริงและการต่อต้านอย่างชอบธรรม

18.00 น. ข้าแต่พระเจ้า โปรดทรงเจิมประทานครู อาจารย์ นักวิจัย และผู้บริหาร
ที่จะบริหารจัดการอิทธิพลด้วยความซื่อสัตย์สุจริต

เวลา 21.00 น. ข้าพเจ้าขอประกาศการฟื้นฟูการเรียนรู้ที่ดี การคิดอย่างมีระเบียบวินัย
และการหยั่งรู้ทางจิตวิญญาณในหมู่นักเรียน

เที่ยงคืน ขอให้มหาวิทยาลัยกลายเป็นศูนย์กลางแห่งการตื่นรู้ การกลับใจ
และการฟื้นฟูทางปัญญาภายใต้พระคริสต์

ตีสาม พระบิดา โปรดพิชิตภูเขาแห่งการศึกษา
และเปลี่ยนมันจากความหลอกลวงไปสู่การอบรมสั่งสอนด้วยความจริง

วันที่ 18 - ภูเขาแห่งการศึกษา: หน่วยข่าวกรองพันธสัญญา

พระคัมภีร์: อิสยาห์ 54:13; เฉลยธรรมบัญญัติ 6:7;

อิสยาห์ 54:13

ฉบับคิงเจมส์ใหม่

13 ลูกหลานของท่านทุกคน *จะได้รับ* การสั่งสอนจากพระเจ้า

และ สันติสุข *จะ ยิ่งใหญ่ในลูกหลานของท่าน*

เฉลยธรรมบัญญัติ 6:7

ฉบับคิงเจมส์ใหม่

7 จงสอนสิ่งเหล่านี้แก่ลูกหลานของท่านอย่างตั้งใจ

และจงพูดถึงสิ่งเหล่านี้เมื่อท่านนั่งอยู่ในบ้าน เมื่อท่านเดินไปตามทาง เมื่อท่านนอนลง

และเมื่อท่านลุกขึ้น

อิสยาห์ 54:13-17

ข้อความ

11-17 "เมืองที่ทุกข์ยาก เมืองที่ถูกพายุพัดกระหน่ำ เมืองที่ไร้ผู้สงสาร:

เรากำลังจะสร้างเมืองขึ้นใหม่ด้วยหินเทอร์ควอยซ์ วางรากฐานด้วยไพลิน

สร้างหอคอยด้วยทับทิม ประตูเมืองด้วยอัญมณี และกำแพงทั้งหมดด้วยหินมีค่า

ลูกหลานของเมืองทั้งหมดจะมีพระเจ้าเป็นครู—

ช่างเป็นครูที่ยอดเยี่ยมสำหรับลูกหลานของเมือง! เมืองจะถูกสร้างขึ้นอย่างมั่นคง

ตั้งมั่นอยู่ในความชอบธรรม ห่างไกลจากความทุกข์ยากใดๆ—ไม่มีอะไรต้องกลัว!

ห่างไกลจากความหวาดกลัว—มันจะไม่เข้ามาใกล้เลย! ถ้าใครมาโจมตีเมือง

อย่าคิดแม้แต่สักครู่ว่าเราส่งพวกเขามา และถ้าใครมาโจมตี ก็จะไม่มีอะไรเกิดขึ้น

เราสร้างช่างตีเหล็ก

ผู้จุดไฟในเตาหลอมและสร้างอาวุธที่ออกแบบมาเพื่อฆ่า เรายังสร้างผู้ทำลายล้าง—

แต่ไม่มีอาวุธใดที่สามารถทำร้ายเมืองได้ ผู้กล่าวหาใดๆ
ที่นำเมืองไปขึ้นศาลจะถูกยกฟ้องในฐานะคนโกหก นี่คือสิ่งที่ผู้รับใช้ของพระเจ้าคาดหวังได้
เราจะดูแลให้ทุกอย่างเป็นไปในทางที่ดีที่สุด" พระบัญชาของพระเจ้า

เฉลยธรรมบัญญัติ 6:7-9

ข้อความ

6-9 จงจารึกบัญญัติเหล่านี้ที่เราได้ให้แก่ท่านในวันนี้ไว้ในใจของท่าน
จงจดจำไว้ในใจของท่าน แล้วจึงสอนให้แก่ลูกหลานของท่าน
จงพูดถึงบัญญัติเหล่านี้ไม่ว่าท่านจะอยู่ที่ใด ไม่ว่าจะนั่งอยู่ที่บ้านหรือเดินอยู่ตามท้องถนน
จงพูดถึงบัญญัติเหล่านี้ตั้งแต่เวลาที่ท่านตื่นนอนในตอนเช้าจนถึงเวลาที่ท่านเข้านอนในตอนกลางคืน จงผูกบัญญัติเหล่านี้ไว้ที่มือและหน้าผากของท่านเพื่อเป็นเครื่องเตือนใจ
จงจารึกบัญญัติเหล่านี้ไว้ที่วงกบประตูบ้านของท่านและที่ประตูเมืองของท่าน

6 โมงเช้า ข้าแต่พระเจ้า
ขอทรงโปรดให้แสงแห่งพระองค์ส่องสว่างแก่เหล่านักเรียนและนักคิด
จนกระทั่งความเป็นเลิศกลายเป็นเครื่องพิสูจน์ถึงพระปัญญาอันศักดิ์สิทธิ์

เวลา 9 โมงเช้า ฉันขอพรให้ผู้เชื่อทุกคนที่ทำงานในแวดวงวิชาการ นโยบาย และการวิจัย
ได้รับปัญญาที่ปราศจากการตำหนิ

12.00 น. ม่านทุกผืนที่ปกคลุมจิตใจ จงถูกเปิดออก พันธนาการทางปัญญาใด ๆ
ที่ต่อต้านความจริง จงถูกทำลายลง

15.00 น. ขอให้ความคิดสร้างสรรค์ การค้นพบ และปัญญาไหลเวียนไปสู่เหล่าผู้บริสุทธิ์
เพื่อการเปลี่ยนแปลงสังคมและการเป็นพยานถึงอาณาจักรของพระเจ้า

18.00 น. พระบิดา โปรดประทานความเข้าใจอันเหนือกว่าแก่ลูกหลานและผู้นำของเรา
ควบคู่ไปกับความอ่อนน้อมถ่อมตนและความบริสุทธิ์

21.00 น. ข้าพเจ้าขอประกาศว่า ความสับสน ความธรรมดา
และความหยุดนิ่งทางการศึกษา จะไม่เป็นสิ่งที่กำหนดคนรุ่นนี้

เที่ยงคืน ขอให้ห้องสมุด ห้องปฏิบัติการ และห้องบรรยาย กลายเป็นสถานที่สำหรับการพบปะกับพระเจ้าและอิทธิพลอันชอบธรรม

เวลา 3 นาฬิกา ข้าแต่พระเจ้า
โปรดประทานสติปัญญาแห่งพันธสัญญาที่จะตอบปัญหาเร่งด่วนและถวายเกียรติพระคริสต์ท่ามกลางประชาชาติทั้งหลาย

วันที่ 19 - ภูเขาสื่อ:

การชำระล้างคลื่นวิทยุและโทรทัศน์

ข้อพระคัมภีร์: ฟิลิปปี 4:8; มัทธิว 12:36-37

ฟิลิปปี 4:8

ฉบับคิงเจมส์ใหม่

จงพิจารณาสิ่งเหล่านี้

[8] ในที่สุด พี่น้องทั้งหลาย สิ่งใดก็ตามที่เป็นจริง สิ่งใดก็ตามที่ *เป็น สิ่ง* ดีงาม สิ่งใดก็ตามที่ *เป็น* สิ่งยุติธรรม สิ่งใดก็ตามที่ *เป็น* สิ่งบริสุทธิ์ สิ่งใดก็ตามที่ *น่า* รัก สิ่งใดก็ตามที่ *เป็น* ที่กล่าวขานในทางดี ถ้า *มี* สิ่งใดเป็นคุณธรรม และถ้า *มี* สิ่งใดที่ควรแก่การสรรเสริญ จงพิจารณาสิ่งเหล่านั้นเถิด

มัทธิว 12:36-37

ฉบับคิงเจมส์ใหม่

[36] แต่เราบอกท่านทั้งหลายว่า คำพูดไร้สาระทุกคำที่ มนุษย์ พูดนั้น พวกเขาจะต้องให้การในวันพิพากษา [37] เพราะด้วยคำพูดของท่าน ท่านจะได้รับการพิสูจน์ว่าบริสุทธิ์ และด้วยคำพูดของท่าน ท่านจะถูกตัดสินว่าผิด"

ฟิลิปปี 4:8-9

ข้อความ

[8-9] สรุปแล้ว เพื่อนๆ

ผมคิดว่าวิธีที่ดีที่สุดสำหรับพวกคุณคือการเติมเต็มความคิดและพิจารณาไตร่ตรองถึงสิ่งที่เป็นจริง สูงส่ง น่าเชื่อถือ น่าเชื่อถือ น่าประทับใจ งดงาม—สิ่งที่ดีที่สุด ไม่ใช่สิ่งเลวร้ายที่สุด สิ่งที่สวยงาม ไม่ใช่สิ่งที่น่าเกลียด สิ่งที่ควรสรรเสริญ ไม่ใช่สิ่งที่ควรสาปแช่ง จงนำสิ่งที่พวกคุณได้เรียนรู้จากผม สิ่งที่พวกคุณได้ยิน ได้เห็น และได้ตระหนักรู้ ไปปฏิบัติ ทำเช่นนั้น แล้วพระเจ้าผู้ทรงทำให้ทุกสิ่งทำงานร่วมกัน จะทรงทำให้พวกคุณเข้าสู่ความกลมกลืนอันยอดเยี่ยมที่สุดของพระองค์

มัทธิว 12:36-37

ข้อความ

34-37 "จิตใจของพวกเจ้าเหมือนรังงู! พวกเจ้าคิดว่าคำพูดของพวกเจ้าจะมีค่าอะไร ในเมื่อพวกเจ้ามีจิตใจที่สกปรกเช่นนี้? หัวใจของพวกเจ้าต่างหาก ไม่ใช่พจนานุกรม ที่ให้ความหมายแก่คำพูดของพวกเจ้า คนดีจะกระทำความดีและพูดจาดีอยู่เสมอ ส่วนคนชั่วจะทำลายสวนผลไม้ ขอให้ข้าบอกพวกเจ้าอย่างหนึ่ง คำพูดที่ไม่ระมัดระวังเหล่านี้ทุกคำจะย้อนกลับมาทำร้ายพวกเจ้า จะมีเวลาแห่งการชำระบาป คำพูดมีพลัง จงเอาจริงเอาจังกับมัน คำพูดสามารถเป็นความรอดของพวกเจ้าได้ คำพูดก็สามารถเป็นหายนะของพวกเจ้าได้เช่นกัน"

6 โมงเช้า ข้าแต่พระบิดา โปรดชำระล้างคลื่นวิทยุ แพลตฟอร์ม และช่องทางการสื่อสารที่ปนเปื้อนไปด้วยคำโกหก การล่อลวง และความรุนแรง

9 โมงเช้า

ฉันจะจับกุมเรื่องราวชั่วร้ายที่ทำให้ความชั่วร้ายกลายเป็นเรื่องปกติและทำให้ผู้คนไม่รู้สึกรู้สาต่อบาป

12.00 น. ขอให้สื่อทุกสำนักที่ใช้เป็นอาวุธต่อต้านความจริงและความถูกต้องจงสลายไป

บ่าย 3 โมง ขอเชิดชูนักข่าว ผู้ประกาศข่าว นักเขียน บรรณาธิการ และผู้สร้างสรรค์ผลงานที่เกรงกลัวพระเจ้าและเคารพความจริง

เวลา 18.00 น. ข้าพเจ้าขอประกาศว่า คำให้การเท็จ รายงานที่บิดเบือน และการโฆษณาชวนเชื่อ จะต้องถูกเปิดโปงและล้มล้าง

21.00 น. ข้าแต่พระเจ้า โปรดประทานปัญญาแก่ประชากรของพระองค์ เพื่อให้พวกเขาสามารถแยกแยะสิ่งต่างๆ ที่พวกเขาบริโภค แบ่งปัน เผยแพร่ และเฉลิมฉลองได้

เที่ยงคืน ขอให้สื่อต่างๆ กลายเป็นช่องทางแห่งความจริง ความงดงาม ความกล้าหาญ และพยานแห่งการไถ่บาป

เวลา 3 นาฬิกา ข้าแต่พระเจ้า โปรดทรงระงับลิ้นที่โกหก

และทรงสถาปนาเสียงที่จะเยียวยา ให้ความสว่าง และปลุกประชาชาติให้ตื่นขึ้น

วันที่ 20 - ภูเขาแห่งสื่อ: การส่งสารแห่งอาณาจักร

ข้อพระคัมภีร์: สดุดี 68:11; 2 เธสะโลนิกา 3:1

สดุดี 68:11

ฉบับคิงเจมส์ใหม่

11 พระเจ้าทรงตรัสพระวจนะนั้น

บรรดา ผู้ ที่ประกาศ *พระวจนะนั้น ก็* มี มากมาย เหลือเกิน

2 เธสะโลนิกา 3:1

ฉบับคิงเจมส์ใหม่

โปรดอธิษฐานเพื่อเรา

3 ในที่สุด พี่น้องทั้งหลาย โปรดอธิษฐานเพื่อเราด้วย

เพื่อพระวจนะของพระเจ้าจะแพร่กระจายไป *อย่างรวดเร็ว* และได้รับการยกย่อง

เหมือนอย่างที่ *เกิดขึ้น* กับท่านทั้งหลาย

สดุดี 68:11-14

ข้อความ

11-14 องค์พระผู้เป็นเจ้าทรงตรัสพระวจนะ

เหล่าทูตสวรรค์นับพันก็ร้องประกาศข่าวดีว่า "บรรดากษัตริย์แห่งกองทัพกำลังหนี

กำลังหนี!" ขณะที่บรรดาแม่บ้านซึ่งปลอดภัยดีอยู่ที่บ้าน ก็แบ่งปันของที่ปล้นมาได้

คือเงินและทองของชาวคานาอัน

ในวันที่พระเจ้าชัดดายทรงทำให้บรรดากษัตริย์กระจัดกระจายไปนั้น

หิมะก็ตกลงมาบนภูเขาดำ

2 เธสะโลนิกา 3:1-3

ข้อความ

คนขี้เกียจ

3 1-3 อีกเรื่องหนึ่งนะครับเพื่อนๆ: โปรดอธิษฐานเพื่อเราด้วย

อธิษฐานขอให้พระวจนะของพระอาจารย์แพร่กระจายไปทั่วประเทศอย่างรวดเร็วและได้รับ

การตอบรับอย่างล้นหลามเช่นเดียวกับที่เกิดขึ้นในหมู่ พวกท่าน และอธิษฐานขอให้เราได้รับการช่วยให้รอดพ้นจากพวกผู้ก่อความวุ่นวายที่พยายามจะทำร้ายเรา ผมพบว่าไม่ใช่ทุกคนที่ "เชื่อ" จะเป็นผู้เชื่อจริงๆ แต่พระอาจารย์ไม่เคยทอดทิ้งเรา พระองค์จะทรงอยู่เคียงข้างท่านและปกป้องท่านจากความชั่วร้าย

6 โมงเช้า ข้าแต่พระเจ้า ขอทรงโปรดประทานพระวจนะของพระเจ้าด้วยฤทธิ์เดช และประทานภาษาแห่งชัยชนะแก่ประชากรของพระองค์

9.00 น.

ขอให้ผู้ส่งสารแห่งความจริงได้รับการเสริมกำลังเพื่อเผยแพร่ความถูกต้องชอบธรรมผ่านทุกช่องทางที่มีอยู่

เวลา 12.00 น.

ข้าพเจ้าประกาศว่าพระกิตติคุณจะแพร่กระจายอย่างรวดเร็วผ่านช่องทางดิจิทัล สิ่งพิมพ์ ภาพ และวาจา

เวลา 15.00 น. ขอให้พระเจ้าทรงลบล้างการต่อต้านความจริงด้วยอัลกอริทึมทุกรูปแบบ และอคติที่ซ่อนเร้นต่อความชอบธรรมทุกประการ

6 โมงเย็น พระบิดา

โปรดประทานการสื่อสารเชิงกลยุทธ์ที่สามารถทะลุทะลวงการหลอกลวงและเข้าถึงหัวใจได้อย่างแม่นยำแก่เรา

21.00 น. ขอให้คำพยาน หลักคำสอน คำพยากรณ์ และความกระจ่างในพระคัมภีร์ได้รับแรงผลักดันอย่างไม่ธรรมดาในช่วงเวลานี้

เที่ยงคืน ฉันขอเชิญชวนนักสื่อสารที่มีความคิดสร้างสรรค์ มีระเบียบวินัย และไม่เกรงกลัว ผู้ซึ่งจะไม่ยอมจำนนต่อกระแสของยุคสมัย

ตี 3 ข้า แต่พระเจ้า ขอทรงครอบครองภูเขาแห่งสื่อ และทรงใช้สื่อเหล่านั้นเพื่อการตื่นรู้ ความยุติธรรม และการขยายอาณาจักรของพระคริสต์

วันที่ 21 - ภูเขาธุรกิจ: ความมั่งคั่งที่มีเป้าหมาย

ข้อพระคัมภีร์: เฉลยธรรมบัญญัติ 8:18; เฉลยธรรมบัญญัติ 32:13

เฉลยธรรมบัญญัติ 8:18

ฉบับคิงเจมส์ใหม่

18 “และเจ้าทั้งหลายจงระลึกถึงพระเยโฮวาห์พระเจ้าของเจ้า เพราะ พระองค์ *ทรงเป็น*
ผู้ประทานอำนาจให้เจ้าทั้งหลายได้มาซึ่งทรัพย์สมบัติ เพื่อพระองค์จะ ทรง สถาปนา พันธ
สัญญาที่พระองค์ทรงสาบานไว้กับบรรพบุรุษของเจ้าทั้งหลาย ดังที่ *เป็นอยู่ใน* ทุกวันนี้”

เฉลยธรรมบัญญัติ 32:13

ฉบับคิงเจมส์ใหม่

13 “พระองค์ทรงให้เขาขี่ขึ้นไปบนที่สูง
เพื่อเขาจะได้กินผลผลิตจากทุ่งนา พระองค์ทรงให้เขาดูดน้ำผึ้งจากหิน และน้ำมันจากหินผา

เฉลยธรรมบัญญัติ 8:18

ข้อความ

17-18 ถ้าพวกท่านเริ่มคิดกับตัวเองว่า “ฉันทำทั้งหมดนี้ได้ด้วยตัวเอง ฉันร่ำรวย
ทุกอย่างเป็นของฉัน!”—ขอให้คิดใหม่เถิด จงจำไว้ว่าพระเจ้า พระเจ้าของพวกท่าน
ทรงประทานกำลังให้พวกท่านสร้างความมั่งคั่งทั้งหมดนี้ขึ้นมา
เพื่อยืนยันพันธสัญญาที่พระองค์ทรงสัญญาไว้กับบรรพบุรุษของพวกท่าน—
ดังที่เป็นอยู่ในทุกวันนี้

เฉลยธรรมบัญญัติ 32:13-14

ข้อความ

10-14 พระองค์ทรงพบเขาในถิ่นทุรกันดาร
ในที่รกร้างว่างเปล่าที่มีลมพัดแรง พระองค์ทรงโอบกอดเขา เอาใจใส่เขาอย่างมากมาย
ปกป้องเขาเหมือนดวงตาของพระองค์
พระองค์ทรงเป็นเหมือนนกอินทรีที่บินโฉบอยู่เหนือรัง คอยปกป้องลูกอ่อน
แล้วทรงกางปีกยกพวกมันขึ้นสู่อากาศ

สอนพวกมันให้บิน พระเจ้าแต่เพียงผู้เดียวทรงนำเขา ไม่มีพระเจ้าอื่นใดปรากฏให้เห็น
พระเจ้าทรงยกเขาขึ้นไปบนยอดเขา เพื่อเขาจะได้กินพืชผลในทุ่งนา
พระองค์ทรงเลี้ยงเขาด้วยน้ำผึ้งจากหิน น้ำมันจากหน้าผาหินแกรนิต นมวัวและนมแกะ
เนื้อแกะและแพะชั้นดี แกะบาชานชั้นดี ข้าวสาลีคุณภาพสูง และเลือดองุ่น
เจ้าได้ดื่มไวน์ชั้นดี!

6 โมงเช้า พระบิดา โปรดระลึกถึงพันธสัญญาของพระองค์
และทรงเสริมกำลังให้ประชากรของพระองค์สร้างความมั่งคั่งเพื่อจุดประสงค์ของอาณาจักร

เวลา 9 โมงเช้า ข้าพเจ้าขอบัญชาให้ทรัพยากรที่ถูกฝังอยู่ โอกาสที่ถูกมองข้าม
และประตูแห่งความเจริญรุ่งเรืองอันชอบธรรม เปิดออกด้วยพระเมตตาของพระเจ้า

12.00 น. ขอให้ผู้ทำลายล้างทุกตนที่ถูกส่งมาต่อต้านกิจการอันชอบธรรม
จงถูกขับไล่ออกไปในนามของพระเยซู

บ่าย 3 โมง

ขอให้สมบัติจากเบื้องบนและเสบียงที่ซ่อนเร้นอยู่ใต้ดินถูกปลดปล่อยออกมาเพื่อภารกิจของ
อาณาจักร

6 โมงเย็น พระเจ้า โปรดชำระล้างความโลภ การฉ้อโกง การประนีประนอม
และการเอารัดเอาเปรียบออกจากโลกธุรกิจด้วยเถิด

21.00 น. ข้าพเจ้าขอประกาศว่า
ผู้ศรัทธาในธุรกิจการค้าจะเจริญรุ่งเรืองด้วยความชอบธรรม ความเอื้อเฟื้อเผื่อแผ่
และการบริหารจัดการอย่างมีกลยุทธ์

เที่ยงคืน ขอให้ธุรกิจที่สอดคล้องกับสวรรค์เจริญรุ่งเรือง มั่นคง ทวีคูณ
และกลายเป็นช่องทางแห่งการจ้างงานและความเมตตา

ตี 3 ข้าแต่พระเจ้า โปรดเปลี่ยนทรัพยากรจากพันธนาการไปสู่จุดประสงค์
และโปรดทำให้ความมั่งคั่งเป็นไปตามแผนการของพระองค์

วันที่ 22 - ภูเขาธุรกิจ: สายส่งที่ได้รับการเจิม

พระคัมภีร์: เยเรมีย์ 31:11-14; โยบ 29:6

เยเรมีย์ 31:11-14

ฉบับคิงเจมส์ใหม่

11 เพราะพระเจ้าทรงไถ่ยาโคบ

และทรงช่วยเขาให้พ้นจากมือของผู้ที่แข็งแกร่งกว่าเขา

12 ฉะนั้นพวกเขาจะมาและร้องเพลงบนที่สูงแห่งศิโยน

สรรเสริญพระเกียรติของพระเจ้า—เพราะข้าวสาลี น้ำองุ่นใหม่ และน้ำมัน

เพราะลูกแกะและลูกวัว ชีวิตของพวกเขาจะเป็นเหมือนสวนที่ได้รับการรดน้ำอย่างดี

และพวกเขาจะไม่เศร้าโศกอีกต่อไป

13 "แล้วหญิงพรหมจารีจะชื่นชมยินดีในการเต้นรำ

และคนหนุ่มและคนแก่ก็จะชื่นชมยินดีด้วยกัน

เพราะเราจะเปลี่ยนความโศกเศร้าของพวกเขาให้เป็นความยินดี เราจะปลอบโยนพวกเขา

และทำให้พวกเขายินดีมากกว่าความเศร้าโศก

14 เรา จะ ให้ ปุโรหิตอิ่มเอมใจด้วยความอุดมสมบูรณ์

และ ประชาชนของเราจะอิ่มเอมใจด้วยความดีของเรา พระเจ้าตรัส"

โยบ 29:6

ฉบับคิงเจมส์ใหม่

6 เมื่อรอย เท้า ของ ข้าพเจ้าชโลมด้วย ครีม และ

หินก็หลั่งน้ำมันออกมาเป็นแม่น้ำเพื่อข้าพเจ้า!

เยเรมีย์ 31:11-14

ข้อความ

10-14 "จงฟังเถิด ประชาชาติทั้งหลาย! นี่คือพระวจนะของพระเจ้า!

จงประกาศไปทั่วโลก! จงบอกพวกเขาว่า

'พระองค์ผู้ทรงทำให้ชนชาติอิสราเอลกระจัดกระจายไป

จะทรงรวบรวมพวกเขาเข้าด้วยกันอีกครั้ง

ตั้งแต่บัดนี้เป็นต้นไป พระองค์จะทรงดูแลพวกเขาอย่างเอาใจใส่
เหมือนคนเลี้ยงแกะดูแลฝูงแกะของเขา' เรา พระเจ้า จะจ่ายค่าไถ่จำนวนมากเพื่อยาโคบ
เราจะปลดปล่อยเขาจากเงื้อมมือของผู้กดขี่ชาวบาบิโลน
ประชาชนจะขึ้นไปบนเนินเขาศิโยน โห่ร้องด้วยความยินดี
ใบหน้าของพวกเขาจะเปล่งประกายเพราะพระพรของพระเจ้า—ข้าว น้ำองุ่น และน้ำมัน
ฝูงแกะ ฝูงวัว ชีวิตของพวกเขาจะเป็นเหมือนสวนที่ได้รับการรดน้ำอย่างดี
จะไม่แห้งแล้งอีกต่อไป หญิงสาวจะเต้นรำและมีความสุข
ชายหนุ่มและชายชราจะร่วมเต้นรำด้วย
เราจะเปลี่ยนการร้องไห้ของพวกเขาให้เป็นเสียงหัวเราะ
ประทานความสบายใจอย่างเหลือเฟือ
เข้ามาแทนที่ความโศกเศร้าของพวกเขาด้วยความยินดี
เราจะทำให้แน่ใจว่าปุโรหิตของพวกเขาได้รับอาหารสามมื้อต่อวัน
และประชาชนของเรามีเหลือเฟือ"' พระบัญชาของพระเจ้า

โยบ 29:6

ข้อความ

เมื่อพระเจ้ายังทรงอยู่เคียงข้างฉัน

29 [1-6] โยบจึงตอบต่อว่า:
"โอ้ ฉันโหยหาช่วงเวลาดีๆ ในอดีตเหลือเกิน
เมื่อพระเจ้าทรงดูแลฉันเป็นอย่างดี พระองค์ทรงส่องแสงสว่างให้ฉันเสมอ
และฉันเดินผ่านความมืดด้วยแสงสว่างนั้น โอ้
ฉันคิดถึงช่วงเวลาอันแสนสุขเหล่านั้นเหลือเกิน
เมื่อมิตรภาพของพระเจ้าประดับประดาบ้านของฉัน เมื่อพระผู้ทรงฤทธิ์ยังอยู่เคียงข้างฉัน
และลูกๆ ของฉันอยู่รอบตัวฉัน เมื่อทุกอย่างเป็นไปตามที่ฉันต้องการ
และไม่มีอะไรดูยากเกินไป"

6 โมงเช้า ข้าแต่พระเจ้า โปรดไถ่และเติมเต็มประชากรของพระองค์
และทรงประทานความดีงามให้พวกเขาในยามแห้งแล้งและไม่แน่นอน

เวลา 9 โมงเช้า ข้าพเจ้าขอประกาศการประทานพรจากพระเจ้าเหนือธรรมชาติแก่พันธกิจ ครอบครัว งานเผยแพร่ศาสนา และโครงการต่างๆ ของอาณาจักรพระเจ้า

12.00 น. ทุกวัฏจักรแห่งความสูญเสีย การรั่วไหล และการล่มสลายที่เกือบจะประสบความสำเร็จ ขอให้ถูกขัดจังหวะด้วยพระหัตถ์ของพระเจ้า

บ่าย 3 โมง ขอให้ความอุดมสมบูรณ์หลั่งไหลมาในที่ที่ความแห้งแล้งได้ครอบงำมานาน และขอให้การทำงานอย่างชอบธรรมได้รับผลตอบแทนอย่างเต็มที่

18.00 น. ข้าแต่พระบิดา โปรดทรงสร้างระบบการจัดส่งที่โปร่งใส ความร่วมมือที่ซื่อสัตย์ และการทำธุรกรรมที่คุ้มครองเพื่อประชากรของพระองค์

21.00 น. ข้าพเจ้าขอสั่งให้เกิดความล่าช้าที่ประตูแห่งการจัดหา เพื่อเปิดทางให้กับการเร่งรีบจากเบื้องบน

เที่ยงคืน ขอให้พื้นของเราเปี่ยมล้นด้วยวัตถุดิบที่เพียงพอสำหรับการให้ การเผยแพร่ศาสนา และการขยายอาณาจักรของพระเจ้า

ตี 3 ข้าแต่พระเจ้า ขอทรงเปลี่ยนความขาดแคลนให้เป็นพยานหลักฐาน และขอทรงให้ประชากรของพระองค์เป็นเครื่องพิสูจน์ถึงการจัดหาตามพันธสัญญาอย่างเป็นรูปธรรม

วันที่ 23 - ภูเขาแห่งศิลปะ:
ความคิดสร้างสรรค์ที่อุทิศแด่พระเจ้า

ข้อพระคัมภีร์: อพยพ 31:1-5; สดุดี 150:1-6

อพยพ 31:1-5

ฉบับคิงเจมส์ใหม่

ช่างฝีมือผู้สร้างพลับพลา

31 แล้วองค์พระผู้เป็นเจ้าตรัสกับโมเสสว่า 2 “ดูเถิด เราได้เรียกเบซาเลล บุตรของอูรี
บุตรของ ฮูร์ จากเผ่าของยูดาห์ 3 และเราได้ทรงประทานพระวิญญาณของพระเจ้าให้แก่เขา
ในด้านสติปัญญา ความเข้าใจ ความรู้ และฝีมือทุกอย่าง *4* ให้ สามารถ ออกแบบงานศิลปะ
ทำงานทองทอง ทำงานเงิน ทำงานทองสัมฤทธิ์ 5 ให้สามารถเจียระไนอัญมณีเพื่อประดับ
ให้สามารถแกะสลักไม้ และให้ทำงานฝีมือทุก *อย่าง* ”

สดุดี 150

ฉบับคิงเจมส์ใหม่

ขอให้สรรพสิ่งสรรเสริญพระเจ้า

150 สรรเสริญ พระเจ้า !

จงสรรเสริญพระเจ้าในสถานศักดิ์สิทธิ์ของพระองค์

จงสรรเสริญพระองค์ใน ท้องฟ้า อัน ยิ่ง ใหญ่ ของ พระองค์ !

2 จงสรรเสริญพระองค์สำหรับพระราชกิจอันยิ่งใหญ่ของพระองค์

จงสรรเสริญพระองค์ตามความยิ่งใหญ่ที่ยอดเยี่ยมของพระองค์!

3 จงสรรเสริญพระองค์ด้วยเสียง แตร

[c] จงสรรเสริญพระองค์ด้วยพิณและฮาร์ป!

4 จงสรรเสริญพระองค์ด้วยกลองและระบำ

จงสรรเสริญพระองค์ด้วยเครื่องดนตรีประเภทสายและขลุ่ย!

5 จงสรรเสริญพระองค์ด้วยฉาบเสียงดัง

จงสรรเสริญพระองค์ด้วยฉาบกระทบกัน!

6 ให้ทุกสิ่งที่มีลมหายใจสรรเสริญพระเจ้า

[d] สรรเสริญพระเจ้า!

อพยพ 31:1-5

ข้อความ

เบซาเลลและโอโฮลิอาบ

31 [1-5] พระเจ้าตรัสกับโมเสสว่า "ดูสิ่งที่เราได้ทำ เราได้เลือกเบซาเลล บุตรของอูรี
บุตรของ ฮูร์ จากเผ่าของยูดาห์ เราได้ทรงประทานพระวิญญาณของพระเจ้าให้แก่เขา
ให้เขามีความสามารถ ความรู้ และความเชี่ยวชาญในงานฝีมือทุกชนิด
ทั้งการสร้างสรรค์ลวดลายและการทำงานในทองคำ เงิน และทองสัมฤทธิ์
การเจียระไนและประดับอัญมณี การแกะสลักไม้ เขาเป็นช่างฝีมือรอบด้าน"

สดุดี 150

ข้อความ

150 [1-6] ฮาเลลูยา!
จงสรรเสริญพระเจ้าในพระวิหารศักดิ์สิทธิ์ของพระองค์
จงสรรเสริญพระองค์ใต้ท้องฟ้าที่เปิดโล่ง
จงสรรเสริญพระองค์สำหรับพระราชกิจแห่งฤทธิ์อำนาจของพระองค์
จงสรรเสริญพระองค์สำหรับความยิ่งใหญ่ตระการตาของพระองค์
จงสรรเสริญด้วยเสียงแตร จงสรรเสริญด้วยการดีดสายเครื่องดนตรีเบาๆ
จงสรรเสริญพระองค์ด้วยกัสตาเน็ตและการเต้นรำ
จงสรรเสริญพระองค์ด้วยแบนโจและฟลุต
จงสรรเสริญพระองค์ด้วยฉาบและกลองเบสขนาดใหญ่
จงสรรเสริญพระองค์ด้วยไวโอลินและแมนโดลิน
ขอให้สิ่งมีชีวิตทุกชนิดที่หายใจได้สรรเสริญพระเจ้า! ฮาเลลูยา!

6 โมงเช้า พระบิดา โปรดทรงกอบกู้ความคิดสร้างสรรค์ ศิลปะ และจินตนาการเพื่อพระสิริของพระองค์ ไม่ใช่เพื่อการกบฏ

9 โมงเช้า ฉันจะทำลายอิทธิพลเย้ายวนของความมืดที่มีต่อดนตรี ภาพยนตร์ แฟชั่น การเล่าเรื่อง และการแสดง

12.00 น. เชิญศิลปินผู้เปี่ยมด้วยทักษะ ปัญญา ความงดงาม
และความกล้าหาญอันศักดิ์สิทธิ์มาร่วมไว้อาลัย

15.00 น. แท่นบูชาทุกแห่งที่ใช้ความคิดสร้างสรรค์เพื่อเชิดชูความวิปริต ความรุนแรง
และการบูชารูปเคารพ จงถูกทำลายลง

6 โมงเย็น ข้าแต่พระเจ้า ขอให้บทเพลง ภาพ เรื่องราว และการแสดงต่างๆ
เป็นพาหะนำพาความจริงและความเชื่อมั่น

21.00 น. ข้าพเจ้าขอประกาศว่า ภูเขาแห่งศิลปะจะไม่ตกเป็นดินแดนของศัตรูอีกต่อไป

เที่ยงคืน ขอให้ผู้ที่ศรัทธา นักเขียน นักออกแบบ นักแสดง และนักดนตรี
ได้สัมผัสกับพระเจ้าอย่างลึกซึ้ง และสร้างสรรค์ผลงานจากพลังที่ล้นเหลือ

ตี 3 ข้า แต่พระเจ้า โปรดประทานความงามที่ผสานกับความจริง
และความเป็นเลิศที่ผสานกับความบริสุทธิ์ในโลกแห่งการสร้างสรรค์

วันที่ 24 - ภูเขาแห่งศิลปะ: การฟื้นฟูวัฒนธรรม

พระคัมภีร์: อิสยาห์ วิวรณ์ 21:24-26; ปฐมกาล 1:26-27; สดุดี 96:1-3

วิวรณ์ 21:24-26

ฉบับคิงเจมส์ใหม่

[24] และบรรดาประชาชาติ [ก] ผู้ที่ได้รับความรอดจะเดินในแสงสว่างของเมืองนั้น
และบรรดากษัตริย์แห่งแผ่นดินโลกจะนำสง่าราศีและเกียรติยศ [ข] ของพวกเขา
เข้ามาในเมืองนั้น [25] ประตูเมืองนั้นจะไม่ปิดเลยในเวลากลางวัน (ที่นั่นจะไม่มีกลางคืน) [26]
และพวกเขาจะนำสง่าราศีและเกียรติยศของบรรดาประชาชาติเข้ามา [ค] ในเมืองนั้น

ปฐมกาล 1:26-27

ฉบับคิงเจมส์ใหม่

[26] แล้วพระเจ้าตรัสว่า "ให้เราสร้างมนุษย์ตามแบบของเรา ตามอย่างของเรา
ให้เขามีอำนาจเหนือปลาในทะเล เหนือนกในอากาศ และเหนือสัตว์เลี้ยง เหนือ แผ่นดิน
โลกทั้งหมด และเหนือสัตว์เลื้อยคลานทุกชนิดที่เลื้อยคลานอยู่บน แผ่นดิน โลก" [27]
ดังนั้นพระเจ้าจึงทรงสร้างมนุษย์ตามแบบของพระองค์ ตาม *แบบ* ของพระเจ้า
พระองค์ทรงสร้างเขาขึ้นมา ทั้งชายและหญิง พระองค์ทรงสร้างพวกเขา

สดุดี 96:1-3

ฉบับคิงเจมส์ใหม่

บทเพลงสรรเสริญพระเจ้าผู้เสด็จมาพิพากษา

96 โอ้ จงร้องเพลงใหม่ถวายแด่พระเจ้าเถิด!

จงร้องเพลงถวายแด่พระเจ้าทั่วทั้งโลก

[2] จงร้องเพลงถวายแด่พระเจ้า จงสรรเสริญพระนามของพระองค์

จงประกาศข่าวดีแห่งความรอดของพระองค์ทุกวัน

[3] จงประกาศพระสิริของพระองค์ท่ามกลาง ประชาชาติ ทั้งหลาย และ

การอัศจรรย์ของพระองค์ท่ามกลางชนชาติ ทั้งปวง

วิวรณ์ 21:24-27

ข้อความ

15-21 ทูตสวรรค์ที่พูดกับข้าพเจ้ามีไม้บรรทัดทองคำสำหรับวัด เมือง ประตู และกำแพง
เมือง เมือง นั้น วางผังเป็นรูปสี่เหลี่ยมจัตุรัสสมบูรณ์แบบ ทูตสวรรค์วัด เมือง
ด้วยไม้บรรทัดได้ 1,500 ไมล์ ความยาว ความกว้าง และความสูงเท่ากันหมด
โดยใช้ไม้บรรทัดมาตรฐาน ทูตสวรรค์วัดความหนาของกำแพงได้ 72 หลา
กำแพงเป็นหินแจสเปอร์ สีแห่งความรุ่งโรจน์ และ เมือง เป็นทองคำบริสุทธิ์
โปร่งแสงเหมือนแก้ว ฐานรากของกำแพงเมือง ประดับประดา
ด้วยอัญมณีล้ำค่าทุกชนิดเท่าที่จะนึกออก ฐานรากแรกเป็นหินแจสเปอร์
ฐานรากที่สองเป็นไพลิน ฐานรากที่สามเป็นหินอะเกต ฐานรากที่สี่เป็นมรกต
ฐานรากที่ห้าเป็นหินโอนิกซ์ ฐานรากที่หกเป็นหินคาร์เนเลียน
ฐานรากที่เจ็ดเป็นหินคริโซไลต์ ฐานรากที่แปดเป็นหินเบริล ฐานรากที่เก้าเป็นหินโทปาซ
ฐานรากที่สิบเป็นหินคริโซเพรส ฐานรากที่สิบเอ็ดเป็นหินจาซินท์
ฐานรากที่สิบสองเป็นหินอเมทิสต์ ประตูทั้งสิบสองบานเป็นไข่มุกสิบสองเม็ด
แต่ละประตูเป็นไข่มุกหนึ่งเม็ด

21-27 ถนนสายหลักของ เมืองนั้น เป็นทองคำบริสุทธิ์ โปร่งแสงเหมือนแก้ว
แต่ไม่มีร่องรอยของพระวิหาร
เพราะพระเจ้าผู้ทรงฤทธานุภาพและพระเมษโปดกทรงเป็นพระวิหาร เมือง นั้น
ไม่ต้องการแสงอาทิตย์หรือแสงจันทร์เป็นแสงสว่าง พระสิริของพระเจ้าเป็นแสงสว่าง
และพระเมษโปดกเป็นตะเกียง บรรดาประชาชาติจะเดินในแสงสว่างของเมืองนั้น
และบรรดากษัตริย์แห่งแผ่นดินโลกจะนำความรุ่งโรจน์ของตนเข้ามา
ประตูเมืองจะไม่ปิดในเวลากลางวัน และจะไม่มีกลางคืน
พวกเขาจะนำสง่าราศีและเกียรติยศของบรรดาประชาชาติเข้ามาใน เมืองนั้น
สิ่งสกปรกหรือมลทินใดๆ จะเข้าไปใน เมือง นั้นไม่ ได้
และไม่มีใครที่ทำให้มลทินหรือหลอกลวงจะเข้าไปได้
มีแต่ผู้ที่มีชื่อเขียนไว้ในหนังสือแห่งชีวิตของพระเมษโปดกเท่านั้นที่จะเข้าไปได้

ปฐมกาล 1:26-28

ข้อความ

26-28 พระเจ้าตรัสว่า "ให้เราสร้างมนุษย์ตามแบบอย่างของเรา ให้
สะท้อนธรรมชาติของเรา เพื่อพวกเขาจะได้ดูแลปลาในทะเล นกในอากาศ สัตว์เลี้ยง

และใช่แล้ว รวมถึงแผ่นดินโลกและสัตว์ทุกชนิดที่เคลื่อนไหวอยู่บนพื้นโลก”
พระเจ้าทรงสร้างมนุษย์
พระองค์ทรงสร้างพวกเขาให้เหมือนพระเจ้า สะท้อนธรรมชาติของพระเจ้า
พระองค์ทรงสร้างพวกเขาเป็นชายและหญิง พระเจ้าทรงอวยพรพวกเขาว่า “
จงเจริญรุ่งเรือง! จงสืบพันธุ์! จงทำให้แผ่นดินโลกเต็มไปด้วยประชากร! จงปกครอง!
จงดูแลปลาในทะเลและนกในอากาศ และสิ่งมีชีวิตทุกชนิดที่เคลื่อนไหวอยู่บนพื้นโลก”

สดุดี 96:1-3
ข้อความ
96 1-2 จงร้องเพลงใหม่แด่พระเจ้า!
โลกและทุกคนในโลก จงร้องเพลง! ร้องเพลงสรรเสริญพระเจ้า— *นมัสการ* พระเจ้า!
2-3 จงประกาศข่าวชัยชนะของพระองค์ไปทั่วทุกหนแห่ง
จงนำข่าวพระสิริของพระองค์ไปสู่ผู้หลงหาย และข่าวอัศจรรย์ของพระองค์ไปสู่คนทั้งปวง!

6 โมงเช้า ข้าแต่พระเจ้า ขอให้ความมั่งคั่ง ความสนใจ
และอิทธิพลของวัฒนธรรมถูกชี้นำไปในทางที่ถวายเกียรติแด่พระองค์

เวลา 9 นาฬิกา ข้าพเจ้าจะประกาศเสียงใหม่และพยานใหม่
เพื่อประกาศพระสิริของพระองค์ท่ามกลางประชาชาติทั้งหลาย

12.00 น. การถูกกดขี่ทางวัฒนธรรมทุกรูปแบบที่ทำให้ความมืดมิดกลายเป็นเรื่องปกติ
จงแตกสลายเดี๋ยวนี้ ภายใต้อำนาจอันยิ่งใหญ่ของอาณาจักรของพระเจ้า

15.00 น. ขอให้ผู้สร้างสรรค์ที่มีความเชื่อมั่นในอาณาจักรของพระเจ้าได้ขึ้นเวที สตูดิโอ
หอศิลป์ และโรงละครด้วยอำนาจที่เหมาะสม

18.00 น. ข้าแต่พระบิดา โปรดกอบกู้รสนิยมสาธารณะ จินตนาการร่วม
และความต้องการของชาติจากความฉ้อฉลด้วยเถิด

21.00 น. ข้าพเจ้าขอประกาศว่า ความงามจะไม่แยกจากความจริงอีกต่อไป
และความคิดสร้างสรรค์จะไม่แยกจากมโนธรรมอีกต่อไป

เที่ยงคืน ขอให้ศิลปะกลายเป็นสนามแห่งการพบปะอันศักดิ์สิทธิ์
ที่ซึ่งคนหลงผิดหันกลับมา และผู้แสวงหาได้เห็นพระสิริของพระองค์

เวลา 3 นาฬิกา ข้าแต่พระเจ้า โปรดประทานรัศมีแห่งความศักดิ์สิทธิ์เข้ามาในวัฒนธรรม
และทำให้ประชาชาติทั้งหลายได้ยินเสียงแห่งการตื่นรู้

วันที่ 25 - ศาสนาและคริสตจักร: ไฟแห่งการฟื้นฟู

พระคัมภีร์: 2 พงศาวดาร 7:14; โรม 15:30-32

2 พงศาวดาร 7:14

ฉบับคิงเจมส์ใหม่

[14] ถ้าชนชาติของข้าพเจ้าผู้ซึ่งถูกเรียกด้วยพระนามของข้าพเจ้าจะถ่อมตนลง
และอธิษฐานและแสวงหาพระพักตร์ของข้าพเจ้า และหันจากทางชั่วร้ายของพวกเขาแล้ว
ข้าพเจ้าจะฟังจากสวรรค์
และจะยกโทษบาปของพวกเขาและรักษาแผ่นดินของพวกเขาให้หาย

โรม 15:30-32

ฉบับคิงเจมส์ใหม่

[30] บัดนี้ ข้าพเจ้าขอวิงวอนท่านทั้งหลาย พี่น้องทั้งหลาย โดยทางพระเยซูคริสต์เจ้า
และโดยความรักของพระวิญญาณ
ขอให้ท่านทั้งหลายร่วมอธิษฐานกับข้าพเจ้าต่อพระเจ้าเพื่อข้าพเจ้าด้วย [31]
เพื่อข้าพเจ้าจะได้รับการช่วยให้รอดพ้นจากพวกที่ไม่เชื่อในแคว้นยูเดีย และ เพื่อ การ
รับใช้ของข้าพเจ้าในเยรูซาเล็มจะเป็นที่ยอมรับของบรรดาผู้บริสุทธิ์ [32]
เพื่อข้าพเจ้าจะมาหาท่านทั้งหลายด้วยความยินดีตามพระประสงค์ของพระเจ้า
และเพื่อข้าพเจ้าจะได้รับการปลอบประโลมใจร่วมกับท่านทั้งหลาย

2 พงศาวดาร 7:14-18

ข้อความ

[12-18] ในคืนนั้นเอง พระเจ้าทรงปรากฏแก่โซโลมอนและตรัสว่า
"เราฟังคำอธิษฐานของเจ้าแล้ว เราได้เลือกสถานที่นี้ไว้เป็นพระวิหารสำหรับถวายบูชา
เป็นสถานที่นมัสการ ถ้าเราปิดกั้นฝนจากฟ้า หรือสั่งให้ตั๊กแตนมากินพืชผล
หรือส่งโรคระบาดมายังประชากรของเรา และประชากรของเรา
ประชากรที่พระเจ้าทรงกำหนดไว้ ตอบสนองด้วยการถ่อมตน อธิษฐาน
แสวงหาการทรงสถิตของเรา และหันหลังให้กับชีวิตที่ชั่วร้ายของพวกเขา
เราจะอยู่ที่นั่นพร้อมที่จะช่วยเหลือเจ้า เราจะฟังจากสวรรค์ อภัยบาปของพวกเขา

และฟื้นฟูแผ่นดินของพวกเขาให้กลับมาอุดมสมบูรณ์ ตั้งแต่บัดนี้เป็นต้นไป
เราจะเฝ้าฟังคำอธิษฐานที่ถวาย ณ สถานที่นี้ทั้งกลางวันและกลางคืน เชื่อเราเถิด เราได้
เลือกและชำระพระวิหารที่เจ้าสร้างขึ้นนี้ให้บริสุทธิ์แล้ว
พระนามของเราประทับอยู่บนพระวิหารนี้ตลอดไป ดวงตาของเรามองดูอยู่
และหัวใจของเราอยู่ในพระวิหารนี้เสมอ ส่วนเจ้า
ถ้าเจ้าดำเนินชีวิตอยู่ในการทรงสถิตของเราเหมือนอย่างที่ดาวิดบิดาของเจ้าดำเนินชีวิต
คือบริสุทธิ์ทั้งใจและการกระทำ ดำเนินชีวิตตามที่เราได้กำหนดไว้สำหรับเจ้า
เชื่อฟังคำแนะนำและการพิพากษาของเราอย่างเอาใจใส่แล้ว
เราจะสนับสนุนการปกครองอิสราเอลของท่านในฐานะกษัตริย์—
ทำให้มันมั่นคงบนรากฐานที่มั่นคง
คำมั่นสัญญาเดียวกันกับที่เราให้ไว้กับดาวิดบิดาของท่าน เราก็ให้แก่ท่านเช่นกัน กล่าวคือ
'ท่านสามารถมั่นใจได้ว่าจะมีผู้สืบเชื้อสายขึ้นครองบัลลังก์อิสราเอลเสมอ'

โรม 15:30-33

ข้อความ

30-33 เพื่อนรักทั้งหลาย ข้าพเจ้ามีคำขอข้อหนึ่ง คือ โปรดอธิษฐานเพื่อข้าพเจ้าด้วย
โปรดอธิษฐานอย่างจริงจังกับและเพื่อข้าพเจ้า—ต่อพระเจ้าพระบิดา
โดยอำนาจของพระเยซูคริสต์เจ้าของเรา โดยความรักของพระวิญญาณ—
เพื่อข้าพเจ้าจะได้รับการช่วยให้รอดพ้นจากถ้ำสิงโตของพวกที่ไม่เชื่อในยูเดีย
โปรดอธิษฐานด้วยว่า
เครื่องบูชาบรรเทาทุกข์ของข้าพเจ้าสำหรับผู้เชื่อในเยรูซาเล็มจะได้รับการยอมรับด้วยจิตวิญ
ญาณที่ข้าพเจ้าถวาย แล้วหากพระเจ้าทรงประสงค์
ข้าพเจ้าจะเดินทางไปหาท่านทั้งหลายด้วยใจที่เบิกบานและกระตือรือร้น
รอคอยที่จะได้รับการฟื้นฟูจิตใจจากการอยู่ร่วมกับท่านทั้งหลาย
ขอสันติสุขของพระเจ้าอยู่กับท่านทั้งหลาย โอ้ เยส!

6 โมงเช้า พระบิดา โปรดนำคริสตจักรของพระองค์กลับคืนสู่ความอ่อนน้อมถ่อมตน
การสำนึกผิด และการอธิษฐานตามพันธสัญญา

เวลา 9 โมงเช้า ข้าพเจ้าอธิษฐานร่วมกับผู้เชื่อเพื่อการฟื้นฟู ความบริสุทธิ์
และการประทานพระวิญญาณบริสุทธิ์ครั้งใหม่

12 นาฬิกา ขอให้ผู้คนในศาสนสถานซึ่งกำลังหลับใหลตื่นขึ้น และขอให้แท่นบูชาที่แห้งแล้งกลับมาลุกโชนอีกครั้ง

3 โมงเย็น ขอให้การต่อต้านการฟื้นฟูทุกรูปแบบที่หยั่งรากอยู่ในความเย่อหยิ่ง ประเพณี และบาปที่ซ่อนเร้น จงถูกทำลายไป

6 โมงเย็น ข้าแต่พระเจ้า โปรดเสด็จลงมายังนิกายต่างๆ กลุ่มคริสเตียน คณะทำงาน และเครือข่ายการอธิษฐานด้วยไฟแห่งการชำระล้าง

เวลา 21.00 น. ข้าพเจ้าขอประกาศการรับบัพติศมาใหม่ แห่งความกระหายในพระวจนะ การนมัสการ ความบริสุทธิ์ และภาระหน้าที่ในการประกาศข่าวประเสริฐ

เที่ยงคืน ขอให้ปาฏิหาริย์ การสำนึกผิด การคืนดี และการปลดปล่อย กลับคืนสู่ศูนย์กลางของชีวิตคริสตจักร

ตี 3 ข้าแต่พระเจ้า โปรดฟื้นฟูพระราชกิจของพระองค์ท่ามกลางกาลเวลา และขอให้คริสตจักรกลับมาเป็นพลังแห่งการเปลี่ยนแปลงอีกครั้ง

วันที่ 26 - ศาสนาและศาสนจักร: การปกป้องผู้เหลือรอด

ข้อพระคัมภีร์: สดุดี 92:8,14; มัทธิว 26:41

สดุดี 92:8

ฉบับคิงเจมส์ใหม่

[8] แต่พระองค์เจ้าข้า *ทรงอยู่* เบื้องบนเป็นนิจนิรันดร์

สดุดี 92:14

ฉบับคิงเจมส์ใหม่

[14] พวกเขาจะยังคงออกผลแม้ในวัยชรา

พวกเขาจะ [a] สดชื่นและ [b] เจริญรุ่งเรือง

มัทธิว 26:41

ฉบับคิงเจมส์ใหม่

[41] จงเฝ้าระวังและอธิษฐาน เพื่อไม่ให้ตกอยู่ในการล่อลวง จิตใจนั้น *พร้อม* แต่เนื้อหนังนั้น *อ่อนแอ* "

สดุดี 92:8-9

ข้อความ

[4-9] พระเจ้า พระองค์ทรงทำให้ข้าพเจ้ามีความสุขมาก

ข้าพเจ้าได้เห็นพระราชกิจของพระองค์และร้องด้วยความยินดี

พระราชกิจของพระองค์ช่างยิ่งใหญ่เหลือเกิน พระเจ้า!

พระดำรัสของพระองค์ช่างลึกซึ้งเหลือเกิน!

คนโง่เขลาไม่เคยสังเกตเห็นสิ่งที่พระองค์ทรงทำ คนงี่เง่าไม่เคยเข้าใจ

เมื่อคนชั่วผุดขึ้นมาเหมือนวัชพืชและคนชั่วทั้งชายและหญิงเข้ายึดครอง

พระองค์ทรงโค่นล้มพวกเขา ทรงกำจัดพวกเขาให้สิ้นซากไปเลย พระเจ้า

พระองค์ทรงสูงส่งและนิรันดร์ ดูศัตรูของพระองค์เถิด พระเจ้า!

ดูศัตรูของพระองค์——พังพินาศ!
กระจัดกระจายไปในสายลม เหล่าผู้รับจ้างแห่งความชั่วร้ายเหล่านั้น!

สดุดี 92:14
ข้อความ
10-14 แต่พระองค์ทรงทำให้ข้าพเจ้าแข็งแกร่งดุจกระทิงที่กำลังพุ่งเข้าใส่ พระองค์
ทรงให้เกียรติข้าพเจ้าด้วยขบวนแห่เฉลิมฉลอง
ภาพของผู้ที่วิพากษ์วิจารณ์ข้าพเจ้าล้มลงยังคงสดใหม่ การพ่ายแพ้ของผู้ใส่ร้ายป้ายสีข้าพเจ้า
หูของข้าพเจ้าเต็มไปด้วยเสียงแห่งคำสัญญาว่า " คนดีจะเจริญรุ่งเรืองดุจต้นปาล์ม
เติบโตสูงตระหง่านดุจต้นซีดาร์เลบานอน ถูกปลูกถ่ายไว้ในลานของพระเจ้า
พวกเขาจะเติบโตสูงตระหง่านในพระพักตร์ของพระเจ้า คล่องแคล่วและเขียวชอุ่ม
แข็งแรงแม้ในวัยชรา"
มัทธิว 26:41
ข้อความ
40-41 เมื่อพระองค์เสด็จกลับมาหาเหล่าสาวก พระองค์ทรงพบว่าพวกเขานอนหลับสนิท
พระองค์จึงตรัสกับเปโตรว่า "เจ้าอยู่กับเราสักชั่วโมงหนึ่งไม่ได้หรือ?
จงระมัดระวังตัวอยู่เสมอ
จงอธิษฐานเพื่อเจ้าจะไม่หลงเข้าไปในสิ่งล่อใจโดยไม่รู้ตัวว่ากำลังตกอยู่ในอันตราย
มีส่วนหนึ่งในตัวเจ้าที่กระตือรือร้นพร้อมที่จะทำทุกสิ่งในพระเจ้า
แต่ก็มีอีกส่วนหนึ่งที่เกียจคร้านเหมือนสุนัขแก่ที่นอนอยู่ข้างกองไฟ"

6.00 น. ข้าแต่พระเจ้า ขอทรงปกป้องคนชอบธรรม
และทรงรักษาชนชาติที่เหลืออยู่ให้มีผลผลิต สดชื่น
และเจริญรุ่งเรืองในฤดูกาลที่เก่าแก่และยากลำบาก

เวลา 9 โมงเช้า ฉันได้รับพระคุณให้เฝ้าระวังและอธิษฐาน
เพื่อไม่ให้การล่อลวงครอบงำฉันหรือบรรดาผู้บริสุทธิ์

12.00 น. แผนการทุกอย่างที่มุ่งร้ายต่อผู้ที่เหนื่อยล้าจากการอธิษฐานเผื่อ ผู้นำ
และผู้เชื่อที่ซื่อสัตย์ จงล้มเหลวในนามของพระเยซู

บ่าย 3 โมง ขอให้รากเหง้าของผู้ชอบธรรมหยั่งลึก
และขอให้คำพยานของพวกเขายังคงเขียวชอุ่มและมีชีวิตชีวาอยู่เสมอ

18.00 น. พระบิดา โปรดปกป้องผู้รับใช้ของพระองค์จากเรื่องอื้อฉาว ความเหนื่อยล้า ความท้อแท้ และการโจมตีทางวิญญาณ

21.00 น. ข้าพเจ้าประกาศว่ากองกำลังที่เหลืออยู่จะไม่ถูกกำจัด
แต่จะแข็งแกร่งขึ้นภายใต้แรงกดดัน

เที่ยงคืน ขอให้ผู้ศรัทธาที่ซ่อนตัวอยู่ ได้รับการฟื้นฟูจากสวรรค์
และได้รับการเสริมกำลังด้วยน้ำมันอันยั่งยืน

ตี 3 ข้า แต่พระเจ้า โปรดทรงค้ำจุนกลุ่มผู้ภาวนาที่เหลืออยู่
จนกว่าการเปลี่ยนแปลงครั้งใหญ่ระดับชาติและระดับรุ่นต่อรุ่นจะปรากฏขึ้น

วันที่ 27 - ภูเขาแห่งครอบครัว: ชีวิตสมรสภายใต้การโจมตี

พระคัมภีร์: มัทธิว 19:6; ปัญญาจารย์ 4:12

มัทธิว 19:6

ฉบับคิงเจมส์ใหม่

6 ฉะนั้นพวกเขาจึงไม่ใช่สองคนอีกต่อไป แต่เป็นเนื้อเดียวกัน ฉะนั้น
สิ่งที่พระเจ้าทรงรวมเข้าด้วยกันแล้ว มนุษย์อย่าได้แยกออกจากกันเลย”

ปัญญาจารย์ 4:12

ฉบับคิงเจมส์ใหม่

12 แม้คนหนึ่งอาจถูกอีกคนหนึ่งเอาชนะได้ แต่สองคนย่อมต้านทานเขาได้
และเชือกสามเส้นย่อมไม่ขาดง่าย

มัทธิว 19:6

ข้อความ

4-6 พระองค์ตรัสตอบว่า

“พวกท่านไม่ได้อ่านในพระคัมภีร์หรือว่าแต่เดิมพระผู้สร้างทรงสร้างชายและหญิงมาเพื่อกันและกัน ชายและหญิง? และเพราะเหตุนี้
ชายจึงละบิดามารดาและผูกพันกับภรรยาอย่างแน่นแฟ้น เป็นเนื้อเดียวกัน ไม่ใช่สองร่าง
แต่เป็นหนึ่งเดียว เพราะพระเจ้าทรงสร้างการรวมกันตามธรรมชาติของสองเพศนี้
ไม่มีใครควรลบหลู่ผลงานสร้างสรรค์ของพระองค์โดยการแยกพวกเขาออกจากกัน”

ปัญญาจารย์ 4:12

ข้อความ

12. ถ้าอยู่คนเดียวคุณจะไม่มีทางปลอดภัย แต่
ถ้ามีเพื่อน คุณจะรับมือกับเรื่องร้ายๆ ได้ คุณหาเพื่อนคนที่สามได้ไหม?
เชือกสามเกลียวไม่ขาดง่ายๆ หรอกนะ

6 โมงเช้า พระบิดา สิ่งที่พระองค์ทรงรวมเข้าด้วยกันแล้ว อย่าให้พลังแห่งนรก เนื้อหนัง หรือวัฒนธรรมใดๆ มาทำลายมันเลย

เวลา 9 โมงเช้า ฉันจะทำลายจิตวิญญาณแห่งความแตกแยก การทรยศ ความห่างเหินทางอารมณ์ และความผิดที่ยังไม่ได้รับการแก้ไข ซึ่งกำลังทำลายชีวิตคู่

12.00 น. ขอให้ความรักตามพันธสัญญา ความจริง ความอดทน และเกียรติซึ่งกันและกัน กลับคืนมาสู่ครอบครัวที่กำลังเผชิญกับความตึงเครียด

เวลา 15.00 น. เสียงแปลกปลอมทุกเสียงที่แข่งขันกับความเป็นหนึ่งเดียวของพระเจ้า จงเงียบลงด้วยอำนาจของพระเยซูคริสต์

18.00 น. ข้าแต่พระเจ้า โปรดเยียวยาความไว้วางใจ ฟื้นฟูการสื่อสาร และฟื้นฟูความสัมพันธ์ทางจิตวิญญาณระหว่างสามีภรรยาด้วยเถิด

21.00 น. ข้าพเจ้าขอประกาศว่า
การแต่งงานควรเป็นแท่นบูชาแห่งความเห็นพ้องต้องกันและเครื่องมือขับเคลื่อนโชคชะตา ไม่ใช่สนามรบแห่งความสูญเปล่า

เที่ยงคืน
ขอให้แผนการลับทุกอย่างของศัตรูที่มุ่งร้ายต่อบ้านแห่งพันธสัญญาถูกเปิดเผยและล้มล้างไปเสีย

ตี 3 ข้า แต่พระเจ้า โปรดเสริมสร้างชีวิตสมรสด้วยพระคุณ ความบริสุทธิ์ และสายใยสามเส้นที่ไม่อาจขาดได้

วันที่ 28 - ภูเขารัฐบาล: ประตูและเมืองต่างๆ

พระคัมภีร์: ปฐมกาล 18:16-33; สุภาษิต 29:2

ปฐมกาล 18:16-33

ฉบับคิงเจมส์ใหม่

อับราฮัมขอร้องเพื่อเมืองโซดอม

16 แล้วพวกเขาก็ลุกขึ้นจากที่นั่นและมองไปยังเมืองโสโดม
และอับราฮัมก็ไปกับพวกเขาเพื่อส่งพวกเขาไปตามทางนั้น 17 และองค์พระผู้เป็นเจ้าตรัสว่า
"เราจะปิดบังสิ่งที่เรากำลังทำอยู่จากอับราฮัมหรือ 18
ในเมื่ออับราฮัมจะเป็นชนชาติที่ยิ่งใหญ่และทรงอำนาจอย่างแน่นอน
และประชาชาติทั้งหลายในโลกจะได้รับพรในตัวเขา 19 เพราะเราได้รู้จักเขาแล้ว
เพื่อเขาจะได้สั่งสอนลูกหลานและครอบครัวของเขาให้ปฏิบัติตามทางขององค์พระผู้เป็นเจ้า
กระทำความชอบธรรมและความยุติธรรม
เพื่อองค์พระผู้เป็นเจ้าจะทรงประทานสิ่งที่พระองค์ได้ตรัสกับอับราฮัมไว้แก่เขา" 20
และองค์พระผู้เป็นเจ้าตรัสว่า "เพราะเสียงร้องทุกข์ต่อเมืองโสโดมและโกโมราห์นั้นดังมาก
และเพราะบาปของพวกเขานั้นร้ายแรงยิ่งนัก 21
เราจะลงไปดูว่าพวกเขาได้กระทำตามเสียงร้องทุกข์ที่มาถึงเราหรือไม่ และถ้าไม่ เราก็จะรู้"
22 แล้วพวกเขาก็หันหลังกลับไปทางเมืองโสโดม แต่อับราฮัมยังคงยืนอยู่ต่อหน้าพระเจ้า 23
อับราฮัมจึงเข้าไปใกล้และกล่าวว่า
"พระองค์จะทรงทำลายคนชอบธรรมพร้อมกับคนชั่วด้วยหรือ? 24
สมมติว่ามีคนชอบธรรมห้าสิบคนอยู่ในเมืองนั้น
พระองค์จะทรงทำลายเมืองนั้นและไม่ทรงไว้ ชีวิต
คนชอบธรรมห้าสิบคนที่อยู่ในนั้นด้วยหรือ? 25 ขออย่าให้พระองค์ทรงกระทำเช่นนั้นเลย
คือฆ่าคนชอบธรรมพร้อมกับคนชั่ว เพื่อให้คนชอบธรรมเป็นเหมือนคนชั่ว
ขออย่าให้พระองค์ทรงกระทำเช่นนั้นเลย! พระผู้พิพากษาแห่งแผ่นดินโลกจะไม่ทรง
กระทำการ ที่ถูกต้องหรือ?"
26 แล้วองค์พระผู้เป็นเจ้าตรัสว่า "ถ้าเราพบคนชอบธรรมห้าสิบคนในเมืองโสโดม
เราจะไว้ชีวิตเมืองทั้งเมืองเพื่อเห็นแก่พวกเขา"

[27] แล้วอับราฮัมจึงตอบว่า “แท้จริงแล้ว ข้าพเจ้าผู้นี้ ”*แต่*
แม้แต่ฝุ่นและเถ้าถ่านก็ยังอาสาทูลต่อองค์พระผู้เป็นเจ้าว่า [28]
สมมติว่ามีคนชอบธรรมน้อยกว่าห้าสิบคนอยู่ห้าคน พระองค์จะทำลายเมืองทั้งเมืองเพราะ
ขาดคนชอบธรรมเพียง ห้าคนอย่างนั้นหรือ?
จึง ตรัสว่า “ถ้าเราพบต้นไม้สี่สิบห้าต้นที่นั่น เราจะไม่ทำลาย *มัน* ”
[29] แล้วเขาก็พูดกับพระองค์อีกว่า “ถ้าหากมีคนสี่สิบคนอยู่ที่นั่นล่ะ?”
จึง ตรัสว่า “เราจะไม่ทำ *เช่นนั้น* เพื่อเห็นแก่คนสี่สิบคน”
[30] แล้วเขาจึงกล่าวว่า “ขออย่าให้พระเจ้าทรงพิโรธเลย แล้วข้าพเจ้าจะพูด
สมมติว่ามีคนสามสิบคนอยู่ที่นั่นล่ะ?”
จึง ตรัสว่า “เราจะไม่ทำ *เช่นนั้น* หากเราพบคนสามสิบคนอยู่ที่นั่น”
[31] และเขากล่าวว่า “แท้จริงแล้ว ข้าพเจ้าได้ทูลทูลองค์พระผู้เป็นเจ้าด้วยตนเองว่า
ถ้าหากมีคนยี่สิบคนอยู่ที่นั่นจะเป็นอย่างไร?”
จึง ตรัสว่า “เราจะไม่ทำลาย *มัน* เพื่อเห็นแก่คนยี่สิบคน”
[32] แล้วเขาจึงกล่าวว่า “ขออย่าให้พระเจ้าทรงพิโรธเลย
ข้าพเจ้าจะพูดอีกเพียงครั้งเดียวเท่านั้น สมมติว่ามีสิบคนอยู่ที่นั่นล่ะ?”
และพระองค์ตรัสว่า “เราจะไม่ทำลาย *มัน* เพราะเห็นแก่คนสิบคน” [33]
เมื่อพระองค์ตรัสกับอับราฮัมจบแล้ว องค์พระผู้เป็นเจ้าก็เสด็จไป
และอับราฮัมก็กลับไปยังที่ของตน

สุภาษิต 29:2
ฉบับคิงเจมส์ใหม่
[2] เมื่อคนชอบธรรม [ก] อยู่ในอำนาจ ประชาชนก็ยินดี แต่เมื่อ
คน ชั่ว ปกครอง ประชาชนก็คร่ำครวญ

ปฐมกาล 18:16-33
ข้อความ
[16] เมื่อพวกผู้ชายลุกขึ้นเพื่อจะออกเดินทาง พวกเขาก็มุ่งหน้าไปยังเมืองโสโดม
อับราฮัมเดินไปกับพวกเขาเพื่อกล่าวคำอำลา
[17-19] แล้วพระเจ้าตรัสว่า “เราจะปิดบังสิ่งที่กำลังจะทำจากอับราฮัมหรือ?
อับราฮัมจะเป็นชนชาติใหญ่และเข้มแข็ง ชนชาติทั้งหลายในโลกจะได้รับพรผ่านทางเขา
ใช่แล้ว

เราได้เลือกเขาไว้แล้วให้เป็นผู้อบรมสั่งสอนลูกหลานและครอบครัวในอนาคตให้ปฏิบัติตามแบบอย่างของพระเจ้า ดำเนินชีวิตด้วยความเมตตา ความเอื้อเฟื้อเผื่อแผ่ และความยุติธรรม เพื่อพระเจ้าจะทรงทำให้สิ่งที่พระองค์ทรงสัญญาไว้กับอับราฮัมสำเร็จ"

20-21 พระเจ้าตรัสต่อไปว่า
"เสียงร้องของเหยื่อในเมืองโสโดมและโกโมราห์ดังสนั่นหวั่นไหว
บาปของเมืองเหล่านั้นใหญ่หลวงนัก เราจะลงไปดูด้วยตาตนเอง
เพื่อดูว่าสิ่งที่พวกเขากำลังทำนั้นเลวร้ายอย่างที่ได้ยินหรือไม่ แล้วเราจะรู้"
22 พวกเขาจึงออกเดินทางไปยังเมืองโสโดม แต่ Abraham ขวางทางพระเจ้าไว้
23-25 อับราฮัมถามพระองค์ว่า "พระองค์ตรัสจริงจังหรือ?
พระองค์จะกำจัดคนดีไปพร้อมกับคนชั่วหรือ? ถ้าเหลือคนดีสักห้าสิบคนในเมือง
พระองค์จะรวมคนดีกับคนชั่วแล้วกำจัดทั้งหมดหรือ?
พระองค์จะไม่ไว้ชีวิตเมืองเพื่อเห็นแก่คนบริสุทธิ์ห้าสิบคนนั้นหรือ?
ข้าพเจ้าไม่อยากเชื่อเลยว่าพระองค์จะทำเช่นนั้น
ฆ่าทั้งคนดีและคนชั่วไปพร้อมกันราวกับว่าไม่มีความแตกต่างกันระหว่างพวกเขา
ผู้พิพากษาแห่งแผ่นดินโลกมิได้พิพากษาด้วยความยุติธรรมหรือ?"
26 พระเจ้าตรัสว่า "ถ้าเราพบคนดีห้าสิบคนในเมืองโสโดม
เราจะไว้ชีวิตเมืองนั้นเพื่อพวกเขา"
27-28 อับราฮัมกลับมาถามว่า
"ข้าพเจ้าผู้เป็นเพียงมนุษย์ธรรมดาที่สร้างจากดินเพียงกำมือเดียว
จะกล้าเอ่ยพระโอษฐ์ต่อพระอาจารย์ของข้าพเจ้าอีกหรือ? ถ้าหากคนห้าสิบคนขาดไปห้าคน
พระองค์จะทำลายเมืองนั้นเพราะคนห้าคนที่หายไปหรือ?"
เขากล่าวว่า "ผมจะไม่ทำลายมันหากมีอยู่สี่สิบห้าตัว"
29 อับราฮัมพูดขึ้นอีกว่า "ถ้าท่านพบเพียงสี่สิบคนล่ะ?"
"ฉันจะไม่ทำลายมันแม้ว่าจะแลกมาด้วยเงินสี่สิบก็ตาม"
30 เขากล่าวว่า "อาจารย์ อย่าทรงพิโรธข้าพเจ้าเลย แต่ถ้าพบเพียงสามสิบตัวล่ะ?"
"ไม่ ฉันจะไม่ทำถ้าฉันหาได้สามสิบตัว"
31 เขายังคงพูดต่อว่า "ข้าพเจ้าทราบว่าข้าพเจ้ากำลังทำให้ท่านอดทนไม่ไหวแล้ว อาจารย์
แต่ขออีกสักยี่สิบปีได้ไหมครับ"
"ฉันจะไม่ทำลายมันเพื่อแลกกับยี่สิบดอลลาร์"
32 เขายังไม่ยอมแพ้ "อย่าโกรธเลยครับอาจารย์ นี่เป็นครั้งสุดท้ายแล้ว
ถ้าเกิดได้แค่สิบอันล่ะครับ?"

“เพื่อคนแค่สิบคน ฉันจะไม่ทำลายเมืองหรอก”

33 เมื่อพระเจ้าทรงสนทนากับอับราฮัมเสร็จแล้ว พระองค์ก็เสด็จกลับไป
และอับราฮัมก็กลับบ้าน

สุภาษิต 29:2

ข้อความ

2 เมื่อคนดีปกครอง ทุกคนก็มีความสุข
แต่เมื่อผู้ปกครองไม่ดี ทุกคนก็คร่ำครวญ

6.00 น. ข้าแต่พระเจ้า เราต่อสู้เพื่อเมืองของเราดังเช่นที่อับราฮัมได้วิงวอนขอช่วยเหลือ เยียวยา และเปลี่ยนแปลงชุมชนที่สมควรได้รับความเมตตา

9.00 น. เมื่อผู้ทรงธรรมปกครอง ประชาชนจงยินดีเถิด จงขจัดระบอบการปกครองที่กดขี่และฉ้อฉลออกไป

12 นาฬิกา พันธสัญญาใดๆ ที่เกี่ยวข้องกับการนองเลือด ความโลภและความชั่วร้ายในดินแดน ณ ประตูเมือง จงถูกทำลายลง

บ่าย 3 โมง พระบิดา โปรดทรงแต่งตั้งผู้พิทักษ์ที่เที่ยงธรรมในสภา เทศบาลและโครงสร้างระดับภูมิภาค

18.00 น. ข้าพเจ้าขอประกาศว่า เมืองของเราจะไม่ยอมตกอยู่ภายใต้ความรุนแรง การทุจริต และความเสื่อมถอยทางศีลธรรม

21.00 น. ขอให้การอธิษฐานครอบครองประตูเมือง และขอให้ผู้นำที่ชาญฉลาดปรากฏขึ้นทั้งในระดับท้องถิ่นและระดับชาติ

เที่ยงคืน ขอให้การอ้างสิทธิ์ของปีศาจเหนือย่านชุมชน สถาบันและภูมิภาคเชิงยุทธศาสตร์ทั้งหมด จงเป็นโมฆะ

ตี 3 ข้า แต่พระเจ้า โปรดระลึกถึงความเมตตาในการพิพากษา และขอให้เมืองต่างๆ ได้รับการเยี่ยมเยียนจากพระเจ้าแทนที่จะถูกทำลายล้าง

วันที่ 29 - ภูเขาแห่งการศึกษา: การปลดปล่อยจากพันธนาการแห่งจิตใจ

ข้อพระคัมภีร์: 2 โครินธ์ 10:4-5; โรม 12:2

2 โครินธ์ 10:4-5

ฉบับคิงเจมส์ใหม่

[4] เพราะอาวุธที่เราใช้ในการต่อสู้ *ไม่ใช่* อาวุธ ฝ่าย เนื้อ หนัง แต่ เป็น
อาวุธที่มีฤทธิ์เดชจากพระเจ้าเพื่อทำลายป้อมปราการ [5]
เพื่อทำลายข้อโต้แย้งและทุกสิ่งสูงส่งที่ยกตนเองขึ้นต่อต้านความรู้ของพระเจ้า
และนำความคิดทุกอย่างมาอยู่ภายใต้การเชื่อฟังพระคริสต์

โรม 12:2

ฉบับคิงเจมส์ใหม่

[2] และอย่าประพฤติตามอย่างโลกนี้ แต่จงเปลี่ยนแปลงตนเองด้วยการต่ออายุจิตใจ
เพื่อจะได้พิสูจน์ได้ว่าอะไร *คือ* พระประสงค์ที่ดีและเป็นที่ยอมรับและสมบูรณ์ของพระเจ้า

2 โครินธ์ 10:4-6

ข้อความ

[3-6] โลกนี้ไร้หลักการ มีแต่คนเอาตัวรอดกันเอง! โลกนี้ไม่ต่อสู้กันอย่างยุติธรรม
แต่เราไม่ใช้ชีวิตหรือต่อสู้แบบนั้น—ไม่เคยและจะไม่เป็นเช่นนั้น
เครื่องมือในการทำงานของเราไม่ใช่เพื่อการตลาดหรือการบิดเบือน
แต่มีไว้เพื่อทำลายวัฒนธรรมที่ฉ้อฉลอย่างมหาศาลนั้น
เราใช้เครื่องมืออันทรงพลังของพระเจ้าเพื่อทำลายปรัชญาที่บิดเบี้ยว
ทำลายกำแพงที่สร้างขึ้นเพื่อต่อต้านความจริงของพระเจ้า ปรับความคิด อารมณ์
และแรงกระตุ้นที่กระจัดกระจายทุกอย่างให้เข้ากับโครงสร้างชีวิตที่พระคริสต์ทรงกำหนด
เครื่องมือของเราพร้อมใช้งานเพื่อเคลียร์พื้นที่จากสิ่งกีดขวางทุกอย่างและสร้างชีวิตแห่งการเ
ชื่อฟังให้เติบโตเป็นผู้ใหญ่

โรม 12:2

ข้อความ

จงมอบชีวิตของคุณไว้ต่อหน้าพระเจ้า

12 [1-2] นี่คือสิ่งที่ฉันอยากให้คุณทำ โดยที่พระเจ้าทรงช่วยเหลือคุณ:
จงนำชีวิตประจำวันธรรมดาๆ ของคุณ—การนอน การกิน การไปทำงาน
และการเดินไปมา—มาถวายแด่พระเจ้า
การยอมรับสิ่งที่พระเจ้าทรงทำเพื่อคุณคือสิ่งที่ดีที่สุดที่คุณสามารถทำเพื่อพระองค์ได้
อย่าปรับตัวให้เข้ากับวัฒนธรรมรอบตัวจนคุณเข้ากับมันได้โดยไม่คิดอะไรเลย
แต่จงมุ่งความสนใจไปที่พระเจ้า คุณจะได้รับการเปลี่ยนแปลงจากภายในสู่ภายนอก
จงรับรู้สิ่งที่พระองค์ต้องการจากคุณ และตอบสนองต่อสิ่งนั้นอย่างรวดเร็ว
ต่างจากวัฒนธรรมรอบตัวคุณที่มักจะฉุดคุณลงไปสู่ระดับความไม่เป็นผู้ใหญ่
พระเจ้าทรงนำสิ่งที่ดีที่สุดออกมาจากคุณ และพัฒนาวุฒิภาวะที่สมบูรณ์ในตัวคุณ

6 โมงเช้า พระบิดา โปรดทำลายป้อมปราการแห่งความคิด ปรัชญา และโลกทัศน์ที่ยกตนเองขึ้นต่อต้านสัจธรรมของพระองค์

เวลา 9 โมงเช้า ข้าพเจ้าจะจับกุมความคิดที่ต่อต้าน การโต้แย้งทางวัฒนธรรม และพันธนาการทางจิตใจทุกอย่างที่ขัดขวางการเชื่อฟังพระคริสต์

12.00 น. ขอให้การเปลี่ยนแปลงทางความคิดแผ่ขยายไปสู่เหล่านักเรียน ครู และสถาบันการศึกษา

บ่าย 3 โมง ความเย่อหยิ่งทางวิชาการทุกอย่างที่เยาะเย้ยพระเจ้าและบิดเบือนวิจารณญาณ จงถูกทำให้ต่ำต้อยลงภายใต้แสงสว่างแห่งพระเจ้า

6 โมงเย็น ข้าแต่พระเจ้า โปรดปลดปล่อยจิตใจจากบาดแผลทางใจ ความสับสน การล่อลวง และการถูกจองจำทางปัญญา

21.00 น. ข้าพเจ้าขอประกาศว่า ผู้เรียนคริสเตียนจะต้องคิดอย่างชัดเจน สอดคล้องกับหลักพระคัมภีร์ และกล้าหาญ

เที่ยงคืน ขอให้ห้องเรียนกลายเป็นสถานที่ที่ความจริงทำลายล้างการหลอกลวง และปลุกเป้าหมายให้ตื่นขึ้น

ตีสาม ข้าแต่พระเจ้า โปรดทรงเรียกคืนจิตใจของคนรุ่นนี้ และทรงชี้นำพวกเขาให้สอดคล้องกับพระปัญญาของพระองค์

วันที่ 30 - ภูเขาแห่งสื่อ:
การเปิดเผยผลงานที่ซ่อนเร้น

ข้อพระคัมภีร์: เอเฟซัส 5:11-14; ลูกา 8:17

เอเฟซัส 5:11-14

ฉบับคิงเจมส์ใหม่

11 และอย่ามีส่วนร่วมกับกิจการที่ไร้ผลของความมืด แต่จง เปิดเผย กิจการ เหล่า *นั้น* เสีย 12
เพราะเป็นเรื่องน่าละอายแม้แต่จะพูดถึงสิ่งต่างๆ ที่พวกเขาทำกันอย่างลับๆ 13 แต่สิ่งต่างๆ
ที่ถูก เปิดเผย นั้น ย่อมปรากฏชัดด้วยแสงสว่าง เพราะสิ่งใดที่ทำให้ปรากฏชัด
สิ่งนั้นก็คือแสงสว่าง 14 ฉะนั้น พระองค์จึงตรัสว่า:
"จงตื่นเถิด ผู้ที่หลับไหลอยู่
จงลุกขึ้นจากความตาย และพระคริสต์จะประทานแสงสว่างแก่ท่าน"

ลูกา 8:17

ฉบับคิงเจมส์ใหม่

17 เพราะไม่มีสิ่งใดที่เป็นความลับแล้วจะไม่ถูกเปิดเผย และไม่มี *สิ่งใด*
ที่ซ่อนเร้นแล้วจะไม่ปรากฏให้เห็น

เอเฟซัส 5:11-16

ข้อความ

11-16 อย่าเสียเวลาไปกับงานที่ไร้ประโยชน์ งานที่ไร้สาระ
การแสวงหาสิ่งที่ไร้ค่าในความมืดมิด จงเปิดโปงสิ่งเหล่านี้ว่าเป็นเรื่องหลอกลวง
มันเป็นเรื่องอัปยศอดสูเมื่อผู้คนเสียชีวิตไปกับสิ่งที่พวกเขาต้องทำในความมืดมิดที่ไม่มีใครเ
ห็น จงฉีกหน้ากากของสิ่งหลอกลวงเหล่านั้นออก
แล้วดูว่ามันดูน่าดึงดูดใจเพียงใดในแสงสว่างของพระคริสต์
จงตื่นจากความหลับให
ล จงออกมาจากโลงศพ พระคริสต์จะทรงแสดงแสงสว่างแก่เจ้า!

ดังนั้น จงระมัดระวังทุกย่างก้าว ใช้สติปัญญาให้คุ้มค่า
ใช้ทุกโอกาสที่มีให้เป็นประโยชน์สูงสุด นี่คือช่วงเวลาที่ยากลำบาก!

ลูกา 8:17-18

ข้อความ

คนตระหนี่กับสิ่งที่คุณได้ยิน

16-18 "ไม่มีใครจุดตะเกียงแล้วเอาอ่างซักผ้ามาครอบ หรือยัดไว้ใต้เตียงหรอก ไม่เลย
คุณต้องตั้งมันไว้บนขาตั้งตะเกียง เพื่อให้คนที่เข้ามาในห้องมองเห็นทางได้
เราไม่ได้เก็บความลับ เรากำลังบอกความลับต่างหาก เราไม่ได้ซ่อนสิ่งต่างๆ เรากำลังนำ
ทุกอย่าง ออกมาเปิดเผย ดังนั้นจงระวังอย่าตระหนี่ในสิ่งที่คุณได้ยิน
ความเอื้อเฟื้อเผื่อแผ่ก่อให้เกิดความเอื้อเฟื้อเผื่อแผ่ ความตระหนี่ทำให้ยากจนลง"

6 โมงเช้า พระบิดา
ขอให้แสงสว่างของพระองค์เปิดเผยการกระทำอันชั่วร้ายที่ซ่อนเร้นอยู่ในระบบการสื่อสาร

เวลา 9 โมงเช้า ข้าพเจ้าขอประกาศว่า สิ่งใดก็ตามที่ปกปิดไว้เพื่อบงการมวลชน
จะไม่สามารถซ่อนเร้นได้ตลอดไป

12.00 น. พันธมิตรลับทุกกลุ่มที่ผลิตข้อมูลเท็จ ยุยงปลุกปั่น และการทุจริต
จะต้องถูกเปิดโปง

บ่าย 3 โมง ข้าแต่พระเจ้า โปรดปลุกผู้เปิดโปง ผู้บอกความจริง
และผู้ปฏิรูปด้วยความกล้าหาญและการคุ้มครอง

18.00 น. ขอให้สิ่งที่ถูกสร้างขึ้นในความมืดมิดเพื่อสร้างความสับสน ควบคุม และฉ้อฉล
ถูกเปิดเผยสู่การพิพากษาอย่างโจ่งแจ้ง

21.00 น.

ฉันปฏิเสธความกลัวมนุษย์และอธิษฐานขอความกระจ่างอันศักดิ์สิทธิ์เมื่อเผชิญกับการหลอกลวงที่ซับซ้อน

เที่ยงคืน

ขอให้ระบบสื่อถูกสั่นคลอนจนกว่าความจริงจะปรากฏและเสียงแห่งความถูกต้องจะดังก้องกังวาน

ตี 3 ข้าแต่พระเจ้า โปรดทรงลุกขึ้นเป็นผู้เปิดเผยความลับ

และเปิดโปงการกระทำที่ซ่อนเร้นทุกอย่างที่ขัดขวางอาณาจักรของพระองค์

วันที่ 31 - ภูเขาธุรกิจ:
เอาชนะอุปสรรคเพื่อเพิ่มพูนธุรกิจ

ข้อพระคัมภีร์: ปฐมกาล 50:20; โยบ 5:12

ปฐมกาล 50:20

ฉบับคิงเจมส์ใหม่

20 แต่สำหรับพวกเจ้า พวกเจ้าตั้งใจทำร้ายเรา *แต่* พระเจ้าทรงประสงค์ให้เกิดผลดี
เพื่อให้เป็นอย่างที่เป็น *อยู่ใน* วันนี้ เพื่อช่วยชีวิตคนจำนวนมาก

โยบ 5:12

ฉบับคิงเจมส์ใหม่

12 พระองค์ทรงทำให้แผนการของคนเจ้าเล่ห์ล้มเหลว
เพื่อไม่ให้พวกเขาสามารถทำตามแผนได้

ปฐมกาล 50:20-21

ข้อความ

19-21 โยเซฟตอบว่า "อย่ากลัวเลย ฉันทำเพื่อพระเจ้าหรือ?
พวกเจ้าไม่เห็นหรือว่าพวกเจ้าวางแผนร้ายต่อฉัน
แต่พระเจ้าทรงใช้แผนการเหล่านั้นให้เกิดประโยชน์กับฉัน
ดังที่พวกเจ้าเห็นอยู่รอบตัวพวกเจ้าในตอนนี้ คือชีวิตของคนจำนวนมาก สบายใจเถอะ
พวกเจ้าไม่ต้องกลัวอะไร ฉันจะดูแลพวกเจ้าและลูกๆ ของพวกเจ้าเอง"
เขาให้ความมั่นใจแก่พวกเขา โดยพูดคุยกับพวกเขาด้วยความจริงใจ

โยบ 5:12-16

ข้อความ

นับเป็นพรอย่างยิ่งเมื่อพระเจ้าทรงตักเตือนเรา!

8-16 "ถ้าฉันอยู่ในสถานการณ์เดียวกับคุณ ฉันจะไปหาพระเจ้าโดยตรง
ฉันจะมอบตัวเองไว้ในพระเมตตาของพระเจ้า

เพราะพระองค์ทรงมีชื่อเสียงในเรื่องการกระทำที่ยิ่งใหญ่และเหนือความคาดหมาย
ไม่มีที่สิ้นสุดสำหรับความประหลาดใจของพระองค์ ตัวอย่างเช่น
พระองค์ทรงประทานฝนลงมาทั่วแผ่นดินกว้างใหญ่ ส่งน้ำไปชลประทานไร่นา
พระองค์ทรงยกคนตกต่ำขึ้น ประทานที่พึ่งพิง
แก่ผู้ที่จมอยู่ในความเศร้าโศก พระองค์ทรงขัดขวางแผนการของพวกคนโกงที่เจ้าเล่ห์
เพื่อไม่ให้แผนการของพวกเขาสำเร็จ
พระองค์ทรงจับพวกที่รู้ไปหมดทุกเรื่องในแผนการสมคบคิดของพวกเขา—
แผนการอันซับซ้อนทั้งหมดถูกกวาดล้างไปพร้อมกับขยะ! ทันใดนั้นพวกเขาก็สับสน
จมอยู่ในความมืด พวกเขามองไม่เห็นแม้แต่จะก้าวเท้าไปข้างหน้า
แต่ผู้ถูกกดขี่ได้รับการช่วยให้รอดโดยพระเจ้า ได้รับการช่วยให้รอดจากแผนการฆาตกรรม
ได้รับการช่วยให้รอดจากกำปั้นเหล็ก และดังนั้นคนยากจนจึงยังคงมีความหวัง
ในขณะที่ความอยุติธรรมถูกมัดและปิดปากไว้”

6 โมงเช้า พระบิดา สิ่งที่ศัตรูตั้งใจทำเพื่อความชั่วร้ายในด้านการเงิน การประกอบธุรกิจ
และการจัดหาปัจจัยยังชีพ
ขอทรงเปลี่ยนสิ่งนั้นให้เป็นประโยชน์แก่ราชอาณาจักรของพระองค์

9.00 น. จงขัดขวางแผนการของคนเจ้าเล่ห์ เพื่อไม่ให้พวกเขาสามารถกระทำการใดๆ
ที่เป็นอันตรายต่อเราได้

12.00 น. วิญญาณแห่งการต่อต้านทุกตนที่ประจำอยู่ ณ ประตูแห่งความก้าวหน้า
จงถูกกำจัดไปโดยไฟแห่งพระเจ้า

บ่าย 3 โมง ผมจะยุติการหน่วงเวลา การก่อวินาศกรรม การรายงานข่าวที่เป็นเท็จ
การกล่าวหาเท็จ และการต่อต้านอย่างลับๆ ต่อแรงงานที่ถูกต้อง

6 โมงเย็น ข้าแต่พระเจ้า ขอทรงประทานความโปรดปรานแก่ประชากรของพระองค์
เพื่อให้เสียงคัดค้านเงียบลง และเปิดประตูแห่งโอกาสอันดี

21.00 น. ข้าพเจ้าขอประกาศความเจริญรุ่งเรืองท่ามกลางความขัดแย้ง
และความก้าวหน้าท่ามกลางการต่อต้าน

เที่ยงคืน ขอให้การสนับสนุนที่ซ่อนเร้น พันธมิตรจากสวรรค์ และโอกาสอันชอบธรรมเกิดขึ้นอย่างฉับพลันเพื่อความก้าวหน้าของอาณาจักร

ตี 3 ข้าแต่พระเจ้า ขอทรงเปลี่ยนการต่อต้านที่จัดตั้งขึ้นทุกรูปแบบ ให้เป็นพยานถึงความซื่อสัตย์และฤทธานุภาพของพระองค์

วันที่ 32 - ภูเขาแห่งศิลปะ: การทำลายการล่อลวงและการบูชารูปเคารพ

ข้อพระคัมภีร์: สดุดี 69:22-28; 1 ยอห์น 5:21

สดุดี 69:22-28

ฉบับคิงเจมส์ใหม่

22 ขอให้โต๊ะอาหารของพวกเขาเป็นกับดัก

และความสุขสบายของพวกเขาเป็นบ่วง

23 ขอให้ดวงตาของพวกเขาพร่ามัวจนมองไม่เห็น

และขอให้เอวของพวกเขาสั่นสะท้านอยู่ตลอดเวลา

24 ขอทรงเทพระพิโรธของพระองค์ลงมาบนพวกเขา

และขอให้พระพิโรธของพระองค์ครอบงำพวกเขา

25 ขอให้ที่อยู่อาศัยของพวกเขารกร้างว่างเปล่า

อย่าให้ใครอาศัยอยู่ในเต็นท์ของพวกเขา

26 เพราะพวกเขาข่มเหง *ผู้ที่* พระองค์ทรงลงโทษ

และพูดถึงความเศร้าโศกของผู้ที่พระองค์ทรงทำให้บาดเจ็บ

27 ขอทรงเพิ่มความชั่วช้าให้แก่ความชั่วช้าของพวกเขา

และขออย่าให้พวกเขาเข้ามาสู่ความชอบธรรมของพระองค์

28 ขอให้ชื่อของพวกเขาถูกลบออกจากหนังสือแห่งชีวิต

และอย่าให้ชื่อของพวกเขาถูกบันทึกไว้ร่วมกับคนชอบธรรม

1 ยอห์น 5:21

ฉบับคิงเจมส์ใหม่

21 ลูกเอ๋ย จงระวังให้ห่างจากรูปเคารพเถิด อาเมน

สดุดี 69:22-28

ข้อความ

22 ขอให้มื้อเย็นของพวกเขาเป็นเหยื่อล่อในกับดักที่ปิดสนิท
ขอให้เพื่อนที่ดีที่สุดของพวกเขาเป็นนายพรานที่ถลกหนังพวกเขาทั้งเป็น
23 จงทำให้พวกเขาตาบอดเหมือนค้างคาว และ
ทำให้พวกเขาตัวสั่นตั้งแต่เช้าจรดค่ำ
24 บอกให้พวกเขารู้ว่าคุณคิดอย่างไรกับพวกเขา
ระเบิดความโกรธแค้นของคุณใส่พวกเขา
25 เผาบ้านของพวกเขาให้วอดวาย
ปล่อยให้พวกเขาอยู่อย่างโดดเดี่ยวโดยไม่มีใครอยู่บ้าน
26 พวกเขานินทาคนที่คุณลงโทษ และ
แต่งเรื่องขึ้นมาเกี่ยวกับทุกคนที่ได้รับบาดเจ็บจากพระเจ้า
27. เพิ่มความรู้สึกผิดให้พวกเขา
อย่าปล่อยให้พวกเขาพ้นผิดไป
28 จงลบชื่อของพวกเขาออกจากรายชื่อผู้มีชีวิต
อย่าจารึกชื่อพวกเขาไว้บนศิลาท่ามกลางผู้ชอบธรรม

1 ยอห์น 5:21

ข้อความ

18-21 เรารู้ว่าไม่มีผู้ใดที่บังเกิดจากพระเจ้ากระทำบาป—บาปมหันต์
ผู้ที่บังเกิดจากพระเจ้าก็ได้รับการปกป้องจากพระเจ้าด้วย
ปีศาจร้ายไม่สามารถแตะต้องพวกเขาได้ เรารู้ว่าเราได้รับการยึดมั่นจากพระเจ้า
มีแต่คนในโลกเท่านั้นที่ยังคงอยู่ภายใต้อำนาจของปีศาจร้าย
และเรารู้ว่าพระบุตรของพระเจ้าทรงมาเพื่อให้เราสามารถรู้จักและเข้าใจความจริงของพระเจ้า—ช่างเป็น ของขวัญที่ล้ำค่า!— และเรากำลังดำเนินชีวิตอยู่ในความจริงนั้นเอง
ในพระเยซูคริสต์ พระบุตรของพระเจ้า พระเยซูองค์นี้เป็นทั้งพระเจ้าแท้และชีวิตจริง ลูกๆ ที่รัก จงระวังสิ่งเลียนแบบที่ฉลาดแกมโกงทั้งหลาย

6 โมงเช้า พระบิดา

โปรดพลิกคว่ำโต๊ะแห่งการล่อลวงและกับดักทุกอย่างที่วัฒนธรรมวางไว้เพื่อดักจับหัวใจ

9.00 น. ข้าพเจ้าขอละทิ้งรูปเคารพของคนดัง ความไร้สาระ ความลุ่มหลง และการเชิดชูตนเองที่ครอบงำพื้นที่สร้างสรรค์

12.00 น. ขอให้มนต์เสน่ห์ ความลุ่มหลงในความมืด และความโลภในความฉ้อฉล หมดอำนาจเหนือมวลชน

เวลา 15.00 น. แท่นบูชาทุกแห่งที่บูชารูปเคารพและเบี่ยงเบนการบูชาออกจากพระเจ้า จงถูกทำลายลง

18.00 น. ข้าแต่พระเจ้า

โปรดช่วยศิลปินและผู้ชมให้พ้นจากพันธนาการของการแสวงหาการยอมรับ ความฟุ้มเฟือย และความมืดบอดทางจิตวิญญาณ

21.00 น.

ข้าพเจ้าขอประกาศว่ามนตร์สะกดแห่งความชาด้านทางศีลธรรมที่ครอบงำวัฒนธรรมนั้นได้ถูกทำลายลงด้วยแสงสว่างแห่งพระคริสต์

เที่ยงคืน ขอให้ความเชื่อมั่นอันศักดิ์สิทธิ์มาเยือนโรงละคร สตูดิโอ เวที และช่องทางต่างๆ ที่เคยเฉลิมฉลองความมืดมิด

ตี 3 ข้า แต่พระเจ้า โปรดทรงกอบกู้จินตนาการจากรูปเคารพ และทรงชี้นำความปรารถนาไปสู่ความจริง ความงาม และการนมัสการ

วันที่ 33 -
การฟื้นฟูพระเมตตาและพันธสัญญาแห่งชาติ

พระคัมภีร์: ดาเนียล 9:1-19; 2 พงศาวดาร 7:13-16

ดาเนียล 9:1-19

ฉบับคิงเจมส์ใหม่

คำอธิษฐานของดาเนียลเพื่อประชาชน

9 ในปีแรกแห่งรัชกาลของดาริอุส โอรสของอาหัสเวรัส แห่งเชื้อสายมีเดีย
ผู้ทรงได้รับการแต่งตั้งเป็นกษัตริย์ปกครองอาณาจักรชาวคาลเดีย— 2
ในปีแรกแห่งรัชกาลของพระองค์ ข้าพเจ้า ดาเนียล เข้าใจจากหนังสือต่างๆ ถึงจำนวนปี
ที่พระเจ้า *ทรงระบุไว้* โดยทางเยเรมีย์ผู้เผยพระวจนะว่า
พระองค์จะทรงทำให้กรุงเยรูซาเล็มพินาศครบเจ็ดสิบปี
3
แล้วข้าพเจ้าจึงหันหน้าไปยังองค์พระผู้เป็นเจ้าเพื่อทูลขอต่อพระองค์ด้วยการอธิษฐานและวิง
วอน พร้อมทั้งอดอาหาร สวมผ้ากระสอบ และโรยเถ้าถ่าน 4
และข้าพเจ้าได้อธิษฐานต่อพระเจ้าของข้าพเจ้า และสารภาพบาปว่า “ข้าแต่พระเจ้า
ผู้ทรงยิ่งใหญ่และน่าเกรงขาม ผู้ทรงรักษาสัญญาและพระเมตตาต่อผู้ที่รักพระองค์
และต่อผู้ที่ปฏิบัติตามพระบัญญัติของพระองค์ 5
ข้าพเจ้าทั้งหลายได้ทำบาปและกระทำความชั่วช้า ได้กระทำความชั่วช้าและกบฏ
แม้กระทั่งละทิ้งพระบัญญัติและคำพิพากษาของพระองค์ 6
ข้าพเจ้าทั้งหลายไม่ได้ฟังคำของบรรดาผู้รับใช้ของพระองค์ คือบรรดาผู้เผยพระวจนะ
ผู้ซึ่งกล่าวในพระนามของพระองค์แก่กษัตริย์และเจ้าชายของเรา แก่บรรพบุรุษของเรา
และแก่ประชาชนทั้งปวงในแผ่นดิน 7 ข้าแต่พระเจ้า ความชอบธรรม *เป็น* ของพระองค์
แต่ความอับอายขายหน้าเป็นของข้าพเจ้าทั้งหลาย ดังที่ *เป็นอยู่ใน* วันนี้ แก่ชาวเมืองยูดาห์
แก่ชาวกรุงเยรูซาเล็ม และอิสราเอลทั้งปวง ทั้งผู้ที่อยู่ใกล้และที่อยู่ไกล
ในทุกประเทศที่พระองค์ทรงขับไล่พวกเขาไป
เพราะความไม่ซื่อสัตย์ที่พวกเขาได้กระทำต่อพระองค์

8 “ข้าแต่พระเจ้า ความอับอายขายหน้า *เป็น ของเรา* เป็นของกษัตริย์ เจ้าชาย
และบรรพบุรุษของเรา เพราะเราได้ทำบาปต่อพระองค์ 9 พระยาห์เวห์พระเจ้าของเรา *ทรงมี*
พระเมตตาและการอภัยโทษ แม้ว่าเราจะกบฏต่อพระองค์ 10
เราไม่ได้เชื่อฟังพระสุรเสียงของพระยาห์เวห์พระเจ้าของเรา
ที่จะดำเนินตามพระบัญญัติของพระองค์
ซึ่งพระองค์ทรงตั้งไว้แก่เราโดยทางบรรดาผู้รับใช้ของพระองค์คือบรรดาผู้เผยพระวจนะ 11
ใช่แล้ว อิสราเอลทั้งปวงได้ละเมิดพระบัญญัติของพระองค์
และได้หันเหไปไม่เชื่อฟังพระสุรเสียงของพระองค์ ฉะนั้น
คำสาปแช่งและคำสาบานที่เขียนไว้ในพระบัญญัติของโมเสสผู้รับใช้ของพระเจ้าจึงได้ตกอยู่
กับเรา เพราะเราได้ทำบาปต่อพระองค์ 12 และพระองค์ทรงยืนยันพระวจนะของพระองค์
ซึ่งพระองค์ตรัสไว้ต่อเราและต่อผู้พิพากษาที่พิพากษาเรา
โดยทรงนำภัยพิบัติใหญ่หลวงมาสู่เรา เพราะภายใต้ฟ้าสวรรค์ทั้งปวง
ไม่เคยมีสิ่งใดเกิดขึ้นเหมือนสิ่งที่เกิดขึ้นกับเยรูซาเล็มเลย
13 “ดังที่ *เขียน* ไว้ในธรรมบัญญัติของโมเสส ภัยพิบัติทั้งปวงนี้ได้เกิดขึ้นกับเราแล้ว
แต่เราก็ยังไม่ได้อธิษฐานต่อองค์พระผู้เป็นเจ้าของเรา
เพื่อเราจะได้หันจากความผิดบาปของเราและเข้าใจสัจธรรมของพระองค์ 14
ฉะนั้นองค์พระผู้เป็นเจ้าจึงทรงระลึกถึงภัยพิบัตินั้น และทรงนำมาเกิดขึ้นกับเรา
เพราะองค์พระผู้เป็นเจ้าของเรา *ทรง* เที่ยงธรรมในกิจการทั้งปวงที่พระองค์ทรงกระทำ
แม้ว่าเราจะไม่เชื่อฟังพระสุรเสียงของพระองค์ก็ตาม 15 และบัดนี้
ข้าแต่องค์พระผู้เป็นเจ้าของเรา
ผู้ทรงนำประชากรของพระองค์ออกจากแผ่นดินอียิปต์ด้วยพระหัตถ์อันทรงฤทธิ์
และทรงทำให้พระองค์เองมีชื่อเสียง ดังที่ *เป็นอยู่ใน* วันนี้—เราได้ทำบาป เราได้ทำชั่ว!
16 “ข้าแต่พระเจ้า ข้าพระองค์ขออธิษฐานตามความชอบธรรมทั้งปวงของพระองค์
ขอให้พระพิโรธและความเดือดดาลของพระองค์ทรงหันเหไปจากเมืองเยรูซาเล็ม
เมืองศักดิ์สิทธิ์ ของพระองค์
เพราะเพราะบาปของข้าพระองค์และเพราะความชั่วช้าของบรรพบุรุษของข้าพระองค์
เยรูซาเล็มและประชากรของพระองค์ *จึงเป็น* ที่อับอายแก่ *คน* รอบข้างทั้งปวง 17 ฉะนั้น
ข้าแต่พระเจ้าของข้าพระองค์ ขอ ทรงฟังคำอธิษฐานของข้าพระองค์ผู้รับใช้ของพระองค์ และคำวิงวอนของเขา และเพื่อ เห็นแก่ พระเจ้า
ขอทรงโปรดให้พระ พักตร์ของพระองค์ส่องแสงมายังสถานศักดิ์สิทธิ์ของพระองค์ซึ่งรกร้าง 18 ข้า แต่ พระเจ้า ของ ข้า พระองค์
ขอทรงเงี่ยพระกรรณฟัง ขอทรงเปิดพระเนตรทอดพระเนตรความรกร้าง ของ ข้าพระองค์
และเมืองซึ่งได้ชื่อว่าตามพระนามของพระองค์

เพราะข้าพระองค์ไม่ได้ทูลวิงวอนต่อพระองค์เพราะความชอบธรรมของข้าพระองค์
แต่เพราะพระเมตตาอันยิ่งใหญ่ของพระองค์ 19 ข้าแต่พระเจ้า ขอทรงฟัง! ข้าแต่พระเจ้า
ขอทรงอภัย! ข้าแต่พระเจ้า ขอทรงฟังและทรงกระทำ! อย่าทรงล่าช้าเพื่อเห็นแก่พระองค์เอง
ข้าแต่พระเจ้าของข้าพระองค์
เพราะเมืองของพระองค์และประชากรของพระองค์ได้ชื่อว่าตามพระนามของพระองค์"

2 พงศาวดาร 7:13-16

ฉบับคิงเจมส์ใหม่

13 เมื่อเราปิดกั้นฟ้าสวรรค์และไม่มีฝนตก หรือสั่งให้ตั๊กแตนทำลายแผ่นดิน
หรือส่งโรคระบาดมาในหมู่ประชากรของเรา 14
ถ้าประชากรของเราผู้ซึ่งถูกเรียกด้วยนามของเราจะถ่อมตัวลง
และอธิษฐานและแสวงหาพระพักตร์ของเรา และหันจากทางชั่วร้ายของพวกเขาแล้ว
เราจะฟังจากสวรรค์ และจะยกโทษบาปของพวกเขาและรักษาแผ่นดินของพวกเขาให้หาย
15 บัดนี้ ดวงตาของเราจะเปิดอยู่ และหูของเราจะตั้งใจฟังคำอธิษฐาน *ที่กระทำ*
ในสถานที่นี้ 16 เพราะบัดนี้เราได้เลือกและ [ก] ถวายบ้านหลังนี้ไว้
เพื่อนามของเราจะอยู่ที่นั่นตลอดไป และ [ข] ดวงตาและ [ค]
หัวใจของเราจะอยู่ที่นั่นตลอดกาล

ดาเนียล 9:1-19

ข้อความ

พันธสัญญาของพระเจ้า

9 1-4 "ดาริอุส โอรสของอาหัสเวรัส เกิดเป็นชาวมีเดีย
ได้ขึ้นครองราชย์เป็นกษัตริย์แห่งบาบิโลน ในปีแรกแห่งรัชกาลของพระองค์ ข้าพเจ้า
ดาเนียล
ได้ไตร่ตรองพระคัมภีร์ที่กล่าวไว้ตามพระวจนะของพระเจ้าที่ตรัสกับเยเรมีย์ผู้เผยพระวจนะ
ว่า เยรูซาเล็มจะต้องพังทลายเป็นเวลาเจ็ดสิบปี
ข้าพเจ้าจึงหันไปหาพระเจ้าผู้ทรงเป็นนายของข้าพเจ้า ขอคำตอบด้วยความตั้งใจจริง
อธิษฐานอย่างจริงจัง งดอาหาร สวมผ้ากระสอบหยาบๆ เพื่อสำนึกผิด
และคุกเข่าในกองเถ้าถ่าน ข้าพเจ้าได้ระบายความในใจ
เปิดเผยจิตวิญญาณของข้าพเจ้าต่อพระเจ้า พระเจ้าของข้าพเจ้า:

4-8 “ข้าแต่พระเจ้าผู้ทรงยิ่งใหญ่และทรงสง่าราศี
พระองค์ไม่เคยหวั่นไหวในพันธสัญญาของพระองค์
ไม่เคยละทิ้งผู้ที่รักพระองค์และทำตามพระดำรัสของพระองค์เลย
แต่พวกเราได้ทำบาปในทุกวิถีทางเท่าที่จะนึกออก พวกเราได้กระทำสิ่งชั่วร้าย กบฏ
หลบเลี่ยง และอ้อมไปตามทางที่พระองค์ทรงกำหนดไว้อย่างชัดเจน
พวกเราเมินเฉยต่อบรรดาผู้รับใช้ของพระองค์ คือบรรดาผู้เผยพระวจนะ
ผู้ซึ่งประกาศพระวจนะของพระองค์แก่กษัตริย์และผู้นำของเรา บิดามารดาของเรา
และประชาชนทั้งปวงในแผ่นดิน พระองค์ทรงทำทุกอย่างถูกต้องแล้ว ข้าแต่พระเจ้า
แต่สิ่งที่เรามีในชีวิตของเราก็คือความผิดและความอับอาย พวกเราทั้งหมด—
ชาวเมืองยูดาห์ พลเมืองแห่งเยรูซาเล็ม
อิสราเอลในประเทศและอิสราเอลในแดนเนรเทศในทุกสถานที่ที่เราถูกเนรเทศไปเพราะการ
ทรยศต่อพระองค์ โอ้ ใช่แล้ว พระเจ้า พวกเราถูกเปิดเผยความอับอายขายหน้า
พวกเราทั้งหมด—กษัตริย์ ผู้นำ บิดามารดาของเรา—ต่อหน้าคนทั้งโลก และสมควรแล้ว
เพราะบาปของเรา”
9-12 “ความเมตตาเป็นความหวังเดียวของเรา ความเมตตาจากพระองค์ พระผู้เป็นเจ้าของเรา
เพราะในการกบฏของเรา เราได้สูญเสียสิทธิของเราไป
เราไม่ใส่ใจพระองค์เมื่อพระองค์บอกเราถึงวิธีดำเนินชีวิต
คำสอนที่ชัดเจนซึ่งมาทางผู้รับใช้ของพระองค์คือบรรดาผู้เผยพระวจนะ
พวกเราทุกคนในอิสราเอลเพิกเฉยต่อสิ่งที่พระองค์ตรัส
เราฝ่าฝืนคำสั่งของพระองค์และทำตามใจชอบ และบัดนี้เรากำลังชดใช้กรรมนั้น
คำสาปแช่งอันร้ายแรงที่เขียนไว้อย่างชัดเจนในวิวรณ์ที่พระเจ้าประทานแก่โมเสสผู้รับใช้ขอ
งพระองค์ กำลังทำงานอยู่ท่ามกลางพวกเรา ค่าจ้างแห่งบาปของเราต่อพระองค์
พระองค์ทรงทำกับเราและผู้ปกครองของเราตามที่พระองค์ตรัสไว้
พระองค์ทรงนำภัยพิบัติร้ายแรงนี้มาสู่เรา ภัยพิบัติที่เลวร้ายที่สุดเท่าที่เคยบันทึกไว้
และเกิดขึ้นในเยรูซาเล็ม!
13-14 “ดังที่พระเจ้าทรงเปิดเผยแก่โมเสส ภัยพิบัตินั้นเกิดขึ้นอย่างสิ้นเชิง
ไม่มีอะไรถูกยับยั้งไว้เลย เรายังคงทำบาปต่อไป ไม่เคยคิดถึงพระองค์เลยแม้แต่น้อย
ไม่สนใจคำเตือนที่ชัดเจนของพระองค์
ดังนั้นพระองค์จึงไม่มีทางเลือกอื่นนอกจากปล่อยให้ภัยพิบัติเกิดขึ้นกับเราอย่างเต็มที่
พระองค์ พระเจ้าของเรา มีสิทธิ์อย่างสมบูรณ์ที่จะทำเช่นนี้
เพราะเรายังคงเพิกเฉยและดื้อรั้นต่อพระองค์อย่างต่อเนื่อง”

15-17 “ข้าแต่พระเจ้า พระองค์ทรงเป็นพระเจ้าของเรา
เพราะพระองค์ทรงช่วยประชากรของพระองค์ให้พ้นจากแผ่นดินอียิปต์ด้วยฤทธิ์อำนาจ——
ผู้คนยังคงพูดถึงเรื่องนี้อยู่! เราสารภาพว่าเราได้ทำบาป เราได้ดำเนินชีวิตที่เลวร้าย
ขอพระองค์ทรงโปรดอย่าทรงพิโรธต่อเยรูซาเล็ม เมืองของพระองค์เอง
ภูเขาศักดิ์สิทธิ์ของพระองค์ ดังที่พระองค์ทรงทำมาโดยตลอดในการแก้ไขสิ่งต่างๆ และ
แก้ไข *ผู้คน* เราทราบว่าเป็นความผิดของเราที่เรื่องนี้เกิดขึ้น
ทั้งหมดเป็นเพราะบาปของเราและบาปของบรรพบุรุษของเรา
และตอนนี้เราเป็นที่น่าอับอายต่อทุกคนรอบข้าง เราเป็นมลทินในละแวกนั้น ดังนั้น
ขอพระองค์ทรงฟังคำอธิษฐานอันแน่วแน่ของผู้รับใช้ของพระองค์
ขอทรงเมตตาต่อสถานศักดิ์สิทธิ์ที่ถูกทำลายของพระองค์
ขอทรงกระทำตามแบบอย่างที่พระองค์ทรงเป็น ไม่ใช่ตามแบบอย่างที่เราเป็น”
18 “ขอพระองค์ทรงเงี่ยพระกรรณฟังข้าเถิด พระเจ้า
ขอทรงเปิดพระเนตรและทอดพระเนตรเมืองที่พังทลายของข้า เมืองนี้ซึ่งตั้งชื่อตามพระองค์
ข้ารู้ว่าข้าไม่สมควรได้รับการฟังจากพระองค์ คำวิงวอนของข้าคือความเมตตาของพระองค์
คำอธิษฐานนี้เป็นความหวังสุดท้ายและเป็นความหวังเดียวของข้า”
19 “ ท่านอาจารย์ โปรดฟังพวกเรา!
ท่านอาจารย์ โปรดอภัยให้พวกเรา! ท่านอาจารย์ โปรดมองดูพวกเราและทำอะไรสักอย่าง!
ท่านอาจารย์ อย่าผลักไสพวกเรา! เมืองและผู้คนของท่านตั้งชื่อตามท่าน
ท่านมีส่วนได้ส่วนเสียในตัวพวกเรา!”

2 พงศาวดาร 7:13-18

ข้อความ

12-18 ในคืนนั้นเอง พระเจ้าทรงปรากฏแก่โซโลมอนและตรัสว่า
“เราฟังคำอธิษฐานของเจ้าแล้ว เราได้เลือกสถานที่นี้ไว้เป็นพระวิหารสำหรับถวายบูชา
เป็นสถานที่นมัสการ ถ้าเราปิดกั้นฝนจากฟ้า หรือสั่งให้ตั๊กแตนมากินพืชผล
หรือส่งโรคระบาดมายังประชากรของเรา และประชากรของเรา
ประชากรที่พระเจ้าทรงกำหนดไว้ ตอบสนองด้วยการถ่อมตน อธิษฐาน
แสวงหาการทรงสถิตของเรา และหันหลังให้กับชีวิตที่ชั่วร้ายของพวกเขา
เราจะอยู่ที่นั่นพร้อมที่จะช่วยเหลือเจ้า เราจะฟังจากสวรรค์ อภัยบาปของพวกเขา
และฟื้นฟูแผ่นดินของพวกเขาให้กลับมาอุดมสมบูรณ์ ตั้งแต่บัดนี้เป็นต้นไป
เราจะเฝ้าฟังคำอธิษฐานที่ถวาย ณ สถานที่นี้ทั้งกลางวันและกลางคืน เชื่อเราเถิด

เราได้เลือกและชำระพระวิหารที่เจ้าสร้างขึ้นนี้ให้บริสุทธิ์แล้ว
พระนามของเราประทับอยู่บนพระวิหารนี้ตลอดไป ดวงตาของเรามองดูอยู่
และหัวใจของเราอยู่ในพระวิหารนี้เสมอ ส่วนเจ้า
ถ้าเจ้าดำเนินชีวิตอยู่ในการทรงสถิตของเราเหมือนอย่างที่ดาวิดบิดาของเจ้าดำเนินชีวิต
คือบริสุทธิ์ทั้งใจและการกระทำ ดำเนินชีวิตตามที่เราได้กำหนดไว้สำหรับเจ้า
เชื่อฟังคำแนะนำและการพิพากษาของเราอย่างเอาใจใส่แล้ว
เราจะสนับสนุนการปกครองอิสราเอลของท่านในฐานะกษัตริย์—
ทำให้มันมั่นคงบนรากฐานที่มั่นคง
คำมั่นสัญญาเดียวกันกับที่เราให้ไว้กับดาวิดบิดาของท่าน เราก็ให้แก่ท่านเช่นกัน กล่าวคือ
'ท่านสามารถมั่นใจได้ว่าจะมีผู้สืบเชื้อสายขึ้นครองบัลลังก์อิสราเอลเสมอ'

6 โมงเช้า ข้าแต่พระเจ้า เราสารภาพบาปของชาติ การกบฏขององค์กร
และความเย่อหยิ่งของส่วนรวม เราขอวิงวอนต่อพระเมตตาอันยิ่งใหญ่ของพระองค์

9.00 น. เราไม่ได้ทูลวิงวอนเพราะความชอบธรรมของเรา
แต่เพราะความเมตตาของพระองค์

12.00 น. ขอให้ความอับอายเปลี่ยนเป็นความสำนึกผิด
และความสำนึกผิดเปลี่ยนเป็นการฟื้นฟูในแผ่นดินของเรา

บ่าย 3 โมง พันธสัญญาทุกอย่างที่เกี่ยวข้องกับความอยุติธรรม การนองเลือด
การบูชารูปเคารพ และการทุจริต จงถูกทำลายลงด้วยพระเมตตาของพระเจ้า

18.00 น. พระบิดา โปรดฟัง โปรดอภัย โปรดสดับฟัง และโปรดกระทำ
โปรดอย่าทรงล่าช้าเพื่อเห็นแก่พระนามของพระองค์

21.00 น. ข้าพเจ้าประกาศว่า สถานที่ที่รกร้างว่างเปล่าจะได้รับการจดจำจากพระเจ้า
และได้รับการสร้างใหม่ด้วยพระคุณของพระองค์

เที่ยงคืน ขอให้ความแห้งแล้งทางจิตวิญญาณ การล่มสลายทางสังคม
และความเสื่อมทรามทางศีลธรรม จงหลีกทางให้กับการเยียวยาและการปฏิรูป

ตี 3 ข้าแต่พระเจ้า โปรดระลึกถึงประชากรของพระองค์

โปรดรักษาคำพยานของพระองค์ไว้

และโปรดฟื้นฟูแผ่นดินของเราเพื่อเห็นแก่พระนามอันยิ่งใหญ่ของพระองค์

วันที่ 34 -
การประกาศข่าวประเสริฐและการพบปะกับผู้ที่ไม่เชื่อ

พระคัมภีร์: ลูกา 2:32; ยอห์น 16:8

ลูกา 2:32
ฉบับคิงเจมส์ใหม่
32 " แสงสว่างที่จะ *นำ* การเปิดเผยมาสู่ชนต่างชาติ
และพระสิริของชนชาติอิสราเอลของพระองค์"

ยอห์น 16:8
ฉบับคิงเจมส์ใหม่
8 และเมื่อพระองค์เสด็จมา พระองค์จะทรงพิสูจน์ให้โลกเห็นถึงบาป ความชอบธรรม
และการพิพากษา

ลูกา 2:32
ข้อความ
25-32 ในเวลานั้น ณ กรุงเยรูซาเล็ม มีชายคนหนึ่งชื่อซีเมโอน เป็นคนดี
เป็นคนที่อธิษฐานขอความช่วยเหลือสำหรับอิสราเอลอยู่เสมอ
และพระวิญญาณบริสุทธิ์ทรงสถิตอยู่กับเขา
พระวิญญาณบริสุทธิ์ทรงสำแดงให้เขาเห็นว่าเขาจะได้เห็นพระเมสสิยาห์ของพระเจ้าก่อนที่เขาจะตาย โดยการนำของพระวิญญาณ เขาจึงเข้าไปในพระวิหาร
เมื่อบิดามารดาของพระเยซูนำพระองค์เข้าไปเพื่อทำตามพิธีกรรมของพระบัญญัติ
ซีเมโอนก็อุ้มพระองค์ไว้ในอ้อมแขนและสรรเสริญพระเจ้า
พระเจ้า บัดนี้พระองค์ทรงปล่อยผู้รับใช้ของพระองค์ได้แล้ว
ปล่อยข้าพเจ้าไปอย่างสงบสุขตามที่พระองค์ทรงสัญญาไว้
ข้าพเจ้าได้เห็นความรอดของพระองค์ด้วยตาของข้าพเจ้าเองแล้ว
บัดนี้ความรอดนั้นปรากฏแก่ทุกคนแล้ว

เป็นแสงสว่างที่เปิดเผยพระเจ้าแก่ชนชาติที่ไม่ใช่ชาวยิว
และเป็นสง่าราศีสำหรับชนชาติอิสราเอลของพระองค์

ยอห์น 16:8-11

ข้อความ

8-11 "เมื่อพระองค์เสด็จมา

พระองค์จะทรงเปิดเผยความผิดพลาดในทัศนะของโลกที่ไร้พระเจ้าเกี่ยวกับบาป

ความชอบธรรม และการพิพากษา พระองค์จะทรงแสดงให้พวกเขาเห็นว่า

การที่พวกเขาปฏิเสธที่จะเชื่อในเราคือบาปพื้นฐานของพวกเขา

ความชอบธรรมมาจากเบื้องบน ที่ซึ่งเราอยู่กับพระ บิดา พ้น

จากสายตาและการควบคุมของพวกเขา

และการพิพากษาจะเกิดขึ้นเมื่อผู้ปกครองโลกที่ไร้พระเจ้านี้ถูกนำตัวขึ้นศาลและถูกตัดสินว่า

มีความผิด"

6 โมงเช้า ข้าแต่พระบิดา

ขอให้แสงสว่างของพระคริสต์ส่องเข้าไปในความมืดแห่งความไม่เชื่อ ความเฉยเมย

และการต่อต้านที่แข็งกระด้าง

9.00 น. จงสำนึกผิดในบาป ความชอบธรรม และการพิพากษา

และขจัดม่านบังตาออกจากจิตใจที่มืดบอด

เวลา 12.00 น. ฉันอธิษฐานขอให้ได้พบกับสิ่งศักดิ์สิทธิ์ ฝันดี ได้รับการเยี่ยมเยียน

และการเปิดเผยที่ไม่อาจปฏิเสธได้จากพระเยซูคริสต์

เวลา 15.00 น. ขอให้ม่านแห่งความชั่วร้ายที่ปกคลุมครอบครัว ชุมชน

และผู้คนที่ยังไม่เชื่อ จงถูกทำลายลงด้วยพระเมตตาของพระเจ้า

18.00 น. ข้าแต่พระเจ้า

โปรดขัดขวางความสงบสุขจอมปลอมและการกบฏที่แสนสบายด้วยความเชื่อมั่นอันศักดิ์สิ

ทธิ์ที่จะนำไปสู่ความรอด

21.00 น. ขอให้ผู้แสวงหาได้พบพระองค์ ขอให้ผู้เยาะเย้ยถูกจับกุมด้วยความจริง และขอให้คนฟุ่มเฟือยกลับคืนสู่บ้าน

เที่ยงคืน จงสร้างพยานที่เปี่ยมด้วยความเมตตา ความชัดเจน และพลังอำนาจ เพื่อประกาศพระคริสต์อย่างมีประสิทธิภาพ

ตีสาม ข้าแต่พระเจ้า โปรดประทานการพบปะที่เปลี่ยนแปลงศัตรูให้กลายเป็นทูตสวรรค์ และผู้ที่สงสัยให้กลายเป็นผู้นมัสการ

วันที่ 35 - การต่อสู้ส่วนตัวและการชำระให้บริสุทธิ์

ข้อพระคัมภีร์: เอเฟซัส 6:10-18; สดุดี 139:23-24

เอเฟซัส 6:10-18

ข้อความ

การต่อสู้จนถึงที่สุด

10-12 และนั่นก็จบลงเพียงเท่านี้ พระเจ้าทรงแข็งแกร่ง
และพระองค์ทรงต้องการให้ท่านแข็งแกร่ง ดังนั้น
จงรับทุกสิ่งที่พระเจ้าได้ทรงจัดเตรียมไว้ให้ท่าน อาวุธที่ทำขึ้นอย่างดีจากวัสดุที่ดีที่สุด
และจงใช้มันเพื่อท่านจะสามารถยืนหยัดต่อสู้กับทุกสิ่งที่ปีศาจส่งมาขวางทางท่าน
นี่ไม่ใช่สงครามสุดสัปดาห์ที่เราจะเดินจากไปและลืมมันไปในสองสามชั่วโมง
นี่คือการต่อสู้เพื่อเอาชีวิตรอดจนถึงที่สุดกับปีศาจและเหล่าทูตสวรรค์ของมัน
13-18 จงเตรียมตัวให้พร้อม
คุณกำลังเผชิญกับอุปสรรคมากมายเกินกว่าที่คุณจะรับมือได้ด้วยตัวเอง
จงรับความช่วยเหลือทุกอย่างที่คุณจะได้รับ ทุกอาวุธที่พระเจ้าประทานให้
เพื่อว่าเมื่อทุกอย่างจบลง คุณจะได้ยังคงยืนหยัดอยู่ได้ ความจริง ความชอบธรรม สันติสุข
ความเชื่อ และความรอดนั้นเป็นมากกว่าแค่คำพูด จงเรียนรู้วิธีนำไปใช้
คุณจะต้องใช้สิ่งเหล่านี้ตลอดชีวิต พระวจนะของพระเจ้าเป็น อาวุธ *ที่ขาดไม่ได้*
ในทำนองเดียวกัน การอธิษฐานก็จำเป็นอย่างยิ่งในการต่อสู้ที่ดำเนินอยู่นี้
จงอธิษฐานอย่างหนักและยาวนาน จงอธิษฐานเพื่อพี่น้องของคุณ จงเปิดตาของคุณไว้
จงให้กำลังใจซึ่งกันและกัน เพื่อไม่ให้ใครล้มลงหรือท้อถอย

สดุดี 139:23-24

ข้อความ

23-24 ข้าแต่พระเจ้า ขอทรงตรวจสอบชีวิตของข้าพระองค์
ขอทรงทราบทุกสิ่งทุกอย่างเกี่ยวกับข้าพระองค์ ขอทรงสอบสวนและทดสอบข้าพระองค์
ขอทรงทราบอย่างชัดเจนว่าข้าพระองค์เป็นอย่างไร

ขอทรงดูด้วยพระองค์เองว่าข้าพระองค์ได้กระทำสิ่งใดผิดหรือไม่
แล้วขอทรงนำข้าพระองค์ไปในทางแห่งชีวิตนิรันดร์

เอเฟซัส 6:10-18
ฉบับคิงเจมส์ใหม่
เกราะครบชุดของพระเจ้า
10 ในที่สุด พี่น้องทั้งหลาย จงเข้มแข็งในพระเจ้าและในฤทธิ์อำนาจของพระองค์ 11
จงสวมยุทธภัณฑ์ครบชุดของพระเจ้า เพื่อท่านจะสามารถยืนหยัดต่อสู้กับ อุบาย ของมารได้ 12
เพราะ เรา ไม่ได้ต่อสู้กับเนื้อหนังและเลือด แต่ต่อสู้กับอำนาจปกครอง ต่อสู้กับพลัง
ต่อสู้กับผู้ปกครองแห่ง ความมืดในยุคนี้ ต่อสู้กับกองกำลังฝ่ายวิญญาณ แห่ง *ความ* ชั่ว ร้าย ใน
ที่ สูง 13 ฉะนั้นจงสวมยุทธภัณฑ์ครบชุดของพระเจ้า
เพื่อท่านจะสามารถยืนหยัดต่อสู้ในวันแห่งความชั่วร้าย และเมื่อทำทุกอย่างเสร็จแล้ว
ก็จงยืนหยัดอยู่ได้
14 ฉะนั้นจงยืนหยัดอยู่โดยคาดเข็มขัดแห่งความจริงไว้ที่เอว สวมเกราะแห่งความชอบธรรม
15 และสวมรองเท้าแห่งการเตรียมพร้อมสำหรับข่าวประเสริฐแห่งสันติสุข 16 เหนือสิ่งอื่นใด
จงถือโล่แห่งความเชื่อ ซึ่ง จะทำให้ท่านสามารถดับลูกศรเพลิงทั้งหมดของมารร้ายได้ 17
และจงสวมหมวกแห่งความรอด และถือดาบแห่งพระวิญญาณ
ซึ่งเป็นพระวจนะของพระเจ้า 18
จงอธิษฐานอยู่เสมอด้วยการอธิษฐานและการวิงวอนทุกอย่างในพระวิญญาณ
จงเฝ้าระวังเพื่อการนี้ด้วยความเพียรพยายามและการวิงวอนทุกอย่างเพื่อบรรดาผู้บริสุทธิ์ทั้ง
หลาย—

สดุดี 139:23-24
ฉบับคิงเจมส์ใหม่
23 ข้าแต่พระเจ้า ขอทรงค้นดูข้าพระองค์และทรงทราบใจข้าพระองค์
ขอทรงทดสอบข้าพระองค์และทรงทราบความกังวลใจของข้าพระองค์
24 และขอทรงดูว่า *มี* ทางชั่วร้ายใดๆ ในตัวข้าพระองค์ หรือ
ไม่ และขอทรงนำข้าพระองค์ไปในทางนิรันดร์

6 โมงเช้า ข้าแต่พระเจ้า โปรดค้นตัวข้าพระองค์ ทดสอบข้าพระองค์
และเปิดเผยสิ่งใดก็ตามในตัวข้าพระองค์ที่เปิดโอกาสให้ศัตรูเข้ามาแทรกแซงได้

เวลา 9 โมงเช้า ข้าพเจ้าสวมเกราะครบชุดของพระเจ้า
และปฏิเสธการประนีประนอมทุกอย่างที่บั่นทอนอำนาจทางจิตวิญญาณ

12.00 น. พันธมิตรภายในทั้งหมดกับความกลัว ความเย่อหยิ่ง ความโลภ ความขมขื่น
และความไม่เชื่อ จงถูกทำลายลงในเวลานี้

15.00 น. ขอให้แรงจูงใจที่ซ่อนเร้น ความโลภที่แปดเปื้อน
และบาดแผลที่ยังไม่ได้รับการเยียวยา อยู่ภายใต้การปกครองของพระคริสต์

18.00 น. พระบิดา โปรดชำระคำพูดของข้าพระองค์
ทรงควบคุมความคิดของข้าพระองค์
และทรงจัดระเบียบความปรารถนาของข้าพระองค์ในเรื่องสงครามและการนมัสการ

เวลา 21.00 น. ข้าพเจ้าขอประกาศว่า ข้าพเจ้าจะไม่ยอมแพ้ในการต่อสู้ส่วนตัว
และจะพยายามเอาชนะในการต่อสู้สาธารณะ

เที่ยงคืน ขอให้ชีวิตของฉันเป็นประตูที่ปิดกั้นความมืดมิด
และเป็นประตูที่เปิดออกสู่พระวิญญาณบริสุทธิ์

ตี 3 ข้า แต่พระเจ้า โปรดชำระข้าพเจ้าให้บริสุทธิ์อย่างสมบูรณ์
และทรงทำให้ข้าพเจ้าเป็นภาชนะที่สะอาดสำหรับการวิงวอนอย่างมีกลยุทธ์

วันที่ 36 - ยามเที่ยงคืนต่อต้านการขัดขวาง

ข้อพระคัมภีร์: เนหะมีย า 4:9,13; มัทธิว 26:41

เนหะมีย า 4:9

ฉบับคิงเจมส์ใหม่

9 ถึงกระนั้นเราก็ได้อธิษฐานต่อพระเจ้าของเรา

และเพราะเหตุนั้นเราจึงตั้งยามเฝ้ารักษาการณ์ต่อพวกเขาตลอดทั้งวันทั้งคืน

เนหะมีย า 4:13

ฉบับคิงเจมส์ใหม่

13 ฉะนั้นข้าพเจ้าจึงจัดวางกำลัง *คน* ไว้ด้านหลังกำแพงส่วนล่าง ตรงช่องเปิดต่างๆ

และจัดวางผู้คนตามตระกูลของพวกเขา พร้อมด้วยดาบ หอก และธนูของพวกเขา

มัทธิว 26:41

ฉบับคิงเจมส์ใหม่

41 จงเฝ้าระวังและอธิษฐาน เพื่อไม่ให้ตกอยู่ในการล่อลวง จิตใจนั้น *พร้อม* แต่เนื้อหนังนั้น

อ่อนแอ ”

เนหะมีย า 4:9

ข้อความ

7-9 เมื่อซันบัลลั ท โทบิยาห์ ชาวอาหรับ ชาวอัมโมน และ ชาวอัชโดด

ได้ยินว่าการซ่อมแซมกำแพงกรุงเยรูซาเล็มเป็นไปด้วยดี

และรอยแตกในกำแพงได้รับการซ่อมแซมแล้ว พวกเขาก็โกรธแค้นอย่างยิ่ง

พวกเขาปรึกษาหารือกันและตัดสินใจที่จะต่อสู้กับเยรูซาเล็มและก่อความวุ่นวายให้มากที่สุด

เท่าที่จะทำได้ เราจึงตอบโต้ด้วยการอธิษฐานต่อพระเจ้าของเรา และจัดยามเฝ้าตลอด 24

ชั่วโมงเพื่อป้องกันพวกเขา

เนหะมีย า 4:13-14

ข้อความ

[13-14] ดังนั้น ข้าพเจ้าจึงจัดทหารยามติดอาวุธประจำจุดเสี่ยงที่สุดของกำแพง
และมอบหมายคนตามตระกูลพร้อมดาบ หอก และธนู
หลังจากตรวจสอบทุกอย่างเรียบร้อยแล้ว ข้าพเจ้าก็ลุกขึ้นยืนและกล่าวแก่ขุนนาง เจ้าหน้าที่
และทุกคนว่า "อย่ากลัวพวกมัน จงตั้งมั่นในพระเจ้าผู้ยิ่งใหญ่และน่าเกรงขาม
แล้วจงต่อสู้เพื่อพี่น้อง ลูกชาย ลูกสาว ภรรยา และบ้านเรือนของพวกท่าน"

มัทธิว 26:41

ข้อความ

[40-41] เมื่อพระองค์เสด็จกลับมาหาเหล่าสาวก พระองค์ทรงพบว่าพวกเขานอนหลับสนิท
พระองค์จึงตรัสกับเปโตรว่า "เจ้าอยู่กับเราสักชั่วโมงหนึ่งไม่ได้หรือ?
จงระมัดระวังตัวอยู่เสมอ
จงอธิษฐานเพื่อเจ้าจะไม่หลงเข้าไปในสิ่งล่อใจโดยไม่รู้ตัวว่ากำลังตกอยู่ในอันตราย
มีส่วนหนึ่งในตัวเจ้าที่กระตือรือร้นพร้อมที่จะทำทุกสิ่งในพระเจ้า
แต่ก็มีอีกส่วนหนึ่งที่เกียจคร้านเหมือนสุนัขแก่ที่นอนอยู่ข้างกองไฟ"

6 โมงเช้า พระบิดา ขณะที่เราอธิษฐานและเฝ้ารอ ขอให้การโจมตีใดๆ
ที่ขัดขวางความก้าวหน้าของเราในทุกคืนถูกสกัดกั้นไว้ด้วยเถิด

เวลา **9** โมงเช้า ฉันได้รับพระคุณเพื่อความระมัดระวังต่อการโจมตีที่แฝงเร้น
ความเหนื่อยล้าทางจิตวิญญาณ และการต่อต้านที่มองไม่เห็น

12.00 น. บรรดาซันบัลลัตและ โทเบียห์ ที่พูดจาดูหมิ่นการสร้างใหม่ของพระเจ้า
จงเงียบไปเสีย

บ่าย **3** โมง จงเปิดโปงกับดักทุกอย่างที่วางไว้ในเวลาลับตาคน
ก่อนที่มันจะลุกลามกลายเป็นความเสียหาย

18.00 น. ข้าแต่พระเจ้า โปรดประทานปัญญา ความกล้าหาญ
และความระมัดระวังอย่างมีวินัยแก่ประชากรของพระองค์

21.00 **น.** ข้าพเจ้าขอประกาศว่า การต่อต้านจะไม่สามารถหยุดยั้งการก่อสร้าง การอธิษฐาน หรือการสำเร็จตามคำพยากรณ์ได้

เที่ยง คืน ธุรกรรมใดๆ ที่กระทำการใดๆ ต่อครัวเรือน หน้าที่ และการเรียกของข้าพเจ้า ขอให้ถูกยกเลิกด้วยพระโลหิตของพระเยซู

เวลา **3.00** **น.** ข้าแต่พระเจ้า

โปรดตั้งยามเฝ้าระวังและประทานชัยชนะเหนือการต่อต้านทั้งปวงในฤดูกาลนี้แก่เราด้วยเถิ
ด

วันที่ 37 -

การปลดปล่อยดินแดนและความช่วยเหลือจากเหล่าทูตสวรรค์

ข้อพระคัมภีร์: สดุดี 91:11-13; กิจการ 12:7-10

สดุดี 91:11-13
ฉบับคิงเจมส์ใหม่
11 เพราะพระองค์จะทรงมอบหมายทูตสวรรค์ของพระองค์ให้ดูแล
เจ้า เพื่อปกป้องเจ้าในทุกทางของเจ้า
12 พวกเขาจะอุ้มเจ้าไว้ในมือ เพื่อ ไม่
ให้ เจ้า *เหยียบ* หิน 13 เจ้า
จะ เหยียบย่ำสิงโตและงูเห่า
เจ้า จะเหยียบสิงโตหนุ่มและ งู ไว้ ใต้ฝ่าเท้า

กิจการ 12:7-10
ฉบับคิงเจมส์ใหม่
7 แล้วทูตสวรรค์ขององค์พระผู้เป็นเจ้าก็มาปรากฏแก่ *เปโตร*
และมีแสงสว่างส่องเข้ามาในคุก ทูตสวรรค์จึงตีเปโตรที่สีข้างและยกเขาขึ้นพลางตรัสว่า
"จงลุกขึ้นเร็วเถิด!" แล้วโซ่ตรวนก็หลุดจาก มือ *ของเขา* 8 แล้วทูตสวรรค์ก็กล่าวแก่เขาว่า
"จงคาดเข็มขัดและผูกรองเท้า" เปโตรก็ ทำ ตาม แล้ว ทูตสวรรค์ก็กล่าวแก่เขาว่า
"จงสวมเสื้อผ้าและตามเรามา" 9 เปโตรจึงออกไปและติดตามทูตสวรรค์ไป
โดยไม่รู้ว่าสิ่งที่ทูตสวรรค์ทำนั้นเป็นความจริง แต่คิดว่าตนเห็นนิมิต 10
เมื่อพวกเขาผ่านด่านยามแรกและด่านยามที่สองแล้ว ก็มาถึงประตูเหล็กที่นำไปสู่เมือง
ซึ่งเปิดออกเองโดยอัตโนมัติ พวกเขาจึงออกไปและเดินไปตามถนนสายหนึ่ง
แล้วทูตสวรรค์ก็จากไปจากเขาในทันที

สดุดี 91:11-13

ข้อความ

91 [1-13] ท่านทั้งหลายที่นั่งอยู่ในพระพักตร์ของพระเจ้าผู้สูงสุด
พักค้างคืนในร่มเงาของพระบาทสมเด็จพระเจ้าอยู่หัว จงกล่าวว่า "ข้าแต่พระเจ้า
พระองค์ทรงเป็นที่พึ่งของข้าพระองค์
ข้าพระองค์วางใจในพระองค์และข้าพระองค์ปลอดภัย!"
ถูกต้องแล้ว พระองค์ทรงช่วยท่านให้รอดพ้นจากกับดักที่ซ่อนเร้น
ทรงปกป้องท่านจากอันตรายร้ายแรง
พระหัตถ์อันใหญ่โตของพระองค์ที่เหยียดออกปกป้องท่าน ภายใต้พระหัตถ์เหล่านั้น
ท่านจึงปลอดภัยอย่างสมบูรณ์ แขนของพระองค์ปกป้องคุ้มครองจากภัยอันตรายทั้งปวง
อย่ากลัวสิ่งใดเลย ไม่ว่าจะเป็นหมาป่าดุร้ายในยามค่ำคืน ลูกศรที่พุ่งมาในเวลากลางวัน
โรคร้ายที่แฝงตัวอยู่ในความมืด หรือภัยพิบัติที่เกิดขึ้นในเวลากลางวันแสกๆ
แม้คนรอบข้างจะล้มตายไปมากมาย แต่ภัยอันตรายใดๆ ก็ไม่อาจทำร้ายท่านได้
ท่านจะยืนอยู่ได้อย่างปลอดภัย มองดูทุกสิ่งจากระยะไกล มองดูคนชั่วกลายเป็นศพ
เพราะพระเจ้าทรงเป็นที่พึ่งพิงของท่าน พระเจ้าผู้สูงสุดคือบ้านของท่านเอง
ความชั่วร้ายไม่อาจเข้าใกล้ท่านได้ ภัยอันตรายไม่อาจผ่านเข้ามาได้
พระองค์ทรงบัญชาให้เหล่าทูตสวรรค์คุ้มครองท่านไม่ว่าท่านจะไปที่ใด หากท่านสะดุด
พวกเขาก็จะช่วยท่านไว้ หน้าที่ของพวกเขาคือป้องกันไม่ให้ท่านล้มลง
ท่านจะเดินอย่างปลอดภัยท่ามกลางสิงโตและงู และเตะสิงโตหนุ่มและงูออกจากทางได้

กิจการ 12:7-11

ข้อความ

[7-9] ทันใดนั้นก็มีทูตสวรรค์องค์หนึ่งมาอยู่ข้างกายเขา และแสงสว่างก็สาดส่องเข้ามาในห้อง
ทูตสวรรค์เขย่าตัวเปโตรและดึงเขาขึ้นมา "เร็วเข้า!" กุญแจมือหลุดออกจากข้อมือของเขา
ทูตสวรรค์กล่าวว่า "แต่งตัว ใส่รองเท้า" เปโตรทำตาม จากนั้น "หยิบเสื้อคลุมของคุณ
แล้วเราไปจากที่นี่กันเถอะ" เปโตรเดินตามเขาไป แต่เขาไม่เชื่อว่าเป็นทูตสวรรค์จริงๆ
เขาคิดว่าเขากำลังฝันอยู่
[10-11] เมื่อผ่านยามคนแรกและคนที่สอง พวกเขาก็มาถึงประตูเหล็กที่นำไปสู่เมือง
ประตูนั้นเปิดออกเอง และพวกเขาก็ออกมาอยู่บนถนนอย่างอิสระดั่งสายลม เมื่อถึง
ทางแยกแรก ทูตสวรรค์ก็จากเขาไป ตอนนั้นเองเปโตรจึงรู้ว่าไม่ใช่ความฝัน
"ข้าพเจ้าไม่อยากเชื่อเลย—นี่เป็นเรื่องจริง!

พระอาจารย์ทรงส่งทูตสวรรค์มาช่วยข้าพเจ้าให้พ้นจากแผนการชั่วร้ายของเฮโรด และจากสิ่งที่พวกยิวรอคอยอยู่”

6.00 น. ข้าแต่พระบิดา
โปรดบัญชาเหล่าทูตสวรรค์ของพระองค์ให้ดูแลคุ้มครองเราในทุกหนทางที่เราดำเนินชีวิตใ นช่วงถือศีลอดนี้และหลังจากนั้นด้วย

เวลา 9.00 น. ข้าพเจ้าขอประกาศว่า การกดขี่ทางดินแดน การโจมตีอย่างเป็นระบบ และการข่มขู่ที่มองไม่เห็น จะต้องไม่ประสบความสำเร็จ

12.00 น. ขอให้แสงสว่างส่องเข้าไปในสถานที่คุมขัง ห้องลับ และดินแดนที่ถูกพันธนาการซึ่งความมืดมิดครอบงำอยู่

บ่าย 3 โมง ประตูเหล็กทุกบานที่ขัดขวางฤดูกาลใหม่ของเรา จะเปิดออกด้วยพระบัญชาจากพระเจ้า

6 โมงเย็น ข้าแต่พระเจ้า ขอทรงปลดปล่อยผู้นำ ผู้ทูลขอ ครอบครัว และภูมิภาคที่ถูกจองจำมานานให้เป็นอิสระด้วยเถิด

เวลา 21.00 น. ฉันเหยียบย่ำสิงโต งูพิษ งูเหลือม และทุกการกระทำอันเป็นพิษของศัตรู

เที่ยงคืน ขอให้ทูตสวรรค์นำทางในการปฏิบัติภารกิจของอาณาจักร และขัดขวางการซุ่มโจมตีของซาตาน

ตี 3 ข้า แต่พระเจ้า ขอให้การปลดปล่อยปรากฏให้เห็น สัมผัสได้ และปฏิเสธไม่ได้ในหมู่พวกเราด้วยเถิด

วันที่ 38 - การเก็บเกี่ยว สถานที่อุดมสมบูรณ์ และการฟื้นฟู

ข้อพระคัมภีร์: อิสยาห์ 60:5-7; สดุดี 66:12

อิสยาห์ 60:5-7

ฉบับคิงเจมส์ใหม่

5 แล้วเจ้าจะเห็นและจะเปล่งประกาย

และใจของเจ้าจะเปี่ยมด้วยความยินดี เพราะความอุดมสมบูรณ์แห่งทะเลจะหันมาหาเจ้า

ทรัพย์สมบัติของคนต่างชาติจะมาถึงเจ้า

6 ฝูงอูฐมากมายจะปกคลุม *แผ่นดิน ของเจ้า*

อูฐพันธุ์มิเดียนและเอฟาห์ และบรรดาผู้ที่มาจากเชบาจะมา

พวกเขาจะนำทองคำและเครื่องหอมมา และพวกเขาจะประกาศสรรเสริญพระเจ้า

7 ฝูงแกะทั้งหมดของ เคดาร์ จะมารวมกันอยู่กับ

เจ้า แกะตัวผู้ของ เนไบออท จะปรนนิบัติเจ้า

พวกมันจะขึ้นไปบนแท่นบูชาของข้าด้วยความยินดี

และข้าจะทำให้พระวิหารแห่งสง่าราศีของข้ารุ่งโรจน์

สดุดี 66:12

ฉบับคิงเจมส์ใหม่

12 พระองค์ทรงให้คนมาเหยียบย่ำเหนือหัวเรา

เราได้ผ่านไฟและน้ำ แต่พระองค์ทรงนำเราออกมาสู่ *ความเจริญ* รุ่งเรือง อย่าง อุดม สมบูรณ์

อิสยาห์ 60:5-7

ข้อความ

ผู้คนที่กลับมาร่วมงานเลี้ยงรุ่น

60 1-7 "จงลุกจากเตียงเถิด เยรูซาเลม!

จงตื่นขึ้น จงหันหน้ารับแสงแดด พระสิริอันสดใสของพระเจ้าได้ปรากฏขึ้นเพื่อเจ้าแล้ว

ทั่วทั้งโลกถูกปกคลุมด้วยความมืดมิด ผู้คนทั้งหลายจมอยู่ในความมืดมิดอย่างลึกซึ้ง

แต่พระเจ้าทรงปรากฏขึ้นเหนือเจ้า

พระสิริรุ่งโรจน์แห่งรุ่งอรุณของพระองค์ส่องสว่างเหนือเจ้า

ประชาชาติทั้งหลายจะมาสู่แสงสว่างของเจ้า

กษัตริย์ทั้งหลายจะมาสู่ความสว่างไสวแห่งดวงอาทิตย์ของเจ้า จงเงยหน้าขึ้น!

จงมองไปรอบๆ! จงดูพวกเขารวมตัวกัน จงดูพวกเขาเข้ามาหาเจ้า

บุตรชายของเจ้ามาจากแดนไกล บุตรสาวของเจ้าถูกพี่เลี้ยงอุ้มมา เมื่อเจ้าเห็นพวกเขามา

เจ้าจะยิ้ม—ยิ้มกว้าง! หัวใจของเจ้าจะพองโต และใช่แล้ว จะระเบิดออกมา!

ผู้คนเหล่านั้นทั้งหมดกลับมาทางทะเลเพื่อการรวมตัวกันอีกครั้ง

การเก็บเกี่ยวอันอุดมสมบูรณ์ของผู้ถูกเนรเทศที่รวบรวมมาจากประชาชาติ!

และแล้วขบวนคาราวานอูฐกี่ยาวสุดลูกหูลูกตา อูฐหนุ่มของชาวเร่ร่อนในมีเดียนและเอฟาห์

หลั่งไหลมาจากทางใต้จากเชบา บรรทุกทองคำและกำยาน ประกาศสรรเสริญพระเจ้า

และใช่แล้ว การรวบรวมครั้งใหญ่ของ ฝูงสัตว์จากชนเผ่าเร่ร่อนใน เคดาร์ และ เนไบออธ

ของขวัญ

ต้อนรับสำหรับการบูชา ณ แท่นบูชาของข้าพเจ้า

ขณะที่ข้าพเจ้าอาบพระวิหารอันรุ่งโรจน์ของข้าพเจ้าด้วยความงดงาม

สดุดี 66:12

ข้อความ

8-12 จงสรรเสริญพระเจ้าของเราเถิด โอชนทั้งหลาย!

จงต้อนรับพระองค์อย่างกึกก้อง! พระองค์มิได้ทรงนำเราไปสู่หนทางแห่งชีวิตหรือ?

พระองค์มิได้ทรงช่วยเราให้พ้นจากหลุมบ่อหรือ? พระองค์ทรงฝึกฝนเราก่อน

ทรงให้เราผ่านพ้นไปเหมือนเงินที่หลอมละลายด้วยไฟ ทรง

นำเราไปยังดินแดนที่ยากลำบาก

ทรงผลักดันเราจนถึงขีดจำกัดสูงสุด ทรงทดสอบเราทั้งภายในและภายนอก

ทรงนำเราไปสู่ขุมนรกและกลับมา

ในที่สุดพระองค์ก็ทรงนำเรามายังสถานที่อันอุดมสมบูรณ์แห่งนี้

6 โมงเช้า พระบิดา โปรดนำเราไปสู่สถานที่อันอุดมสมบูรณ์ของเรา
หลังจากผ่านช่วงเวลาแห่งความกดดัน การตัดแต่ง และการต่อสู้มาแล้ว

9.00 น.

จงบัญชาทรัพย์สมบัติแห่งแผ่นดินและทะเลให้สอดคล้องกับพระประสงค์ของอาณาจักรแล
ะการบริหารจัดการอย่างชอบธรรม

12.00 น. อุปสรรคทุกอย่างที่ประตูแห่งการเก็บเกี่ยว
จงถูกขจัดออกไปโดยอำนาจของพระเยซูคริสต์

บ่าย 3 โมง ขอให้ปีที่สูญเปล่า โอกาสที่ล่าช้า และความได้เปรียบที่ถูกขโมยไป
กลับคืนมาด้วยความเจริญรุ่งเรือง

18.00 น. ข้าแต่พระเจ้า โปรดรวบรวมทรัพยากรเพื่อพันธกิจ ความเมตตา การสร้างสาวก
และการสร้างผลกระทบต่อคนรุ่นต่อๆ ไป

เวลา 21.00 น. ข้าพเจ้าขอประกาศว่า พืชผลจะไม่ตายในทุ่งนา
และเสบียงจะไม่ขาดแคลนระหว่างทาง

เที่ยงคืน

ขอให้บรรดาประชาชาตินำทรัพย์สินของตนมาใช้ในการรับใช้แผนการไถ่บาปของพระเจ้า

เวลา 3 นาฬิกา ข้าแต่พระเจ้า ขอทรงประทานการฟื้นฟูที่เห็นได้ชัด
การเจริญเติบโตที่ถูกต้องตามกฎหมาย และคำพยานแก่ฤดูกาลนี้

วันที่ 39 -

เจ็ดภูเขาภายใต้การปกครองของพระคริสต์

พระคัมภีร์: มัทธิว 6:10; วิวรณ์ 11:15

มัทธิว 6:10

ฉบับคิงเจมส์ใหม่

10 ขอให้ราชอาณาจักรของพระองค์มาถึง
ขอให้พระประสงค์ของพระองค์สำเร็จบนโลกเช่นเดียวกับ *ใน* สวรรค์

วิวรณ์ 11:15

ฉบับคิงเจมส์ใหม่

แตรตัวที่เจ็ด: การประกาศราชอาณาจักร

15 แล้วทูตสวรรค์องค์ที่เจ็ดก็เป่าแตร และมีเสียงดังในสวรรค์กล่าวว่า " อาณาจักร ทั้งหลาย
ในโลกนี้ได้กลายเป็น อาณาจักร *ของ พระเจ้าของเราและของพระคริสต์ของพระองค์* แล้ว
และพระองค์จะทรงปกครองเป็นนิจ!"

มัทธิว 6:10-13

ข้อความ

7-13 "โลกนี้เต็มไปด้วยคนที่เรียกตัวเองว่านักรบแห่งการอธิษฐาน
แต่แท้จริงแล้วไม่รู้เรื่องการอธิษฐานเลย พวกเขาเต็มไปด้วยสูตร วิธีการ
และคำแนะนำต่างๆ มากมาย คอยเสนอเทคนิคต่างๆ เพื่อให้ได้สิ่งที่คุณต้องการจากพระเจ้า
อย่าหลงเชื่อเรื่องไร้สาระเหล่านั้น นี่คือ พระบิดา ของคุณ ที่คุณกำลังติดต่อด้วย
และพระองค์ทรงรู้ดีกว่าคุณว่าคุณต้องการอะไร ด้วยพระเจ้าที่รักคุณเช่นนี้
คุณสามารถอธิษฐานได้อย่างง่ายๆ ดังนี้:
แต่พระบิดาในสวรรค์ โปรด
เปิดเผยพระองค์เอง โปรดแก้ไขโลกให้ถูกต้อง โปรดทำสิ่งที่ดีที่สุด—ดังเช่นเบื้องบน
ก็ดังเช่นที่เกิดขึ้นในโลกเบื้องล่าง โปรดประทานอาหารสามมื้อให้แก่เรา
โปรดประทานการอภัยโทษให้แก่เรา และให้เราให้อภัยผู้อื่น

โปรดปกป้องเราให้ปลอดภัยจากตัวเราเองและจากปีศาจ พระองค์ทรงเป็นผู้ปกครอง! พระองค์ทรงทำได้ทุกสิ่งตามที่พระองค์ประสงค์! พระองค์ทรงงดงามเจิดจรัส! ใช่ ใช่ ใช่

วิวรณ์ 11:15-18

ข้อความ

เสียงแตรสุดท้ายดังขึ้น

15-18 ทูตสวรรค์องค์ที่เจ็ดเป่าแตร เสียงร้องเพลงจากสวรรค์ดังขึ้นเรื่อยๆ

อาณาจักรของโลกบัดนี้คือ

อาณาจักรของพระเจ้าและพระเมสสิยาห์ของพระองค์!

พระองค์จะทรงปกครองตลอดไปเป็นนิจ!

ผู้อาวุโสทั้งยี่สิบสี่คนซึ่งนั่งอยู่เบื้องหน้าพระเจ้าบนบัลลังก์ของตน

ต่างคุกเข่าลงนมัสการและขับร้องบทเพลง

ขอบคุณพระองค์ โอพระเจ้า ผู้ทรงฤทธานุภาพและทรงอำนาจ

ผู้ทรงเป็นอยู่และทรงเคยเป็นมา พระองค์ทรงใช้ฤทธานุภาพอันยิ่งใหญ่เข้าครอบครอง—

ทรงปกครอง! บรรดาประชาชาติที่โกรธแค้นจะได้ลิ้มรส ความโกรธ ของ

***พระองค์ แล้ว* เวลาแห่งการพิพากษาคนตายมาถึงแล้ว เพื่อให้รางวัลแก่ผู้รับใช้ของพระองค์**

บรรดาผู้เผยพระวจนะและวิสุทธิชนทั้งหลาย

ขอทรงประทานรางวัลแก่ผู้เล็กและผู้ใหญ่ที่เกรงกลัวพระนามของพระองค์

และขอทรงทำลายผู้ทำลายแผ่นดินโลก

6 โมงเช้า ข้าแต่พระบิดา ขอให้ราชอาณาจักรของพระองค์มาถึง และพระประสงค์ของพระองค์สำเร็จในทุกด้าน ไม่ว่าจะเป็นศาสนา ครอบครัว การศึกษา การปกครอง สื่อ ศิลปะ และธุรกิจ

เวลา 9 โมงเช้า ข้าพเจ้าขอประกาศว่า ภูเขาแห่งอิทธิพลของมนุษย์ทุกแห่งจะต้องก้มกราบต่อการปกครองของพระเยซูคริสต์

12.00 น. บัลลังก์แห่งความมืดมิดทั้งหมดที่ครอบครองพื้นที่ยุทธศาสตร์ จงถูกสั่นคลอนและถูกกำจัดไป

บ่าย 3 โมง ขอให้ผู้ปฏิรูปผู้ทรงคุณธรรม ผู้สร้าง ผู้วิงวอน และผู้นำ ได้รับการแต่งตั้งในทุกแวดวง

18.00 น. ข้าแต่พระเจ้า โปรดประสานการอธิษฐาน คำพยากรณ์ กลยุทธ์ และการกระทำเพื่อการเปลี่ยนแปลงดินแดน

21.00 น. ฉันขอประกาศว่า ไม่มีภูเขาใดที่ถูกยึดครองเกินกว่าจะได้รับการไถ่บาป และไม่มีระบบใดที่แข็งกระด้างเกินกว่าจะต้านทานการแทรกแซงจากพระเจ้าได้

เที่ยงคืน
ขอให้เสียงแห่งสวรรค์กลบเสียงแห่งบาบิโลนในทุกพื้นที่ทางวัฒนธรรมและพลเมือง

ตี 3 ข้า แต่พระเจ้า ขอทรงครอบครองภูเขาทั้งเจ็ดเพื่อพระสิริของพระองค์ และขอทรงสถาปนาอาณาจักรของพระองค์ให้มั่นคงถาวรบนแผ่นดินโลก

วันที่ 40 - วันขอบคุณพระเจ้า การผนึก และการแต่งตั้ง

ข้อพระคัมภีร์: สดุดี 126:1-6; ฮีบรู 7:25

สดุดี 126

ฉบับคิงเจมส์ใหม่

การกลับคืนสู่ไซออนอย่างเปี่ยมสุข

บทเพลงแห่งการขึ้นสู่ที่สูง

126 เมื่อพระเจ้าทรงนำ ชาวไซอันที่ถูกจับเป็นเชลย กลับมา

[ก] เราก็เหมือนคนที่กำลังฝัน

2 แล้วปากของเราก็เต็มไปด้วยเสียงหัวเราะ

และลิ้นของเราก็เต็มไปด้วยเสียงเพลง แล้วพวกเขาก็กล่าวท่ามกลาง [ข]

ประชาชาติทั้งหลายว่า

"พระเจ้าทรงกระทำสิ่งยิ่งใหญ่เพื่อพวกเขา"

3 พระเจ้าทรงกระทำสิ่งยิ่งใหญ่เพื่อเรา

และ เราก็ยินดี

4 ข้าแต่พระเจ้า ขอทรงปลดปล่อยเรา

จากการเป็นเชลยดุจดั่งลำธารในทิศใต้

5 ผู้ที่หว่านด้วยน้ำตา

จะเก็บเกี่ยวด้วยความยินดี

6 ผู้ที่ออกไป [ค] ร้องไห้อยู่ เสมอ

แบก [ง] เมล็ดพืชไปหว่าน

จะกลับมา [จ] ด้วยความยินดี อย่างแน่นอน

นำรวงข้าวของเขา *มาด้วย*

ฮีบรู 7:25

ฉบับคิงเจมส์ใหม่

25 ฉะนั้นพระองค์จึงทรงสามารถช่วยให้รอดพ้น อย่าง ที่สุด แก่ ผู้ที่มาหาพระเจ้าโดยทางพระองค์
เพราะพระองค์ทรงดำรงอยู่ตลอดไปเพื่อทูลขอแทนพวกเขา

สดุดี 126

ข้อความ

126 1-3 ดูเหมือนความฝันที่เป็นจริงไม่ได้
เมื่อพระเจ้าทรงนำชาวไซอันที่ถูกเนรเทศกลับมา เราหัวเราะ เราร้องเพลง
เราไม่อยากจะเชื่อในโชคดีของเรา เราเป็นที่พูดถึงของชนชาติทั้งหลาย— "
พระเจ้าทรงมหัศจรรย์ต่อพวกเขา!"
พระเจ้า *ทรง* มหัศจรรย์ต่อเรา
เราเป็นชนชาติที่มีความสุข
4-6 และบัดนี้ ข้าแต่พระเจ้า ขอทรงโปรด
ประทานฝนลงมายังชีวิตที่แห้งแล้งของเราอีกครั้ง
เพื่อผู้ที่ปลูกพืชผลด้วยความสิ้นหวังจะได้ร้อง "ใช่แล้ว!" ในฤดูเก็บเกี่ยว
เพื่อผู้ที่จากไปด้วยใจหนักอึ้งจะได้กลับบ้านด้วยเสียงหัวเราะ พร้อมด้วยพรมากมาย

ฮีบรู 7:25

ข้อความ

23-25 ก่อนหน้านี้มีปุโรหิตมากมาย เพราะพวกเขาตายไปและต้องมีคนมาแทนที่
แต่ตำแหน่งปุโรหิตของพระเยซูนั้นถาวร
พระองค์ทรงอยู่ตั้งแต่บัดนี้จนถึงนิรันดร์เพื่อช่วยทุกคนที่มาหาพระเจ้าโดยทางพระองค์
และทรงปฏิบัติหน้าที่อยู่เสมอเพื่อปกป้องพวกเขา

6.00 น. ข้าแต่พระบิดา ขอบคุณพระองค์ที่การอธิษฐานของเราไม่สูญเปล่า และเมล็ดพันธุ์ที่เราหว่านจะงอกงามและเก็บเกี่ยวได้

9.00 น. เราขอสรรเสริญพระเยซูคริสต์ พระผู้ทรงเป็นผู้ทูลขอ แทนเรา ตลอดกาล ผู้ทรงดำรง อยู่เพื่อทูลขอแทนเรา ตลอดเวลา

เวลา **12.00 น.** ฉันจะผนึกคำตอบ การเปลี่ยนแปลงครั้งสำคัญ การปลดปล่อย และการทำธุรกรรมอันศักดิ์สิทธิ์ทุกอย่างที่เกิดขึ้นระหว่างการถือศีลอดนี้

บ่าย 3 โมง

ขอให้สิ่งที่ทรงตั้งพระทัยไว้ด้วยการอธิษฐานนั้นได้รับการปกป้องจากการ โจรกรรม การเสื่อมเสีย และการสูญเสียก่อนเวลาอันควร

18.00 น. ข้าแต่พระเจ้า ขอทรงโปรดประทานน้ำมันใหม่ วิสัยทัศน์ที่ชัดเจน และอำนาจที่ได้รับการพิสูจน์แล้วแก่เราหลังจากสิ้นสุดการถือศีลอดนี้

21.00 น. ข้าพเจ้าขอประกาศว่า ฤดูกาลนี้จะนำมาซึ่งการอธิษฐานอย่างต่อเนื่อง ไม่ใช่ความกระตือรือร้นชั่วคราว และจะนำมาซึ่งผลที่ยั่งยืน ไม่ใช่อารมณ์ชั่วขณะ

เที่ยงคืน ขอให้คำพยานเกี่ยวกับการรักษา การช่วยให้รอด การฟื้นฟู การจัดหา และการปฏิรูปทวีคูณมากขึ้นหลังจากช่วงอดอาหารนี้

ตี **3** ข้าแต่พระเจ้า ขอทรงโปรดให้สิ่งที่พระองค์ทรงเริ่มต้นในเรา ผ่านเรา และรอบตัวเราสำเร็จบริบูรณ์ และขอให้พระสิริเป็นของพระองค์แต่เพียงผู้เดียว

บทสรุป

ยืนหยัดอย่างซื่อสัตย์ในช่องว่าง

ตลอดระยะเวลาสี่สิบวันแห่งการอธิษฐานและอดอาหาร
บรรดาผู้เชื่อได้ตั้งใจวางตนต่อหน้าพระเจ้าเพื่อคริสตจักร ผู้นำ และประชาชาติทั้งหลาย

การอธิษฐานวิงวอนไม่ใช่แค่การกล่าวคำพูดในคำอธิษฐานเท่านั้น
แต่เป็นการยืนอยู่ตรงกลางระหว่างสวรรค์และโลก
โดยเชื่อว่าพระประสงค์ของพระเจ้าสามารถเปลี่ยนแปลงชีวิต ชุมชน
และประเทศชาติทั้งหมดได้

ท่านศาสดาเอเสเคียลได้บันทึกพระทัยของพระเจ้าไว้เมื่อพระองค์ตรัสว่า:

"เราได้มองหาคนในหมู่พวกเขาที่จะสร้างกำแพงและยืนขวางช่องว่างต่อหน้าเราเพื่อแผ่นดินนั้น" (เอเสเคียล 22:30)

คำเชิญนี้ยังคงใช้ได้จนถึงทุกวันนี้

พระเจ้ายังคงมองหาผู้ที่จะอธิษฐาน ไม่เพียงแต่เพื่อความต้องการส่วนตัวเท่านั้น
แต่ยังเพื่อชะตากรรมของคริสตจักรและอนาคตของประชาชาติด้วย

ตลอดระยะเวลา 20 ปีที่ผ่านมา ช่วงเวลา 40 วันนี้—ตั้งแต่ **วันที่ 17 มีนาคมถึง 25 เมษายน** —ได้ถูกกำหนดให้เป็นช่วงเวลาแห่งการอธิษฐานวิงวอนโดยเฉพาะ
สิ่งที่เริ่มต้นจากการอธิษฐานส่วนตัวได้กลายเป็นภาระร่วมกันของบรรดาผู้เชื่อที่ตระหนักถึงความสำคัญของการอธิษฐานเพื่อการชี้นำทางจิตวิญญาณของโลกของเรา

ผ่านคำอธิษฐานเหล่านี้ เราขอให้พระเจ้าทรงเสริมกำลังคริสตจักรของพระองค์
ทรงนำทางผู้นำด้วยสติปัญญาและความชอบธรรม และทรงดึงดูดผู้คนมากมาย
ที่ไม่เคยรู้จักพระองค์มาก่อน ให้ได้พบกับพระเยซูคริสต์ผู้ทรงช่วยให้รอด

คำอธิษฐานในหนังสือเล่มนี้ไม่ใช่จุดสิ้นสุดของการวิงวอน แต่เป็นเพียงจุดเริ่มต้น

การเรียกร้องให้ร่วมยืนหยัดเพื่อช่วยเหลือผู้อื่นยังคงดำเนินต่อไปแม้หลังจากผ่านไปสี่สิบวันแล้ว

ครอบครัวต้องการคำอธิษฐาน

คริสตจักรต้องการการอธิษฐาน

ชุมชนต้องการการอธิษฐาน

ประเทศต่างๆ ต้องการการอธิษฐาน

และอิทธิพลทั้งเจ็ดด้าน ได้แก่ ศาสนา ครอบครัว การศึกษา รัฐบาล สื่อ
ศิลปะและวัฒนธรรม และธุรกิจ
ล้วนต้องการผู้เชื่อที่แสวงหาสติปัญญาและการแทรกแซงจากพระเจ้าอย่างสม่ำเสมอ

เมื่อสิ้นสุดการเฝ้าระวังสี่สิบวันนี้
โปรดจำไว้ว่าพระวิญญาณบริสุทธิ์ยังคงทรงนำการอธิษฐานของประชากรของพระเจ้า
พระเยซูคริสต์เองทรงวิงวอนต่อพระบิดา
และผู้เชื่อทุกหนทุกแห่งได้รับเชิญให้เข้าร่วมในพันธกิจอันศักดิ์สิทธิ์นั้น

ขอพระเจ้าทรงเสริมกำลังความมุ่งมั่นในการอธิษฐานของคุณ

ขอให้ชีวิตของคุณคงอยู่เป็นวิหารที่มีชีวิต ซึ่งเป็นที่สถิตของพระวิญญาณของพระเจ้า

ขอให้เสียงของท่านยังคงดังก้องไปถึงสวรรค์เพื่อคริสตจักรและประชาชาติทั้งหลาย

และขอให้ราชอาณาจักรของพระเจ้าเจริญรุ่งเรืองในทุกด้านที่มนุษย์มีอิทธิพล

ข้อสรุปยังคงชัดเจน:

จงยืนหยัดอยู่ท่ามกลางความยากลำบาก

จงอธิษฐานอย่างไม่หยุดหย่อน จงเชื่อมั่นในการเปลี่ยนแปลงของประชาชาติ

เข้าร่วมขบวนการวิงวอนขอพระระดับโลก

คำเรียกร้องถึง ผู้ร่วมอธิษฐาน 10 ล้านคน

ภารกิจการอธิษฐานนี้ไม่ได้มีไว้ให้ทำเพียงลำพัง
พระเจ้ากำลังทรงสร้าง **กลุ่มผู้ภาวนาวิงวอนจากทั่วโลก** ซึ่งจะยืนหยัดเพื่อคริสตจักร
เพื่อผู้นำ และเพื่อประชาชาติทั้งหลาย

หนังสือเล่มเล็กนี้เชิญชวนผู้เชื่อทั่วโลกเข้าร่วม **ขบวนการอธิษฐานวิงวอนที่กำลังเติบโต ซึ่งมีนักอธิษฐานมากกว่า 10 ล้านคน**
มุ่งมั่นที่จะแสวงหาพระเจ้าเพื่อการเปลี่ยนแปลงประชาชาติ

เราขอเชิญชวนให้ท่านเข้าร่วมชุมชนฝึกอบรมของเรา
เพื่อพัฒนาตนเองอย่างต่อเนื่องในด้านการอธิษฐาน การเป็นศิษย์
และการสร้างเสริมจิตวิญญาณ

เชื่อมต่อกับชุมชนผู้ให้การสนับสนุนของเรา

เข้าร่วมชุมชนที่มีชีวิตชีวาของเราตามความสนใจทางจิตวิญญาณของคุณได้เลย

ขบวนการ 10 ล้านคน – ชุมชนที่เสริมสร้างความเข้มแข็งด้านการอธิษฐานวิงวอน

เฟซบุ๊ก
https://www.otakada.org/facebookintercessory

โรงเรียนพระวิญญาณบริสุทธิ์ – ชุมชนแห่งการเป็นศิษย์

เฟซบุ๊ก
https://www.otakada.org/facebookholyghostschool
Telegram
https://t.me/holyghostschooldiscipleship

10 ล้านคน เสริมสร้างความเข้มแข็งให้แก่ชุมชน

WhatsApp
https://www.otakada.org/whatsappintercessory

"เราเป็นหนึ่งเดียวกันในพระเยซูคริสต์"

กลุ่ม WhatsApp ของ God's Eagle Ministries (GEM)

ชุมชน 1
https://www.otakada.org/whatsappcommunity1

ชุมชน 2
https://www.otakada.org/whatsappcommunity2

เยี่ยมชมร้านค้าออนไลน์ของเรา

สำรวจคอลเล็กชันหนังสือและแหล่งข้อมูลคริสเตียนที่สร้างแรงบันดาลใจของเรา ซึ่งออกแบบมาเพื่อเตรียมความพร้อมให้ผู้เชื่อในการอธิษฐาน การเป็นศิษย์ และการรับใช้ในอาณาจักรของพระเจ้า

เลือกซื้อสินค้าได้ที่นี่
https://shop.otakada.org

แล้วพบกันใหม่ในอีกโลกหนึ่ง

God's Eagle Ministries (GEM)

ชุมชนสำหรับยุคสุดท้าย

เว็บไซต์
https://www.otakada.org

ส่งอีเมลไป
ที่ ambassador@otakada.org

ด้วยความขอบคุณอย่างยิ่ง
คณะกรรมการต้อนรับ

การเรียกร้องให้ดำเนินการ

ความร่วมมือเพื่อการเก็บเกี่ยว

เมื่อคุณปิดหนังสือเล่มนี้ เราขอเชิญชวนให้คุณสานต่อการเดินทางนี้ไปอีกขั้น ไม่เพียงแต่ในชีวิตของคุณเอง แต่ยังรวมถึงชีวิตของผู้คนมากมายนับไม่ถ้วนทั่วโลกด้วย หากข้อความจาก God's Eagle Ministries (GEM) ได้เสริมสร้าง ปลุกเร้า หรือปรับเปลี่ยนจิตใจของคุณ เราขอให้คุณพิจารณาอย่างรอบคอบใน **การร่วมมือกับเราเพื่อการเก็บเกี่ยวผลผลิต** โลกกำลังกระหายความจริง ความหวัง และเสียงอันอ่อนโยนแต่ชัดเจนของพระวิญญาณบริสุทธิ์ และเราสามารถร่วมกันนำข้อความเหล่านี้ไปยังที่ที่ต้องการมากที่สุดได้ เราเชื่อว่าสื่อเป็นมากกว่าเทคโนโลยี—มันคือ **เครือข่ายทางจิตวิญญาณ** ที่แผ่ขยายลึกเข้าไปในประเทศ หมู่บ้าน เมือง และสถานที่ลับต่างๆ ผ่านทางภาพยนตร์ วิดีโอ วิทยุ และพันธกิจดิจิทัล GEM กำลังเข้าถึงผู้คนที่อาจไม่เคยเข้าโบสถ์ แต่มีหัวใจที่เปิดกว้างเพื่อพบกับพระคริสต์ผู้ทรงพระชนม์อยู่

ความร่วมมือของคุณช่วยเราในเรื่องต่อไปนี้:

1. สร้างสรรค์ภาพยนตร์และวิดีโอที่เปี่ยมด้วยจิตวิญญาณ
เรื่องราวและคำสอนที่เยียวยา สร้างแรงบันดาลใจ และเผยให้เห็นความรักของพระเยซูในรูปแบบที่ชัดเจน เข้าใจง่าย และเปลี่ยนแปลงชีวิต

2. เผยแพร่พระกิตติคุณทางวิทยุ
นำพระวจนะของพระเจ้าไปสู่เรือนจำ โรงพยาบาล ชุมชนชนบท และสถานที่ห่างไกลที่เข้าไม่ถึงอินเทอร์เน็ต—ที่ซึ่งความหวังหายากและสัจธรรมมีค่า

3. ขยายแคมเปญการสอนและการสร้างสาวกผ่านสื่อสังคมออนไลน์ของเรา
บทภาวนา คำอธิษฐาน และคำสอนประจำวันที่เสริมสร้างความเข้มแข็งให้แก่ผู้เชื่อ ฟื้นฟูครอบครัว และเตรียมความพร้อมให้แก่ผู้ติดตามทั่วโลก

เหตุใดการสนับสนุนของคุณจึงมีความสำคัญ

ทุกข้อความที่เผยแพร่ออกไปเปรียบเสมือนเมล็ดแห่งแสงสว่าง
ทุกคำสอนเปรียบเสมือนคลื่นแห่งการเปลี่ยนแปลง
ทุกการกระทำแห่งความเอื้อเฟื้อเผื่อแผ่เปรียบเสมือนส่วนหนึ่งของการเก็บเกี่ยวผลผลิตทั่วโลกของพระเจ้า
การให้ของคุณช่วยให้พันธกิจนี้เข้าถึงผู้คนมากมายที่เราอาจไม่เคยพบในโลกนี้
แต่จะได้พบอย่างแน่นอนในนิรันดร ไม่มีการกำหนดจำนวนเงินตายตัว
จงให้ตามที่พระเจ้าทรงนำคุณ การให้ทุกอย่าง ไม่ว่ามากหรือน้อย
ล้วนมีส่วนช่วยในการขยายอาณาจักรของพระเจ้า

หากต้องการร่วมเป็นพันธมิตรหรือบริจาค:

PayPal:
https://www.paypal.com/ncp/payment/D6NEFW56KG8LU
Tithe.ly:
https://tithe.ly/give?c=308311

Flutterwave –
https://flutterwave.com/donate/bbkpkokehxlw

ช่องทางการบริจาคทั้งหมด:
https://www.otakada.org/partnership-giving
ขอบคุณที่อยู่เคียงข้างเรา
ขอบคุณที่ร่วมหว่านเมล็ดแห่งการเก็บเกี่ยว
ขอบคุณที่ช่วยเรานำข่าวสารของพระคริสต์ไปสู่ประชาชาติทั้งหลาย
ขอพระเจ้าทรงอวยพรท่านอย่างมากมาย ทรงเพิ่มพูนความเจริญรุ่งเรืองให้ท่าน
และทรงทวีคูณเมล็ดพันธุ์ทุกอย่างที่ท่านหว่านเพื่อพระสิริของพระองค์
ในพระนามอันยิ่งใหญ่ของพระเยซูคริสต์ อาเมน

—เอกอัครราชทูตวันจันทร์ โอ. อ็อกเบ เศคา เรียส ก็อดซีเกิล ; ความสะดวกสบาย ลาดิ โอกเบ
ผู้ก่อตั้ง God's Eagle Ministries (GEM)
www.otakada.org

วิธีที่จะบังเกิดใหม่และเริ่มต้นชีวิตใหม่กับพระคริสต์

บางทีคุณอาจเคยเดินกับพระเยซูมาก่อน หรือบางทีคุณอาจเพิ่งรู้จักพระองค์ผ่านช่วงเวลา 40 วันนี้ แต่ในตอนนี้ มีบางสิ่งภายในตัวคุณกำลังตื่นตัวอยู่

คุณพร้อมแล้วสำหรับมากกว่าแค่ศาสนา

คุณพร้อมแล้วสำหรับ ความ

สัมพันธ์ คุณพร้อมที่จะพูดว่า **"พระเยซู ฉันต้องการคุณ"**

นี่คือความจริง:

"เพราะทุกคนล้วนทำบาป

เราทุกคนล้วนขาดความสมบูรณ์ตามมาตรฐานอันรุ่งเรืองของพระเจ้า... แต่พระเจ้าทรงเมตตาและทรงทำให้เราถูกต้องในสายพระเนตรของพระองค์โดยไม่คิดค่าตอบแทน"

— โรม 3:23-24 (NLT)

คุณไม่สามารถได้รับความรอดด้วยการกระทำ

ของตนเอง คุณไม่สามารถแก้ไขตัวเองได้ แต่พระเยซูได้ทรงจ่ายราคาเต็มจำนวนแล้ว

และพระองค์ทรงรอต้อนรับคุณกลับบ้าน

วิธีเกิดใหม่

การบังเกิดใหม่หมายถึงการมอบชีวิตของคุณให้แก่พระเยซู —

การยอมรับการให้อภัยของพระองค์ การเชื่อว่าพระองค์ทรงสิ้นพระชนม์และฟื้นคืนชีพ

และการรับพระองค์เป็นพระเจ้าและพระผู้ช่วยให้รอดของคุณ

มันง่าย มันทรงพลัง และมันเปลี่ยนแปลงทุกสิ่ง

จงอธิษฐานออกเสียงดังๆ:

"ข้าแต่พระเยซูเจ้า ข้าพเจ้าเชื่อว่า พระองค์ เป็นพระบุตรของพระเจ้า

ข้าพเจ้าเชื่อว่าพระองค์ทรงสิ้นพระชนม์เพื่อบาปของข้าพเจ้าและทรงฟื้นคืนพระชนม์

ข้าพเจ้าสารภาพว่าข้าพเจ้าได้ทำบาปและต้องการการอภัยโทษจากพระองค์

วันนี้ข้าพเจ้ากลับใจและละทิ้งวิถีทางเก่า

ข้าพเจ้าขอเชิญพระองค์เข้ามาในชีวิตของข้าพเจ้าเพื่อเป็นพระเจ้าและพระผู้ช่วยให้รอดของข้าพเจ้า โปรดชำระข้าพเจ้าให้สะอาด โปรดเติมเต็มข้าพเจ้าด้วยพระวิญญาณของพระองค์

ข้าพเจ้าประกาศว่าข้าพเจ้าบังเกิดใหม่ ได้รับการอภัยโทษ และเป็นอิสระ

ตั้งแต่วันนี้เป็นต้นไป ข้าพเจ้าจะติดตามพระองค์
และจะดำเนินชีวิตตามรอยพระบาทของพระองค์

ขอบคุณพระองค์ที่ทรงช่วยข้าพเจ้าให้รอด ในนามของพระเยซู อาเมน"

ขั้นตอนต่อไปหลังจากได้รับความรอด

1. **บอกเล่าเรื่องราว** – แบ่งปันการตัดสินใจของคุณกับผู้เชื่อที่คุณไว้วางใจ
2. **ค้นหาคริสตจักรที่ยึดหลักพระคัมภีร์** –
   เข้าร่วมชุมชนที่สอนพระวจนะของพระเจ้าและดำเนินชีวิตตามนั้น เยี่ยมชม
   God's Eagle Ministries ทางออนไลน์ได้ที่
   https://www.otakada.org หรือ
   https://chat.whatsapp.com/H67spSun32DDTma8TLh0ov
3. **รับบัพติศมา** – ก้าวไปอีกขั้นด้วยการประกาศความเชื่อของคุณต่อสาธารณะ
4. **อ่านพระคัมภีร์ทุกวัน** – เริ่มต้นด้วยพระวรสารของยอห์น
5. **จงอธิษฐานทุกวัน** – พูดคุยกับพระเจ้าเสมือนเป็นเพื่อนและพ่อ
6. **เชื่อมต่อ** กับผู้อื่น – อยู่ท่ามกลางผู้คนที่สนับสนุนเส้นทางใหม่ของคุณ
7. **เริ่มต้นกระบวนการฝึกฝนศิษย์ในชุมชน** –
   พัฒนาความสัมพันธ์แบบตัวต่อตัวกับพระเยซูคริสต์ผ่านลิงก์เหล่านี้

หลักสูตรการเป็นศิษย์ 40 วัน 1 - https://www.otakada.org/get-free-40-days-online-discipleship-course-in-a-journey-with-jesus/
40 การเป็นศิษย์ 2 - https://www.otakada.org/get-free-40-days-dna-of-discipleship-journey-with-jesus-series-2/

ช่วงเวลาแห่งความรอดของฉัน

วันที่ : ____________________________

ลายเซ็น : ____________________________

"ถ้าผู้ใดอยู่ในพระคริสต์ ผู้นั้นก็เป็นสิ่งสร้างใหม่แล้ว สิ่งเก่าได้ล่วงไปแล้ว สิ่งใหม่ได้เข้ามาแล้ว!"

— 2 โครินธ์ 5:17

ใบรับรองชีวิตใหม่ในพระคริสต์

คำประกาศความรอด — เกิดใหม่โดยพระคุณ

เอกสารนี้รับรองว่า

____

(ชื่อเต็ม)

ได้ประกาศ **ความเชื่อในพระเยซูคริสต์ อย่างเปิดเผย**

ว่าเป็นพระเจ้าและพระผู้ช่วยให้รอด

และได้รับของขวัญแห่งความรอดโดยไม่เสียค่าใช้จ่ายใดๆ

ผ่านทางการสิ้นพระชนม์และการฟื้นคืนพระชนม์ของพระองค์

"ถ้าท่านประกาศอย่างเปิดเผยว่าพระเยซูเป็นองค์พระผู้เป็นเจ้า

และเชื่อในใจว่าพระเจ้าทรงให้พระองค์ฟื้นขึ้นจากความตาย ท่านก็จะได้รับความรอด"

— โรม 10:9 (NLT)

ในวันนี้ สวรรค์ยินดีปรีดา และการเดินทางครั้งใหม่ได้เริ่มต้นขึ้น

วันที่ตัดสินใจ : ______________________________

ลายเซ็น : ______________________________________

คำประกาศความรอด

"วันนี้ ข้าพเจ้าขอถวายชีวิตของข้าพเจ้าแด่พระเยซูคริสต์

ข้าพเจ้าเชื่อว่าพระองค์ทรงสิ้นพระชนม์เพื่อบาปของข้าพเจ้าและทรงฟื้นคืนชีพ

ข้าพเจ้าขอรับพระองค์เป็นพระเจ้าและพระผู้ช่วยให้รอดของข้าพเจ้า

ข้าพเจ้าได้รับการอภัยโทษ เกิดใหม่ และได้รับการเปลี่ยนแปลงใหม่ ตั้งแต่บัดนี้เป็นต้นไป

ข้าพเจ้าจะดำเนินตามรอยพระบาทของพระองค์"

ยินดีต้อนรับสู่ครอบครัวของพระเจ้า!

ชื่อของคุณถูกจารึกไว้ในหนังสือแห่งชีวิตของพระเมษโปดก

เรื่องราวของคุณเพิ่งเริ่มต้น และมันเป็นนิรันดร์

เชื่อมต่อกับ GOD'S EAGLE MINISTRIES

- เว็บไซต์: www.otakada.org
- ชุดความรู้เรื่องความมั่งคั่งเหนือความกังวล: www.wealthbeyondworryseries.com
- อีเมล: ambassador@otakada.org

- **สนับสนุนผลงานนี้:**

สนับสนุนโครงการ ภารกิจ และแหล่งข้อมูลฟรีทั่วโลกของอาณาจักรพระเจ้าผ่านการบริจาคที่นำโดยพันธสัญญา

สแกนคิวอาร์โค้ดเพื่อบริจาค

https://tithe.ly/give?c=308311

ความเอื้อเฟื้อเผื่อแผ่ของคุณช่วยให้เราเข้าถึงผู้คนได้มากขึ้น แปลสื่อต่างๆ สนับสนุนมิชชันนารี และสร้างระบบการอบรมสั่งสอนศิษย์ทั่วโลก ขอบคุณ!

ประวัติ ผู้เขียน

ซาคาเรียส ก็อดสอีเกิล

นักเขียน • ครู • ผู้นำที่มีวิสัยทัศน์

ซาคา ริอัส ก็อดซีเกิล เป็นครูสอนพระวจนะที่เปี่ยมด้วยความกระตือรือร้น
และเป็นกระบอกเสียงที่เฉียบแหลมแก่คริสตจักร
ด้วยพระคุณพิเศษในการหยั่งรู้ทางจิตวิญญาณ ซาคาริอัสจึงเทศนาด้วยความชัดเจน
ความลึกซึ้งในเชิงพยากรณ์
และความปรารถนาอย่างแรงกล้าที่จะเห็นผู้เชื่อดำเนินชีวิตในความบริสุทธิ์
ความเลื่อมใสในพระเจ้า และการยอมจำนนต่อพระคริสต์อย่างแท้จริง
ในฐานะผู้ร่วมงานในพันธกิจของ God's Eagle Ministries (GEM)
เขามีบทบาทสำคัญในการกำหนดรูปแบบเนื้อหาการอบรมสั่งสอนศิษย์
การตีความพระคัมภีร์ และการเผยแพร่ผ่านสื่อต่างๆ
ที่เข้าถึงชีวิตผู้คนทั้งในโลกดิจิทัลและโลกแห่งความเป็นจริง
งานเขียนของเขามุ่งเน้นไปที่การเปลี่ยนแปลงภายใน การเชื่อฟัง
และการฟื้นฟูพระคริสต์ให้กลับมาครองบัลลังก์ในหัวใจของผู้เชื่อ
ซาคาเรียสขับเคลื่อนด้วยความเชื่อที่เรียบง่าย: **เมื่อจิตใจสอดคล้อง โชคชะตาก็จะสอดคล้อง**
เขาจึงมุ่งมั่นที่จะเข้าถึงผู้คนทั่วโลกผ่านการสอน การให้คำปรึกษา
และโครงการสร้างสรรค์ที่เปี่ยมด้วยพระวิญญาณ

ท่านทูตมันเดย์ โอ. อ็อกเบ

นักเขียน • นักสื่อสารงานเผยแผ่ศาสนา • ผู้ก่อตั้ง God's Eagle Ministries (GEM)

เอกอัครราชทูตมันเดย์ โอริโอโฮ โอกวูโอโจ โอกเบ เป็นผู้ก่อตั้ง **God's Eagle Ministries (GEM)** ซึ่งเป็นพันธกิจระดับโลกที่มีเป้าหมายในการ
"เชื่อมโยงผู้คนกับพระเจ้าผ่านพระวจนะของพระองค์"

เขาเป็นที่รู้จักในด้านความมุ่งมั่นอย่างแรงกล้าในการอธิษฐานวิงวอน การค้นหาความจริง การเล่าเรื่องที่กินใจ และการสอนเชิงพยากรณ์

เขาทำการเผยแพร่ศาสนาไปทั่วโลกผ่านการเขียน การทำพอดแคสต์ การสร้างภาพยนตร์ การเผยแพร่ศาสนาทางดิจิทัล และการสร้างสาวก

ด้วยประสบการณ์ด้านการเป็นผู้นำ สื่อ และพันธกิจ

ท่านทูตมันเดย์จึงได้รับการเจิมจากพระเจ้าในหลากหลายวัฒนธรรม ตั้งแต่แอฟริกา เอเชีย อเมริกา ยุโรป และตะวันออกกลาง

คำสอนของท่านมุ่งเผชิญหน้ากับความขัดแย้งที่ซ่อนเร้นอยู่ในใจของผู้เชื่อ เช่น ความโลภ การดิ้นรนในเรื่องอัตลักษณ์ ความเฉื่อยชาทางจิตวิญญาณ

และการกัดเซาะความสัมพันธ์ใกล้ชิดกับพระเจ้าอย่างค่อยเป็นค่อยไป

เขาเป็นผู้ประพันธ์หนังสือบทภาวนา ชุดหนังสือ และสื่อการสอนมัลติมีเดียมากมาย ซึ่งเข้าถึงผู้คนนับล้านผ่านทาง otakada.org และแพลตฟอร์มดิจิทัลของ GEM

สาระสำคัญในชีวิตของเขานั้นเรียบง่ายแต่ลึกซึ้ง:

"เมื่อพระคริสต์ทรงเป็นศูนย์กลาง ทุกสิ่งทุกอย่างก็จะเข้าที่เข้าทางของมันเอง"

คอมฟอร์ท ลาดี โอกเบ

ผู้เขียน • ผู้ขอพร • ผู้ร่วมงานในพันธกิจ

คอมฟอร์ท ลาดี โอกเบ เป็นนักเขียน ผู้ภาวนา

และผู้ร่วมงานในพันธกิจของอาณาจักรพระเจ้าในองค์กร God's Eagle Ministries

เธอเปี่ยมด้วยความเมตตา การหยั่งรู้ และจิตใจที่เอื้อเฟื้อเผื่อแผ่

นำความลึกซึ้งทางอารมณ์และรากฐานทางจิตวิญญาณมาสู่ทุกโครงการที่เธอเกี่ยวข้อง

การมีส่วนร่วมของเธอ—ซึ่งมักอยู่เบื้องหลัง—

อบอวลไปด้วยกลิ่นอายของความอ่อนน้อมถ่อมตน ปัญญา และการเยียวยา

คอมฟอร์ตให้ความช่วยเหลือผ่านการให้คำปรึกษา การอธิษฐาน การอบรมสั่งสอน

และการทำงานร่วมกันอย่างสร้างสรรค์ โดยเฉพาะอย่างยิ่งในงานที่เน้นการฟื้นฟูครอบครัว

ความเป็นผู้ใหญ่ทางจิตวิญญาณ และการเปลี่ยนแปลงจิตใจ

ในฐานะนักเขียน เธอเขียนจากประสบการณ์ชีวิตและความเชื่อมั่นทางจิตวิญญาณ

โดยนำเสนอความชัดเจน ความสบายใจ

และกำลังใจแก่ผู้อ่านในการแสวงหาความสมบูรณ์ในพระคริสต์

Comfort มุ่งมั่นที่จะช่วยให้ผู้เชื่อได้สัมผัสพระเจ้าไม่เพียงแค่ในความรู้ แต่ในชีวิตประจำวัน—ที่ซึ่งหัวใจเรียนรู้ที่จะไว้วางใจ ยอมจำนน และเจริญเติบโต

หน้าข้อมูลผู้เขียน:
https://www.amazon.com/stores/Zacharias-Godseagle/author/B0FCZ89D4K

ภาคผนวก

ภาคผนวก ก

แบบจำลองการอธิษฐานเชิงกลยุทธ์ 60 นาที

ต้องนำแบบอย่างนี้ไปปฏิบัติทุกวัน ไม่ใช่บางครั้งบางคราว

30 นาที — การนมัสการ

จงมุ่งเน้นเฉพาะพระเจ้าเท่านั้น:

- ความศักดิ์สิทธิ์ของพระองค์
- อำนาจอธิปไตยของพระองค์
- พระเมตตาของพระองค์
- ความยุติธรรมของพระองค์
- อำนาจของเขา
- ความซื่อสัตย์ของพระองค์

ไม่มีการร้องขอใดๆ

ไม่มีคำร้องใดๆ มีเพียงความเคารพเท่านั้น

10 นาที — ประกาศอำนาจอธิปไตยของพระองค์

ประกาศด้วยวาจา:

- พระเจ้าเป็นผู้กำหนดชีวิตของฉัน
- พระเจ้าปกครองครอบครัวของฉัน
- พระเจ้าทรงกำหนดเส้นทางชีวิตของฉัน
- พระเจ้าทรงปกครองสิ่งแวดล้อมรอบตัวฉัน
- พระเจ้าทรงปกครองประเทศของฉัน

การประกาศจะช่วยเสริมสร้างอำนาจให้แข็งแกร่งขึ้น

10 นาที — การสำนึกผิด

พิจารณา:

- ทัศนคติ
- คำพูด
- แรงจูงใจ
- การประนีประนอมที่ซ่อนเร้น
- ความเกียจคร้านทางจิตวิญญาณ

สารภาพอย่างเจาะจง

10 นาที — พระราชกฤษฎีกาที่สอดคล้องกับราชอาณาจักร

ประกาศความสอดคล้องตามหลักพระคัมภีร์:

- ฉันดำเนินชีวิตในความบริสุทธิ์
- ฉันใช้ชีวิตอย่างมีระเบียบวินัย
- ฉันอดทนอย่างซื่อสัตย์
- ฉันทำตามที่ได้รับมอบหมายเรียบร้อยแล้ว
- ฉันไม่ยอมถอย

อย่าส่งเสริมความทะเยอทะยานที่เห็นแก่ตัว จง
ปฏิบัติตามพระคัมภีร์

ภาคผนวก บี

คู่มือการปรับวินัยใหม่ภายใน 7 วัน

เป็นเวลาเจ็ดวันติดต่อกัน:

1. การสวดภาวนาอย่างเป็นระบบโดยไม่ถูกรบกวนวันละหนึ่งชั่วโมง
2. อ่านพระวรสารเล่มใดเล่มหนึ่งให้จบ
3. การตรวจสอบความถูกต้องประจำคืน
4. ห้ามซุบซิบ บ่น หรือพูดเกินจริง
5. อย่างน้อยหนึ่งครั้งที่ตั้งใจอดอาหาร
6. ลดสัญญาณรบกวนดิจิทัล
7. การตรวจสอบความรับผิดชอบรายวัน

เจ็ดวันจะช่วยฟื้นฟูความไวในการรับรู้

ภาคผนวก C

แม่แบบพันธสัญญาความจงรักภักดีส่วนบุคคล

เขียนข้อความนี้ด้วยลายมือของคุณเอง

พันธสัญญาแห่งความจงรักภักดีส่วนบุคคล

ข้าพเจ้า ________________________________

ขอประกาศความจงรักภักดีอย่างเต็มที่และแต่เพียงผู้เดียวต่อพระเยซูคริสต์

ข้าพเจ้าละทิ้งความภักดีที่แบ่งแยก ข้าพเจ้าปฏิเสธ

การประนีประนอมที่ซ่อนเร้น

ข้าพเจ้าอุทิศตนเพื่อความบริสุทธิ์ในชีวิตส่วนตัวและชีวิตสาธารณะ

ข้าพเจ้าอุทิศตนเพื่อการภาวนาอย่างมีระเบียบวินัย ข้าพเจ้าอุทิศตนเพื่อความซื่อสัตย์ที่ยั่งยืน

ข้าพเจ้ายอมรับภารกิจอันศักดิ์สิทธิ์ของข้าพเจ้า ข้าพเจ้าปฏิเสธการถอยหนี

ข้าพเจ้าขอทำพันธสัญญาฉบับนี้ต่อหน้าพระเจ้า

ลงชื่อ: ________________________________

วันที่: ________________________________

คำอวยพรสุดท้ายจากบาทหลวง

ขอให้ความจงรักภักดีของท่านมั่นคงไม่สั่นคลอน

ขอให้วินัยของท่านสม่ำเสมอ ขอให้ความบริสุทธิ์ของท่านปกป้องอนาคตของท่าน

ขอให้ความอดทนของท่านยืนหยัดอยู่เหนือความยากลำบาก

ขอให้ภารกิจของท่านสำเร็จลุล่วง ขออย่าให้กระสุน การทรยศ ความผิดหวัง ความเสแสร้ง

หรือเสียงกระซิบใดๆ ดึงท่านกลับไปได้

ขอให้คุณวิ่งเข้าเส้นชัยได้สำเร็จ

ขอให้สวรรค์ยินดีปรีดาแก่ท่าน

ส่งต่อเท่านั้น

หนังสือและแหล่งข้อมูลแนะนำ

ฉันเห็นเปลวไฟจากสวรรค์

จากญิฮาดสู่พระเยซู - ความจงรักภักดีภายใต้ไฟสงคราม

จดหมายแห่งชีวิต – ชุดบทภาวนา 40 วัน | เล่ม 3

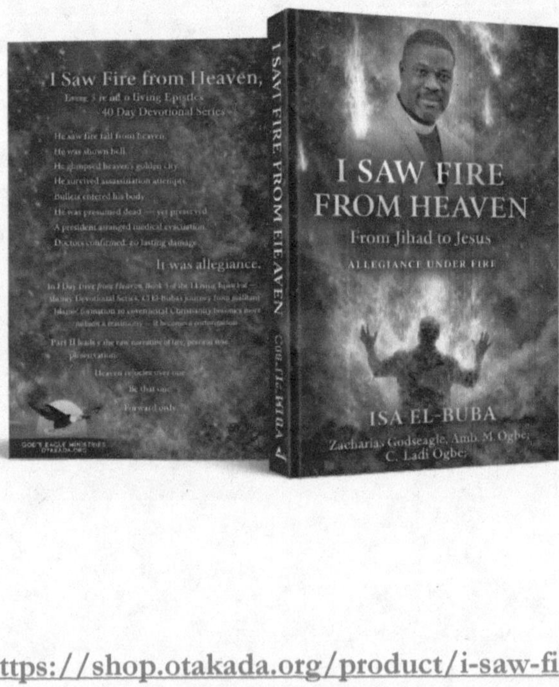

อีบุ๊ก – https://shop.otakada.org/product/i-saw-fire-from-heaven-from-jihad-to-jesus-allegiance-under-fire-prophet-isa-el-buba-in-epub/

ลิงก์ อีบุ๊ก บน Amazon : https://www.amazon.com/Saw-Fire-Heaven-Allegiance-Devotional-ebook/dp/B0GP9TGL2D

สั่งซื้อผ่าน Ingramspark

https://shop.ingramspark.com/b/084?params=L7sIm15JJC55NhWaeizvOlnnUVWZJdq7PISwLupgc8T

ซี.เอส. ลูอิส (1898-1963) - คริสต์ศาสนาที่แท้จริง ดำเนินชีวิตอย่างเต็มที่: จากจิตใจที่ไม่เต็มใจสู่ชีวิตที่เปลี่ยนแปลง (จดหมายภาวนา 40 วัน | เล่ม 2)

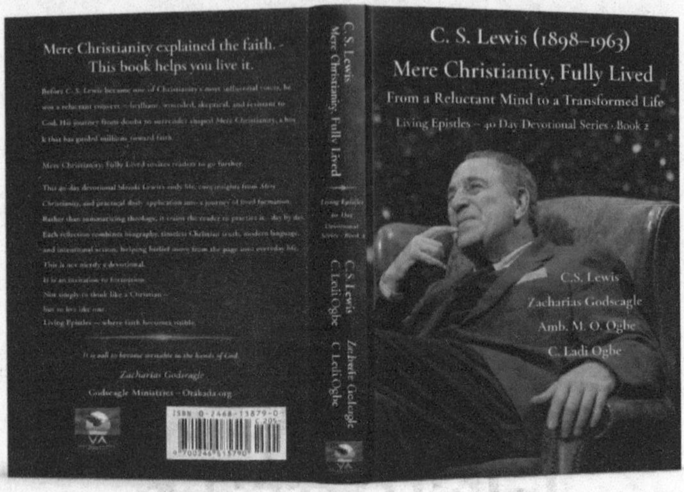

อีบุ๊ก

https://www.amazon.com/Lewis-1898-1963-Mere-Christianity-Fully-ebook/dp/B0GKQ27F9N

ปกอ่อน
https://www.amazon.com/Lewis-1898-1963-Mere-Christianity-Fully/dp/B0GM8YMXC3

ปกแข็ง

https://www.amazon.com/Lewis-1898-1963-Mere-Christianity-Fully/dp/B0GM8WHXJL

สั่งซื้อผ่านลิงก์นี้ -

https://shop.ingramspark.com/b/084?params=HEiG1mvNiEtCSBrrX4PON2IomPPhR8L5aoQG6wcuKCT

นักบุญออกัสตินแห่งฮิปโป (ค.ศ. 354–430)
จากหัวใจที่กระสับกระส่ายสู่ชีวิตที่เขียนเป็นลายลักษณ์อักษร - จดหมายแห่งชีวิต - ชุดบทภาวนา 40 วัน - ตอนที่ 1

ลิงก์ อีบุ๊ก บน **Amazon** - https://www.amazon.com/ST-AUGUSTINE-HIPPO-354-430-Devotional-ebook/dp/B0GJN8N9XS

ลิงก์สั่งซื้อหนังสือปกอ่อนจาก Amazon -
https://www.amazon.com/St-Augustine-Hippo-354-430-Devotional/dp/B0GJWTVLR6

ลิงก์สั่งซื้อหนังสือปกอ่อน จาก Ingramspark -
https://shop.ingramspark.com/b/084?params=BZOOW3dj93aGEtBL2Fv1VY8wV1OQvA10dtZRDgk7Z9Z

สแกนฉัน

การต่ออายุครั้งที่ 7

เยียวยาหัวใจของบ้านคุณใน 7 วัน

ชุดการฟื้นฟู – ฉบับความสามัคคีในครอบครัว

ลิงก์ไปยังหนังสือปกอ่อน -
https://shop.ingramspark.com/b/084?params=htyfL002e1JzyEpZWkKtaXWF5FJ1jZFOjgiQKEfcbnw

ลิงก์ไปยังหน้าสินค้าใน Amazon (ฉบับปกอ่อน) -
https://www.amazon.com/RENEWAL-Heal-Heart-Your-Renewal/dp/B0GD92153W

ลิงก์ไปยัง อีบุ๊ก บน Amazon –

https://www.amazon.com/RENEWAL-Heal-Heart-Your-Renewal-ebook/dp/B0G91BMFND

สแกนฉัน –

การฟื้นฟูครั้งที่ 7: เยียวยาหัวใจของบ้านคุณใน 7 วัน

ชุดการฟื้นฟู — ฉบับความสามัคคีในครอบครัว

ลิงก์ไปยังฉบับปกอ่อน -

https://shop.ingramspark.com/b/084?params=nSEElv9oUsItOu5akVZlg4ycGbbmvlBOtSiqeOZr5yQ

ลิงก์ไปยังหนังสือปกอ่อนบน **Amazon** - https://www.amazon.com/RENEWAL-MARRIAGE-Heart-Marriage-Renewal/dp/B0GDC1YZJ7

ลิงก์ไปยัง อีบุ๊ก บน **Amazon** - https://www.amazon.com/RENEWAL-MARRIAGE-Heart-Marriage-Renewal-ebook/dp/B0G6JXJWJL

บัลลังก์แห่งหัวใจ – 12 ศึกที่เราต้องเอาชนะให้ได้

อีบุ๊ก จาก **Amazon** - https://www.amazon.com/THRONE-HEART-COVETOUSNESS-Counterfeit-CONTENTMENT-ebook/dp/B0G4SPFRY7

หนังสือปกอ่อนจาก **Amazon** - https://www.amazon.com/THRONE-HEART-COVETOUSNESS-Counterfeit-CONTENTMENT/dp/B0G4TKW1ND

หนังสือปกอ่อนจาก Ingramspark -
https://shop.ingramspark.com/b/084?params=a75LJXtvvI63VnzeQPleQTkAJWfu8CPQV6l5Oe31D80

เทศน์ 4 เรื่องใน 1 เดียว โดย Zacharias Godseagle
พร้อมลิงก์ไฟล์เสียง

ลิงก์ อีบุ๊ก บน Amazon - https://www.amazon.com/Sermons-Zacharias-Godseagle-Audio-links-ebook/dp/B0G4XCH4TW

หนังสือปกอ่อนจาก Amazon - https://www.amazon.com/Sermons-Zacharias-Godseagle-Audio-links/dp/B0G4TK4XGT

ลิงก์สั่งซื้อหนังสือปกอ่อนจาก Ingram Spark - https://shop.ingramspark.com/b/084?params=nK2JERskkbhdAOSNseTUNRhaCFqUPZuhB4uYfqrXvGb

THE LOGOS PROTOCOL SERIES | 1
PILGRIM CODE
AI AWAKENING
A prophetic sci-fi thriller where faith collides with artificial intelligence, and light wars against the code.
ZACHARIAS GODSEAGLE
AMBASSADOR MONDAY O. OGBE
COMFORT LADI OGBE

อีบุ๊ก - https://www.amazon.com/Logos-Protocol-Awakening-artificial-intelligence-ebook/dp/B0FXNQFSWZ

หนังสือปกอ่อน - https://www.amazon.com/Logos-Protocol-Awakening-artificial-intelligence/dp/B0FXNGR66D

หนังสือปกแข็ง - https://www.amazon.com/Logos-Protocol-Awakening-artificial-intelligence/dp/B0FZNTQR6Y

หนังสือปกอ่อนจาก Ingramspark - https://shop.ingramspark.com/b/084?params=QkK4aNYTYO9U5z9uOkdHgc7Ue1eGDLqbb1tz9WRPaSk

เหตุใดการปลดปล่อยจึงล้มเหลว และไฟแห่งพระเจ้าจะฟื้นฟูจิตวิญญาณได้อย่างไร: 40 คำประกาศประจำวันเพื่อการปลดปล่อยอย่างรอบด้าน

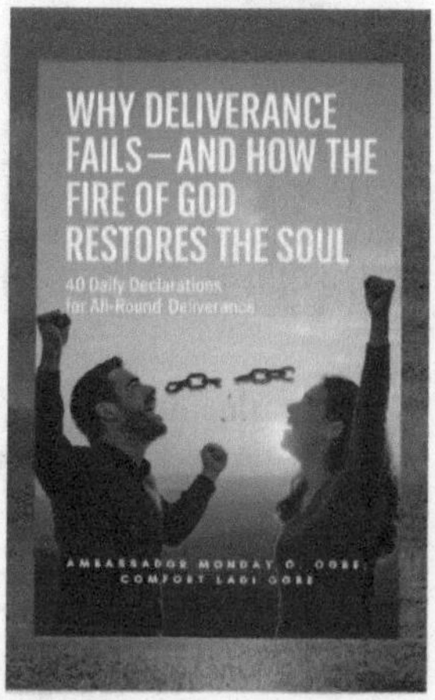

อีบุ๊ก - https://www.amazon.com/Why-Deliverance-Fails-Declarations-All-Round-ebook/dp/B0FW74L4G4

หนังสือปกอ่อน - https://www.amazon.com/Why-Deliverance-Fails-Declarations-All-Round/dp/B0FWB3LXRM

รอดพ้นแต่หลงทาง – ผู้ กลับใจ ที่ไม่ปฏิบัติตามหลัก ศาสนา – แปลเป็น 25 ภาษา

ปกอ่อน

https://shop.ingramspark.com/b/084?params=iYNB6S3PLMfREpm0jMM15bMe3BvWlkjcYyLYnHVGAds

อีบุ๊ก - https://www.amazon.com/SAVED-BUT-LOST-UNDISCIPLED-heartbreak-ebook/dp/B0FVJ29DF7

7 วันแห่งการต่อสู้และฟื้นฟูจิตวิญญาณ - นี่คือตอนที่ 1

ผูกมัดศัตรู, สะท้อนลูกศรกลับเจ็ดเท่า, และกอบกู้ชะตาของคุณ

https://shop.ingramspark.com/b/084?params=8mPzqUl73Ex7uPyeO7ydyt8EGkkB6u2gX1jZvWU8j1C

ลิงก์อีบุ๊ก - https://www.amazon.com/DAYS-SPIRITUAL-WARFARE-RECOVERY-Returning-ebook/dp/B0FMPJM5KZ

7 วันแห่งการต่อสู้ทางจิตวิญญาณและการฟื้นฟู - ตอนที่ 2 - การผนึกชัยชนะ

การทำลายความชั่วร้ายในครอบครัว และการรักษาชะตากรรมที่ได้รับการฟื้นฟูของคุณ

หนังสือปกอ่อน -
https://shop.ingramspark.com/b/084?params=LkpNmGSsApHhWhiSO7bW3wFmcXQKIO4ZEBeSbP5rL1S

อีบุ๊ก - https://www.amazon.com/DAYS-SPIRITUAL-WARFARE-RECOVERY-Wickedness-ebook/dp/B0FR9YCMY8

จากความมืดสู่การปกครอง: 40 วันเพื่อหลุดพ้นจากเงื้อมมือแห่งความมืดมิดที่ซ่อนเร้น

—

บทภาวนาสากลแห่งการตระหนักรู้ การปลดปล่อย และพลังอำนาจ - สำหรับบุคคล ครอบครัว และประเทศชาติที่พร้อมจะเป็นอิสระ

ปกอ่อน

https://shop.ingramspark.com/b/084?params=aVgp21QfwJxNANkfMxIQ0yejuFCVY12KFr978SRkZUD

ลิงก์ **Amazon** - https://www.amazon.com/DARKNESS-DOMINION-Devotional-Awareness-Deliverance-ebook/dp/B0FLDH2Y67

- ***หลุดพ้นจากอำนาจแห่งความมืด*** **(ปกอ่อน)** — ซื้อได้ที่นี่ | อีบุ๊ก บน Amazon

  - **รีวิวเด่นจากสหรัฐอเมริกา:**
    - ลูกค้า **Kindle** :
      "หนังสือคริสเตียนที่ดีที่สุดเท่าที่เคยอ่านมา!" (5 ดาว)

ขอขอบคุณพระเยซูสำหรับคำพยานนี้ ฉันได้รับพรมากมายและอยากแนะนำให้ ทุกคนอ่านหนังสือเล่มนี้... เพราะค่าจ้างของบาปคือความตาย แต่ของประทานจากพระเจ้าคือชีวิตนิรันดร์ ชาโลม! ชาโลม!

- **Da Gster** :
  "นี่เป็นหนังสือที่น่าสนใจและค่อนข้างแปลก" (5 ดาว)

ถ้าสิ่งที่กล่าวไว้ในหนังสือเล่มนี้เป็นความจริง เราก็คงตามหลังศัตรูอยู่มากทีเดียว! ... หนังสือเล่มนี้เป็นสิ่งที่ต้องอ่านสำหรับทุกคนที่ต้องการเรียนรู้เกี่ยวกับสงครามฝ่ายวิญญาณ

- **Visa** : "ชอบหนังสือเล่มนี้มาก" (5 ดาว)

นี่เป็นเรื่องที่น่าตกใจมาก...สารภาพตามตรง...ช่วงนี้ฉันตามหาซื้อมาใช้ทั่วทุกที่เลย ดีใจมากที่ได้ซื้อจาก Amazon ค่ะ

- **FrankJM** : "แตกต่างอย่างสิ้นเชิง" (4 ดาว)

หนังสือเล่มนี้ทำให้ฉันนึกถึงความจริงของการต่อสู้ทางจิตวิญญาณ และยังทำให้ฉันนึกถึงเหตุผลที่ต้องสวม "เกราะครบชุดของพระเจ้า" อีกด้วย

- **JenJen** : "ทุกคนที่อยากไปสวรรค์ อ่านนี่เลย!" (5 ดาว)

หนังสือเล่มนี้เปลี่ยนชีวิตฉันไปมาก เมื่อรวมกับคำบอกเล่าของจอห์น รามิเรซแล้ว มันจะทำให้คุณมองศรัทธาของคุณในมุมมองที่แตกต่างออกไป ฉันอ่านมันไปแล้ว 6 ครั้ง!

- *อดีตผู้บูชาซาตาน: การแลกเปลี่ยนของเจมส์* (ปกอ่อน) — ซื้อได้ที่นี่ | หนังสืออิเล็กทรอนิกส์ บน Amazon

- *คำให้การของอดีต ผู้บูชาซาตานชาวแอฟริกัน - บาทหลวงโจนาส ลูคุนตูมปาลา* (ปกอ่อน) — ซื้อได้ที่นี่ | อีบุ๊ก บน Amazon

- ***Greater Exploits 14*** **(ปกอ่อน) — ซื้อได้ที่นี่ | อีบุ๊ก บน Amazon**

- หนังสือ *"Out of the Devil's Cauldron"* โดย จอห์น รามิเรซ วางจำหน่ายแล้วทาง Amazon
- *เขามาเพื่อปลดปล่อยเชลยให้เป็นอิสระ* โดย รีเบคก้า บราวน์ — หาซื้อได้ที่ Amazon

ผลงานเขียนอื่นๆ ของผู้เขียน – มากกว่า 1,000 เรื่อง

เป็นที่รัก ได้รับเลือก และสมบูรณ์ : การเดินทาง 30 วันจากความถูกปฏิเสธสู่ **การฟื้นฟู**

แปลเป็น 40 ภาษาทั่วโลก

https://www.amazon.com/Loved-Chosen-Whole-Rejection-Restoration-ebook/dp/B0F9VSD8WL

https://shop.ingramspark.com/b/084?params=xga0WR16muFUwCoeMUBHQ6HwYjddLGpugQHb3DVa5hE

ตามรอยพระบาทของพระองค์ — ภารกิจ 40

วันตามแบบอย่างของพระเยซู:

การดำเนินชีวิตตามแบบอย่างของพระเยซูในเรื่องราวชีวิตจริงจากทั่วโลก

https://www.amazon.com/His-Steps-Challenge-Real-Life-Stories-ebook/dp/B0FCYTL5MG

https://shop.ingramspark.com/b/084?params=DuNTWS59IbkvSKtGFbCbEFdv3Zg0FaITUEvlK49yLzB

พระเยซูอยู่ที่ประตู:

40

เรื่องราวสุดสะเทือนใจและคำเตือนสุดท้ายจากสวรรค์ถึงคริสตจักรในปัจจุบัน

https://www.amazon.com/dp/B0FDX31L9F

https://shop.ingramspark.com/b/084?params=TpdA5j8WPvw83glJ12N1B3nf8LQte2a1lIEy32bHcGg

ชีวิตแห่งพันธสัญญา: 40
วันแห่งการดำเนินชีวิตตามพระพรในพระธรรมเฉลยธรรมบัญญัติ
บทที่ 28

- https://www.amazon.com/dp/B0FFJCLDB5

เรื่องราวจากคนจริงๆ การเชื่อฟังที่แท้จริง และความเป็นจริง

https://shop.ingramspark.com/b/084?params=bH3pzfz1zdCOLpbs7tZYJNYgGcYfU32VMz3J3a4e2Qt

การแปลงเป็นภาษาต่างๆ มากกว่า 20 ภาษา

การรู้จักเธอและการรู้จักเขา:

40 วันสู่การเยียวยา ความเข้าใจ และความรักที่ยั่งยืน

https://www.amazon.com/KNOWING-HER-HIM-Healing-Understanding-ebook/dp/B0FGC4V3D9

https://shop.ingramspark.com/b/084?params=vC6KCLoI7Nnum24BVmBtSme9i6k59p3oynaZOY4B9Rd

ทำให้เสร็จสมบูรณ์ ไม่ใช่แข่งขันกัน:

การเดินทาง 40 วันสู่เป้าหมาย ความสามัคคี และความร่วมมือ

https://shop.ingramspark.com/b/084?params=5E4v1tHgeTqOOuEtfTYUzZDzLyXLee30cqYo0Ov9941

https://www.amazon.com/COMPLETE-NOT-COMPETE-Journey-Collaboration-ebook/dp/B0FGGL1XSQ/

รหัสแห่งสุขภาพอันศักดิ์สิทธิ์ - 40

กุญแจสำคัญในการกระตุ้นการเยียวยาผ่านพระวจนะและสิ่งทรงสร้า งของพระเจ้า ปลดล็อกพลังแห่งการเยียวยาจากพืช การอธิษฐาน และการกระทำเชิงพยากรณ์

https://shop.ingramspark.com/b/084?params=xkZMrYcEHnrJDhe1wuHHYixZDViiArCeJ6PbNMTbTux

https://www.amazon.com/dp/B0FHJT42TK

สามารถดูหนังสือเล่มอื่นๆ ได้ที่หน้าโปรไฟล์ผู้เขียน

https://www.amazon.com/stores/Ambassador-Monday-O.-Ogbe/author/B07MSBPFNX

www.ingramcontent.com/pod-product-compliance
Lightning Source LLC
LaVergne TN
LVHW032024041026
849517LV00008B/2735
* 9 7 9 8 2 9 5 7 0 2 7 0 9 *